MW00635893

Learning Marathi through English

Dr. Kalyan Kale

Dr. Anjali Soman

Diamond Publication

Learning Marathi through English

Dr. Kalyan Kale, Dr. Anjali Soman

Second Edition : February 2014

ISBN : 978-81-8483-497-0

© **Diamond Publications**

Cover Design
Sham Bhalekar

Published by
Diamond Publications
264/3 Shaniwar Peth, 302 Anugrah Apartment
Near Omkareshwar Temple, Pune - 411 030
☎ 020-24452387, 24466642

info@diamondbookspune.com
www.diamondbookspune.com

Sole Distributor
Diamond Book Depot
661 Narayan Peth
Appa Balwant Chowk, Pune 411030
Tel. - 24480677, 66020282

All rights reserved. No part of this book may be reproduced or utilised in any form and by any means, electronic or mechanical, including photocopying, recording or by any information storage or retrieval system, without permission in writing from the publisher.

PREFACE

We are very much pleased to see this new print of our book 'Learning Marathi' in its new apparel. This book was earlier published by Mr. Rajabhau Phadnis under the banner of his 'Vishakha Prakashan' in 1986. After the copies of the book were fold out, the book was not available in the market. The demands for it were coming up regularly from various corners and a strong need for publishing it a new was harassing our minds now and then. By this time Shri. Rajabhau Phadnis had wound up his business and the doors of Vishakha Prakashan were closed for us. Shri Rajabhau, however had kindly permitted us to get it published through any other publishing agency. We are very much thankful to him for this gesture. We ourselves were not in a position to publish it of our own independently. We, therefore, were in search of a new publisher for this book. Luckily for us, Mr. Pashte of Diamond Publication was ready to publish it. We were enamoured at the very thought that a person of Mr. Pashte's status had accepted our proposal and he was going to be the publisher of our book. We immediately placed the copy of our book in this hands and within a short time the book was ready. He has given a new life to this book adding many aesthetic touches to it, and has given to it the present graceful look. We are very much obliged to him for the interest he had shown in the production of this book. We are very much thankful to him and all his assistants in his office for shaping the new form of this book.

This book is a product of our classes for teaching Marathi language to the desirous learners of Marathi language, that we conducted at Maharashtra Sahitya Parishad continuously for four years. Originally we prepared it as a course material which was circulated among the learners before the beginning of the class. Thus continuously for four years this course was tried out and was found out to be very successful. Even after giving it a book form we were using it whenever and whereeter we got the opportunity to teach Marathi language to the non Marathi speakers. Thus we used it in teaching to the ACM classes for American students; in the training programmes at Yashada, run for the probationary I.A.S. officers. We have learnt that this very book was being used for teaching Marathi language to the I.A.S. officers at the training institute at Mussorie also.

We hope that this book will continue to be helpful for the coming generations of non Marathi learners of Marathi Language in future also.

Dr. Kalyan Kale
Retd. Teacher of Marathi
University of Pune
&
Dr. Anjali Soman
Retd. Teacher of Marathi
S.N.D.T. women's college, Kothrud, Pune

PUNE
21 / 11 / 2013

INTRODUCTION

We are glad to hand over this course to the learners as well as the teachers of Marathi language. We hope that it will fulfill the longfelt need for a handy and a comprehensive course of Marathi language. Marathi, the language of Maharashtra, with its rich literary tradition attracts many learners foreign as well as native and consequently there is an increasing demand for such a course.

Before venturing to publish this course we have tried it for three years on the hetero geneous batches of adult learners of Marathi foreigners as well as Indians, having different language backgrounds and coming from various occupational cadres. From the responses of these learners we were convinced of its success and it was at the very instance of these learners that we arrived at the decision of publishing it.

Being a beginners' course it attempts to cover all the basic structures of Marathi, which are introduced in a situational set up. In order to corelate them with the actual language in use we have deliberately chosen the conversational style for their presentation. But along with that, the narrative and descriptive styles also are well taken care of in the body of the lessons. Socio-cultural and various other pragmatic aspects of language are not expected of such a basic course. Yet considering that language cannot be taught in isolation we have rightly given these aspects their due scope. Every attempt has been made to give our treatment of structures a homely, natural feel.

This course is designed for a span of minimum eighty teaching hours. It contains 23 graded lessons along with 18 script -lessons. This whole course covers all the basic structures of Marathi and a vocabulary of some 1500 words, After getting acquainted with the basic structures one can easily master the basic skills of Marathi: Listening, speaking, reading and writing and communicate with a native speaker with ease.

Marathi uses Devanagari script for its orthography. Generally the learners of North Indian background are supposed to have a good command over it. Since it is also the script of Hindi and Sanskrit. But it is observed that some groups, especially South Indians find it difficult to handle. This is because they have not learnt this script methodically and have not practised it systematically. So the method used in this book and the directions given here will prove helpful to them also giving them ease and facility in writing.

Foreigners who come with a clean slate are found to learn this script very fast by this method taking usually not more than eight hours to master it. Our script book consists of eighteen well graded lessons. All the letters are grouped according to the similarity of their shapes. Then each of them is presented in isolation, along with its strokes and their directions and with all the components shown separately. After that these very letters are introduced in sequences, followed by their combination with vowels and consonants respectively. Unlike English, Marathi does not have a parallel running script or a dichotomy of shapes of letters in print and letters written by hand. So the mastery of this one mode of script only will qualify the learners to handle all sorts of writing.

As regards the language course proper, it contains 23 lessons, which can be easily covered within a period of 80 hours. But by supplementing it with additional drills and conversation passages and increasing the practice in reading and writing this course could be extended over a period of even 100 hours. In a language teaching class such alterations have to be made depending upon the grasping capacity of the learners.

Each lesson is supplied with a list of teaching points in the beginning followed by the body of the lesson which incorporates all those teaching points in their natural set up. Then follow the grammatical notes offering elaborate explanations of all those teaching points. Unnecessary jargon and the sophisticated terminology have been avoided as far as possible. After that follows the drill section which will be helpful in mastering all the teaching points introduced in the lesson. At the end of every lesson we have introduced a separate conversation passage for practice. Instead of giving the list of difficult words separately at the end of every lesson we have given all the glossary used in this course at the end arranged in an alphabetical order.

This course can be used both by the learners as well as by the teachers. The learners are advised to start from the beginning, master each and every teaching point with the help of the grammatical notes and then proceed further leaving no gaps in the time schedule. They are also advised not to skip over the lesson at random because these lessons go on covering the structures cumulatively and any gap therefore will entail a break up in the link. They are also advised to consult some native speaker for checking their pronunciation and pauses in their reading. Same will be helpful in checking their writing also.

Though this course by itself is exhaustive and self-independent, it does not consider the role of a teacher as altogether dispensable. In a formal class situation the teacher is necessary for assessing the needs of the individual learners and for catering to them individually, according to their needs. In a heterogeneous class of big size, both the teaching and learning have to be slowed down and in that situation the resourceful teacher has to play his role.

Before starting the teaching of this course the teacher is advised to assess the background and the previous knowledge of all the learners by means of some diagnostic test. He should arrange the learners having no script background into a separate group and should give them script lessons separately. They however should not be isolated from the rest of the class for the regular teaching. While teaching the language lessons, the teacher is expected to introduce and explain all the teaching points of the lesson with the help of the grammatical notes. Then he should read the lesson loudly and then explain the difficult words. There upon he should give attention to the drills. Instead of mechanically covering all the drills given for each lesson he should convince himself of the learners' mastery over every teaching point. Though the drills are exhaustive, he may require more drills on the same point. In that case be should build his own drills. These drills should focus on one teaching point at a time and should not be monotonous. For that he is advised to practise as many varieties of the drills as possible. He can chose from the following types. (1) Repetition drill (2) Substitution drill (3) Fill in the blanks drill (4) Transformation drill (5) Expansion drill (6) Mutation drill (i.e.making changes) (7) Matching the pairs drill (8) Choosing proper word drill (9) Question and answer drill (10) Translation drill etc. This list by no means is exhaustive and the teacher can add to it using his resourcefulness.

As regards the conversations we would like to insist on learning them by heart in the initial stage. The teachers should distribute the roles and get the conversations done in natural like situation. At times, the teacher, if he feels so, can build up his own conversations focussing on the structures and vocabulary learnt so far.

Side by side with this, regular reading practice also has to be given. For that the lessons of this course can be used. The teacher may introduce other passages also if he wants. Throughout all this oral practice every attention should be given on the proper pronunciation of the words. In reading, the teacher should demonstrate the pauses and the intonations properly.

Inspite of the knowledge of the script, the learners are bound to commit mistakes in their writing because of their ignorance of the spelling of the language. Every language having some sort of writing system has the spelling system of its own, which has to be learnt through practice. For this, the teachers should give the class a regular practice in writing. He should give them dictations, translations, questions as writing exercises in the beginning. These should lead to free compositions gradually.

These instructions may be extended to any length but all said and done, it should be borne in mind that the resourcefulness of the teacher is the most important factor in all language teaching activities. This course offers a full scope for that.

Script Book For Marathi

Marathi uses Devanagari script for its orthography, which is also used by Hindi and Sanskrit. Normally the Indian students of Marathi language are familiar with it through their acquaintance with Hindi or Sanskrit, though Marathi has its own idiosyncracies. The foreign students will have to learn it separately.

Devanagari script of Marathi is basically phonemic i.e. every letter symbolizing a separate phoneme. But there are a few incongruencies here and there. As a result Marathi also has developed its own spelling system.

The alphabet of Marathi consists of the following letters. (Their phonetic value is shown in the brackets.)

vowels :	अ [ə]	आ [a]	इ [i]	ई [i:]
	उ [u]	ऊ [u:]	ऋ [ri]	ए [e]
	ऐ [əi]	ओ [o]	औ [əu]	ॲ [æ]
	ऑ [ɔ]			

nasal :　　ं　　[m n ṇ ñ ŋ]

aspiration :　ः　　[h]

consonants :

क	ख	ग	घ	ङ
[k]	[kh]	[g]	[gh]	[ŋ]
च, च़	छ, छ़	ज, ज़	झ, झ़	ञ
[c č]	[ch čh]	[j ǰ]	[jh ǰh]	[ñ]
ट	ठ	ड	ढ	ण
[ṭ]	[ṭh]	[ḍ]	[ḍh]	[ṇ]
त	थ	द	ध	न
[t]	[th]	[d]	[dh]	[n]
प	फ	ब	भ	म
[p]	[ph]	[b]	[bh]	[m]

य	र	ल	व
[y]	[r]	[l]	[v]
श	ष	स	
[s']	[ṣ]	[s]	
ह	ळ	क्ष	ज्ञ
[h]	[ḷ]	[kṣ]	[dny]

Besides these there is a parallel series of alternative forms of vowels to be used in combination with the consonants. They are-

अ - Ø आ - ा, इ - ि, ई - ी, उ - ु,
ऊ - ू, ऋ - ृ, ए - े, ऐ - ै, ओ - ो,
औ - ौ, ॲ - ॅ, ऑ - ॉ

With the addition of अनुस्वार (nasal) and विसर्ग (aspiration) we get a full range of syllables formed from a single consonant. That is called a बाराखडी (lit. a range of twelve syllables. Actually there will be thirteen syllables). The traditional बाराखडी is written as follows.

क	का	कि	की	कु	कू	के	कै	को	कौ	कं	कः
ख	खा	खि	खी	खु	खू	खे	खै	खो	खौ	खं	खः

(note that कृ-खृ, कॅ-खॅ, कॉ-खॉ are dropped. But they are also syllables. Thus there will be a line of 15 syllables in all.) [ं and : are not isoleted vowels They are written in combination with above sixteen syllables]

The consonants also have their alternative forms to be used when they appear in clusters. They will be dealt with separately in the course of our treatment of consonant clusters.

It is clear that Marathi script consists of following basic shapes.

O C ɔ – । ु ू े ं :

Various letters are formed by combining these shapes. e.g. व is formed from the combination of O, 1 and –. Every letter has, by rule, a horizontal headline at the top. Some of these shapes run over and some below the headline. e.g. े, ू etc.

If we carefully examine the Marathi alphabet we will find that it is possible to group all the letters according to the similarity of shapes. We have grouped all these letters in the following way.

(१) व ब क
(२) प ष फ ण
(३) ग म भ न त

(४) र   स   ख   श
(५) च   ज   ञ
(६) उ   ऊ   अ   आ   ओ   औ
(७) घ   ध   छ
(८) य   थ
(९) ए   ऐ
(१0) ट   ढ   द   ठ
(११) ड   इ   ई   झ   ङ   ह
(१२) ल   ळ
(१३) क्ष   ज्ञ   ऋ   श्र

Now follow the script lessons arranged in this very order. The students are requested to copy these letters in their notebooks following closely the order and the direction of each of the strokes shown against each letter.

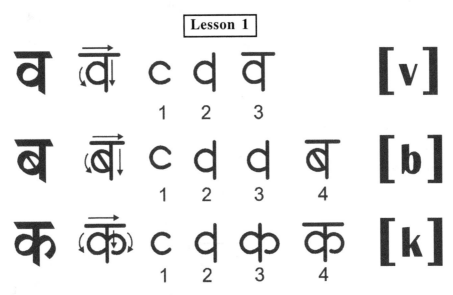

Lesson 1

व   [v]

ब   [b]

क   [k]

Read the following :
        वक, वबक, कव, कवब, बक, कब, वकब.
Write the following :
        [b v k],   [b k],   [k v],
        [k v b],   [v b k]

Lesson 2

प [p]

1 2 3

ष [ṣ]

1 2 3 4

फ [ph]

1 2 3 4

ण [ṇ]

1 2 3 4

Read the following :

पब, बष, पफ, कफ, वप, वण

पण, फण, वण, पकव, कण, कवण

Write the following :

[p k], [k v b], [b k ṇ], [v p ṇ],

[p k v], [p ṣ ṇ], [v ṇ k]

Lesson 3

ग [g]

1 2 3

म [m]

1 2 3 4

भ [bh]

न [n]

त [t]

Read the following :

मगन,	मन,	नम,	पत,	नव,	
तभ,	गतभ,	भगत,	मभन,	गण,	
भमन,	नभ,	तन,	नत,	तम,	गवत
गगन,	मग,	मत,	तगमग,	नग,	तग
नव,	गण,	वग,	भणभण,	तण	

Write the following :

[m g],	[bh-g],	[g t],	[n g],
[g m n],	[n m n],	[g m t],	[v n],
[bh g t],	[t g n],	[m n],	
[t g m g],	[p v n],	[k v n]	

Lesson 4

र [r]

स [s]

ख [kh]

1 2 3 4 5

श [ś]

1 2 3 4

Read the following :

नर,	वर,	बस,	शव,	सगर,	सण
कसब,	तरस,	करव,	खत,	नरम,	खण
खर,	शम,	गरम,	मगर,	रस,	मरण

Write the following :

[ś r]	[s k s],	[t g r],	[b r s],
[t r],	[bh r],	[bh gr],	[ś i m]
[k b r],	[t v k],	[kh b r],	[ś k n]

Lesson 5

च [c č]

1 2 3 4

ज [j ǰ]

1 2 3 4

ञ [ñ]

1 2 3 4

Read the following : चरस, मगज, खच, जम, जबर, सञ, वचन, वजन, कवन

Write the following : जर, चर, जग, नवस.

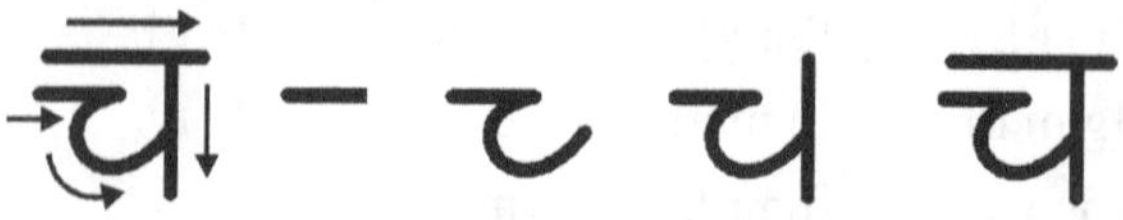

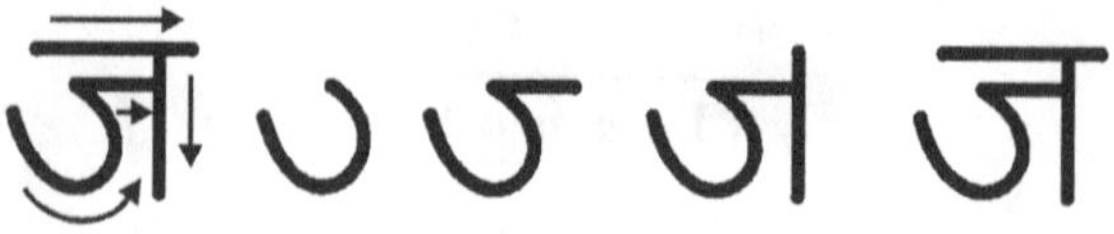

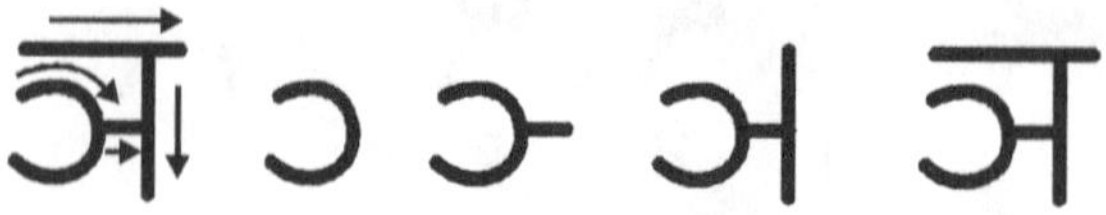

[p c k]   [b c t]   [ǰ n]   [k c k c]   [j v n]

[k v č]   [cv]   [j r b]   [n v s]   [c ṇ c ṇ]

उ उ̆ ꞌ 3 उ **[u]**
       1 2 3

ऊ ऊ̆ ꞌ 3 ऊ ऊ **[u:]**
       1 2 3 4

अ अ̆ ꞌ 3 3 अ अ **[ə]**
       1 2 3 4 5

आ [ā] ओ [o] औ [əu]

are formed by adding : ा, ी, ,ौ to अ form

Read the following.

औत, औरस, ऊस, आज, ओत, ओज, ओस, उगम, आपण, अमन.

आण, ओरय, उख कर.

Write the follliwngs :

[u r k]   [u : t]   [t u : r]   [a t]

[o r p]   [u s v]   [u c k]   [a g]

[a c]   [oǰ]   [u m g]   [avsar]

• • •

(XIII)

Lesson 7

घ
[gh]
1 2 3 4

ध
[dh]
1 2 3 4

छ
[čh]
1 2 3 4

Read the following :

घर, छत, धर, धरण, घसर, औषध

धपकन, सधन, घण, धन, ओघ, छगन

Write the following :

[g h n], [əu ṣ dh], [ch p],

[dh k v], [b gh], [v dh],

[gh m gh m], [ch m ch m], [m g n],

[ch n ch n], [gh ṇ gh ṇ]

Lesson 8

य
[y]
1 2 3 4

थ
[th]
1 2 3 4

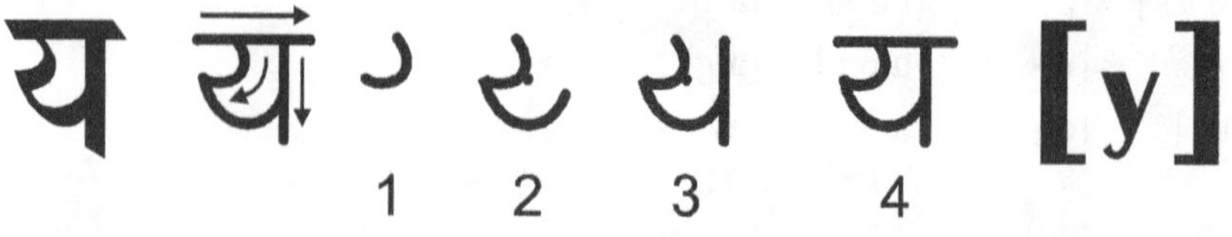

Read the following :

वय,   सय,   थर,   नथ,   थक,   उरव

भय,   अथ,   उथव,   रथ,   जय,   आय

Write the following :

[th y th y],   [th r-th r],   [th p th p]

[th k v],   [y m]   [y v n],   [š p-th]

[ə py's],   [y ś],   [bh y k r],   [ūh]

Lesson 9

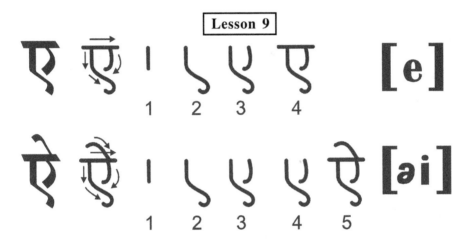

Read the following :

एक,   ऐक,   एकर,   ऐकव,

ऐपत,   ऐवज,   ए,   ऐन,

ऐरण,   एथ,   एकच,   एकर

Write the following :

[əi ṭ],   [əi s],   [e v ḍ h],

[əi k v],   [e k c],   [e r m],

[əi k t]

• • •

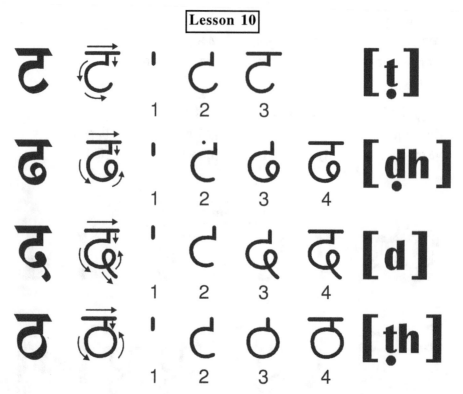

Lesson 10

Read the following :

नट, ठक, ढग, पट, दम, चढ, चढण, दर, अट, औट
ठग, कवठ, दब, खट, दणदण, ठणठण, ठरव, ओठ

Write the following :

[v ṭ v ṭ]	[o ḍh]	[a ṭh]	
[a ṭh v ṇ]	[u : ṭh]	[u ṭh v]	
[ai ṭ]	[u d y]	[m ṭh]	[a ṭh v]
[t ṭ]	[k ṭ]	[s ṭ]	[ā p ṭ]

■ ■ ■

ड ड़ ' ८ ड ड [ḍ]
    1 2 3 4

इ इ ' ८ ड इ इ [ɪ]
    1 2 3 4 5

ई ई ' ८ ड इ इ ई [iː]
    1 2 3 4 5 6

झ झ ' ८ ड इ इ झ झ [jʰ]
    1 2 3 4 5 6 7

ङ ङ ' ८ ड ड ड़ [ŋ]
    1 2 3 4 5

ह ह ' ८ ८ ह ह [h]
    1 2 3 4 5

Read the following :

    पड,   ईद,   ईश,   हर,   वड

    झटकन, झपझप, धड,   झड,   गहन,   आवड

Write the following :

    [ph ḍ ph ḍ], [jh r jh r],   [c ṭ iː],
    [s m iː],   [k ḍh iː],   [h r h r],   [hvn],
    [ph ḍ],   [gh ḍ],   [aḍ],   [jh ṭ pṭ]

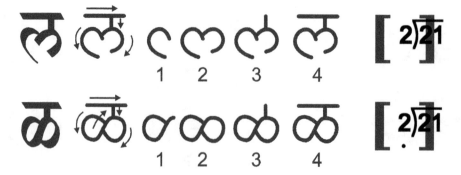

Read the following :

कळ, बळ, गळ, तळ, लवकर, लस, लप, लव, चल, तळमळ

Write the following :

[c ḷ c ḷ],   [k ḷ k ḷ],   [s ḷ s ḷ],   [o ḷ],
[gh ḷ gh ḷ], [v ḷ v ḷ],   [o ḷ kh],   [olsar],
[k ḷ k ḷ],   [s r ḷ],   [m l m],   [m ḷ m ḷ],
[b ḷ k ṭ],   [m ḷ k ṭ]

Lesson 13

 क्ष क्ष्   ℒ ℰ ह़ क्ष क्ष [kṣ]
          1   2   3   4   5

ज्ञ ज्ञ्   ॱ ऽ ड़ ज्ञ ज्ञ [dny]
          1   2   3   4   5

ऋ ऋ   ॱ ⁊ ऋ ऋ ऋ [ri]
          1   2   3   4   5

श्र श्र्   ℒ ℒ ∮ श्र श्र [śr]
          1   2   3   4   5

Read the following :

यक्ष, यज्ञ, ऋण, श्रम, कक्ष, क्षपण

दक्ष, अज्ञ, रसज्ञ, क्षत, क्षम, अक्षम

Write the following :

[t kś], [r kṣ ṇ], [bh kṣ ṇ]

[y dny r kṣ ṇ] [∂ k ṣ t] [s kṣ m]

[śr m ṇ k] [śr v ṇ] [∂ dny ǰ n]

[p kṣ] [k ṣ y] [l kṣ ṇ]

Lesson 14

Consonants cannot be pronounced separately in isolation. But they can be represented like so on paper by adding a slanting line to the lower tip of the consonant letter at the right side. e.g. क्, च्, ट्, ह् etc. If this slanting line is dropped it is understood that the said consonant has to be pronounced with अ [∂]. Thus it becomes a syllable. In Marathi the consonants enter into combination with all vowels to form syllables. In such combinations the vowels are represented by their alternative forms which are as follows.

अ	[∂]	=	ø	ए	[e]	=	े
आ	[ā]	=	ा	ॲ	[∂e]	=	ॅ
इ	[i]	=	ि	ऐ	[∂i]	=	ै
ई	[i:]	=	ी	ओ	[o]	=	ो
उ	[u]	=	ु	ऑ	[ɔ]	=	ॉ
ऊ	[u:]	=	ू	औ	[∂u]	=	ौ
ऋ	[ri]	=	ृ	अं	[∂m]	=	ं
				अः	[∂h]	=	ः

The range of syllables derived from a single consonant and all these vowels is called बाराखडी. [lit. a range of twelve syllables, but actually it is a range of fifteen syllables.] e.g.

क् + अ = क, क् + आ = का, क् + इ = कि

क् + ई = की, क् + उ = कु, क् + ऊ = कू

क् + ऋ = कृ, क् + ए = के, क् + ॲ = कॅ

क + ऐ = कै, क् + ओ = को, क् + ऑ = कॉ

क + औ = कौ, क + अं = कं, क + अः = कः

Note that अं and अः are just symbols of nasal and aspirate sounds. They are vowel–initiated sounds so they can follow any vowel but here for the sake of convenience they are shown following अ sound only.

Thus the बाराखडीs of other consonants can be formed regularly on the same pattern.

1. Write the बाराखडीs of all the consonants.

द दा दि दी दु दू दृ दे दॅ दै दो दॉ दौ दं दः

2. Now read the following words. :

दादा	मामा	काका	बाबा	टाटा	थापा	साप	बसा
मासा	किती	कवी	वीक	काळी	टिकली	चकली	वही
हिरवा	खिसा	गीता	कुलूप	दूध	पूल	चूल	पुढारी
पुजारी	मराठी	फुकट	कुराण	कडू	देव	बॅट	कॅलेंडर
बँक	टेबल	शेपूट	पोळी	बैल	कौरव	कॉट	बॉल
कॉलर	कॉलेज	गंगा	शिंग	शेंग	पुंगी	रांची	सिंध

3. Now write the following words :

[bəsā]	[uṭhā]	[moṭar̄]	[āgəgāḍi:]
[dəvākhanā]	[ophis]	[sāḷā]	[popəṭ]
[bhintə]	[sinhə]	[bekəri]	[pu:l]
[gəngā]	[hoṭel]	[kəilas]	[ṭom]
[pungi:]	[lungi:]	[cəelenj]	[ṭoki:j]
[sɔri:]	[bəeg]	[injiniər]	[sinema]

Lesson 15

When the consonants are combined with other consonants, they are called conjuct consonants or the clusters of consonants. Normally in Marathi we come across the cluster of two or three consonants only. The clusters of more than three consonants are very rare. These clusters can be shown by writing every member separately with the help of slanting lines. [In Marathi, they, say with broken leg]. e.g.

[śuddhə] = शुद्ध		[rətktə] = रक्त
[rəstā] = रस्ता		[rāsṭrə] = राष्ट्र

Note that the final letter of the cluster is always in syllabic form while the preceding members are in forms with slanting line. Though this practice of writing is correct, it is not preferred in day-to-day practice. For that, instead of forms with slanting line, alternative broken forms of letters are used, which get easily joined with following letters. Normally the first and the middle members (if any) of the cluster are shown with broken forms and the final members in their syllabic form. But there are some exceptions to this.

The broken forms of letters can be had by dropping some part or modifying the letter slightly. For that all the consonant letters in Marathi can be grouped in the following groups.

(1) Letters having a separate vertical line at the end. e.g. ग, ण, श.

(2) Letters having a vertical line at the end, but not separate. e.g.

ख, घ, च, ज, झ, ञ, त, थ, ध, न, प, ब, भ, म, य, व, ष, स, क्ष, ज्ञ.

(3) Having half vertical-like line at the end. e.g.

क and फ

(4) Letters ल and ळ [using vertical line as a last stroke. छ is an exception.]

(5) Letters not using vertical line as a last stroke and छ.

ङ, छ, ट, ठ, ड, ढ, द, ह.

(6) Letter र

Among these the broken forms of the letters in the first four groups are formed by removing vertical line at the end. Then the following letters are added to them. e.g.

(a) मग्न = मग्न   ग्वाही = ग्वाही

अरण्य = अरण्य   पाण्यात = पाण्यात

श्वान = श्वान   श्यामल = श्यामल

Note श् has alternative broken form when it precedes र, व, ल, न and च. viz श्. e.g. श्वान, पश्चात्, प्रश्न, श्री, श्लोक etc.

(b) राख्या = राख्या   सख्खा = सख्खा

वाघ्या = वाघ्या   विघ्न = विघ्न

सच्चा = सच्चा   मच्छर = मच्छर

ज्योत = ज्योत   ज्वाळा = ज्वाळा

माझ्या = माझ्या   अहुरमझ्द = अहुरमझ्द

वञ्चना = वञ्चना   अञ्जन = अञ्जन

यत्न = यत्न   आत्मा = आत्मा

मिथ्या = मिथ्या   पृथ्वी = पृथ्वी

ध्यान = ध्यान   ध्वनी = ध्वनी

अन्वय = अन्वय   अन्त = अन्त

प्या = प्या   आप्त = आप्त

शाब्बास = शाब्बास   शब्द = शब्द

अभ्यास = अभ्यास   भ्याड = भ्याड

निम्न = निम्न   कम्पास = कम्पास

व्यायाम = व्यायाम   व्याकरण = व्याकरण

निष्ठा = निष्ठा   कष्ट = कष्ट

रस्ता = रस्ता   स्वाद = स्वाद

लक्ष्य = लक्ष्य   लक्ष्मी = लक्ष्मी

Note that 'य' never comes as the 1st or the middle member of the consonant cluster. It does not have broken form. Its form is modified in combination with letters of fifth group. ज्ञ itself being a cluster of three letters it does not enter into future combinations.

(c) वाक्‍य = वाक्य   पक्‍व = पक्व   क्‍लेश = क्लेश, क्लेश
     वाफ्‍यात = वाफ्यात   फ्‍लॉवर = फ्लॉवर   क्‍लीब = क्लीब, क्लीब

(d) बाल्‍य = बाल्य   अल्‍प = अल्प
     पोळ्‍या = पोळ्या   कळ्‍लं = कळलं

Read the following.

पिवळ्या, स्वारी, सत्य, नैपुण्य, शूरत्व, निश्चल, सिल्क,
स्टेशन, स्पंदन, अस्खलित, विख्यात, परमात्मा, लक्ष्मण, व्यापार,
ब्याद, प्लवंगम, विशेष्य, आवश्यक, शुल्क, शिष्ट, स्वामी,
लग्न, ज्यांचा, त्यांच्या, मिथ्या, आराध्ये, न्याय, प्यायला,
डॉक्टर, अब्ज, शुक्ल, पुस्तक, रक्त , मुक्त, स्वस्त,
दिव्य, ओल्या, दैन्य, कहाण्या, आम्ल, मुख्य, फ्ल्यूट

Now write the following :

[səkhyə], [mɔ̄stər], [s'əkyə], [məlyat],
[swati], [svəpnə], [s'rikrisṇə],
[sṭovh], [mugdhə], [lubdhə], [səinyə],
[sayəns], [jəjjə], [mədhyə], [plaesṭər],
[sṭeḍiyəm], [kubjā], [ənnə],
[dhanyə], [gəvhaca], [bilḍing],
[tə̣eksi], [aptə], [vyəvəhar],
[s'lok], [vhayolin],
[əppa], [əṇṇa], [əkka],
[bleḍ]

Lesson 16

In the last lesson we have seen how the broken forms of the letters of first four groups can be had by dropping the vertical line at the end. The letters of the fifth group do not change even though they are the first or middle members of the cluster. In this situation the letters following them get affected i.e. modified.

(a) Letters of the fifth group + य.
     वाट्‍या = वाट्या
     काठ्‍या = काठ्या

माड्या = माड्या
गुढ्या = गुढ्या
छ्या = छ्या
उद्या = उद्या
ह्या = ह्या

(b) Letters of the fifth group + letters other than य.

उच्छ्वास = उच्छ्वास
द्वार = द्वार
खड्ग = खड्ग
वाङ्मय = वाङमय, वाङ्मय, वाङ्माधुर्य
षट्क = षट्क

(c) If these letters are repeated they are written one after another or one letter below the other. e.g.

विठ्ठल = विठ्ठल
धट्टाकट्टा = धट्टाकट्टा
मुद्दा = मुद्दा
खड्डा = खड्डा

(d) If ह is the first member of the cluster the following letter is written in the body of ह in small character. e.g.

ब्राह्मण = ब्राह्मण
आह्लाद = आह्लाद
आह्वान = आह्वान
आह्निक = आह्निक

Now a days these words are being written, also as,
ब्राम्हण, आल्हाद, आव्हान and आन्हिक.

(e) If द् is followed by ध, ध is written below the letter द in a broken form. e.g.

शुद्ध = शुद्ध
बुद्धी = बुद्धी
युद्ध = युद्ध

Now read the following.

ब्रह्म, जिह्वा, सट्टा, मठ्ठा, सङ्गम, उड्या, आढ्यावर, सोट्या, द्वारका,
पद्य, हृद्य, बद्दल, उड्डाण, सद्दी, नाट्यगृह, पट्टी, साड्या.

Now write the following.

[gədyə],	[əḍḍə̄l],	[pəṭṭā],
[məṭhṭhə̄],	[dvārəpāl],	
[əŋgəṇ],	[oḍhyavər],	
[ṣəṭkar],	[hyaca],	[hlad],
[laṭhya],	[sərədəddə],	[muddəl],
[gudda],	[hudda],	[naṭya],
[naṭyəkəla],	[panpəṭṭi:],	[khəṭyal],
[moṭhyane],	[kaṭyane],	[kaḍya],
[adyə] ,	[vəndyə],	[vəḍya]

Lesson 17

Clusters of र

In the clusters where र is one of the members, either first or the final, or even middle. र changes its shapes. It assumes different forms in different situations.

(a) र – as a continuant trill as a first member = ˚ (above the head line of the letter following) (Technically it is known as रफार)

सूर्‌य = सूर्य

स्वर्‌ग = स्वर्ग

अर्‌ज = अर्ज

अर्‌पण = अर्पण

(b) र् – as a flap– as a first member.

= (a curved horizontal line.)

तर्‌हा = तऱ्हा

वार्‌याचा = वाऱ्याचा

र्‌हास = ऱ्हास

सुर्‌या = सुऱ्या

(c) र as a final member after the consonants of first four groups.

= ≠ (a slanting line)

वक्‌र = वक्र

समग्‌र = समग्र

व्याघ्‌र = व्याघ्र

ख्‌रिस्त = ख्रिस्त

वज्‌र = वज्र

पत्‌र = पत्र

मिथ्‌र = मिथ्र

थ्री = थ्री
चंद्र = चंद्र
ध्रुवपद = ध्रुवपद
प्रसाद = प्रसाद
फ्रेम = फ्रेम
ब्राह्मण = ब्राह्मण
अभ्र = अभ्र
नम्र = नम्र
व्रज = व्रज
सहस्र = सहस्र
श्रावण = श्रावण

Note : द् is exceptionally included in this group.

(d) र as a final member after the consonants of the fifth group (except द)

= ‸ (below the letter). e.g.

राष्ट्र = राष्ट्र
ड्रॉवर = ड्रॉवर

Now read the following :

सौंदर्य, क्रूर, सर्जा, प्रिय, त्राता, स्रष्टा, स्त्री, कऱ्हाड, चक्र, सौराष्ट्र, पुऱ्या, मर्जी, रक्तस्राव, सर्पण, ड्रॉ.

Write the following :

[ḍropər],	[srot],	[dərpə],
[khərya],	[karryə],	[s'aurryə],
[kurhaḍ],	[kənṭrol],	[ṭren],
[drəv],	[məharaṣhṭrə],	[prem],
[s'ravəṇ],	[bhadrəpad],	[kartik],
[chəitrə],	[margəs'irṣa],	[bhərtri həri:],
[vikreta],	[bhrata],	[bhərta],
[amrəpali:],	[prədhan],	
[nidra],	[kərma]	

Lesson 18

Some clusters have special symbols :

क्श = क्ष. क्षेम, क्षत्रिय
द्न्य = ज्ञ. ज्ञान, ज्ञानेश्वर

श् – (before च, न, र, ल, व) = श्

पश्चिम, पश्चात्
प्रश्न

श्रावण, श्रम

श्लाघा, श्लोक

ईश्वर, श्वान

क्‌त = क्त,	रक्त,	भक्त		द्‌ध = द्ध,	सुद्धा,	बुद्धी
त्‌त = त्त,	पत्ता,	लत्ता		द्‌ग = द्ग,	उद्गार,	उद्गीथ
द्‌य = द्य,	उद्या,	आद्य		द्‌घ = द्घ,	उद्घोष,	उद्घाटन
द्‌व = द्व,	द्वार,	द्वारपाल				
द्‌म = द्म,	पद्माकर,	पद्म				
त्‌र = त्र,	नेत्र,	सूत्र				

Read the following :

क्षेत्रपाल, सूत्रधार, सद्म, पद्मालय, सत्ता, ज्ञानदेव, लक्ष, सूक्ष्म, पाश्चात्त्य, अश्राप, मिश्र, श्लील, आश्लेषा, धनेश्वर, प्रश्न, प्रह्लाद, द्वेष, संज्ञा, महत्त्व.

Write the following :

[pədmāvati:],	[səttādhi:ś],	[prədnyān],	
[dakṣ́a],	[rakṣ́əṇ],	[niśc əl],	[śrāvən],
[śreyə],	[əśli:ləta],	[śleṣə],	[rāmeśvər],
[pradnyāl],	[dvād],	[vidnyāpənā],	
[māləməttā],	[səttvə].		

Lesson 19

Consonant clusters of three or more members are very rare in Marathi. Most of them are found in the final letter of an oblique form. e.g.

महात्मा (straight form) – महात्म्या – (oblique form) Some such oblique forms are as follows:

शास्त्री - शास्त्र्या. (स्‌त्‌र्‌या)

वक्ता - वक्त्या (क्‌त्‌या)

ब्रह्मा - ब्रह्म्या (ह्‌म्‌या)

रस्ता - रस्त्या (स्‌त्‌या)

स्रष्टा - स्रष्ट्या (ष्‌ट्‌या)

वज्री - वज्र्या (ज्‌र्‌या) pl.form

Multimembered clusters other than those in ob1ique forms are as follows :

कॉन्स्टेबल (न्‌स्‌टे)

कन्स्ट्रक्शन (न्‌स्‌ट्‌र)

कात्स्न्र्य (rtsny)

CONTENTS

1. Introducing Persons : ओळख

TEACHING UNITS

1.   **Introducing oneself.**

2.   **Nouns : Gender system.**
     (a) **Copular statement.**
     (b) **Proximate demonstrative adjectives.**
     (c) **Remote demonstrative adjectives.**

3.   **Yes-No Questions.**
     (a) **Informative.**
     (b) **Confirmative.**

4.   **Negation of copular statement.**

Introducing oneself.

मित्रांनो, माझं नाव मोहन जोशी. मी शिक्षक आहे. आता तुमची नावं सांगा. तुमचं नाव काय ?

Friends, my name is Mohan Joshi. I am a teacher. Now tell your names. What is your name ?

माझं नाव ललितमोहन पांडे.

My name is Lalitmohan Pande.

माझं नाव व्रजकिशोर पुरोहित.

My name is Vrajakishor Purohit.

माझं नाव सुब्रह्मण्यम्.

My name is Subrahmanyam.

बाई, तुमचं नाव काय?	Madam, what is your name?
माझं नाव शारदा मुखर्जी.	My name is Sharda Mukherjee.
माझं नाव गीता रेड्डी.	My name is Geet Reddy.
छान. आणि तुमचं नाव काय आहे हो?	Good. And what is your name?
माझं नाव आलम.	My name is Alam.
आणि तुमचं नाव?	And your name?
माझं नाव नंदकुमार दीक्षित.	My name is Nandakumar Dikshit.
छान! आता इकडे पहा! सुब्रह्मण्यम्, हे काय आहे?	Good! Now look here! Subrahmanyam, what is this?
हा कागद आहे.	This is a paper.
मुखर्जीबाई, तुम्ही सांगा, हे काय आहे?	Mrs. Mukherjee, tell me, what is this?
ही पेन्सिल आहे.	This is a pencil.
पांडे, हे काय आहे?	Pande, what is this?
हे पेन आहे.	This is a pen.
बरोबर. आता माझ्या मागून म्हणा.	Right. Now repeat after me.
हा कागद आहे.	This is a paper.
ही पेन्सिल आहे.	This is a pencil.
हे पेन आहे.	This is a pen.
छान! आलम, तुम्ही सांगा, ते काय आहे?	Good! Alam, now tell me, what is that?
तो पंखा आहे.	That is a fan.
नंदकुमार, ते काय आहे?	Nandakumar, what is that?
ती खुर्ची आहे.	That is a chair.
रेड्डीबाई, ते काय आहे?	Mrs. Reddy, what is that?
ते टेबल आहे.	That is a table.
बरोबर. आता माझ्या मागून म्हणा.	Right. Now repeat after me.
तो पंखा आहे.	That is a fan.
ती खुर्ची आहे.	That is a chair.
ते टेबल आहे.	That is a table.
ठीक आहे. आता ऐका.	All right. Now listen.
हा रेडिओ आहे. तो टी.व्ही. आहे.	This is a radio. That is a T.V.
ही पेटी आहे. ती पिशवी आहे.	This is a box. That is a bag.
हे टेबल आहे. ते स्टूल आहे.	This is a table. That is a stool.
व्रजकिशोर, हा रेडिओ आहे का?	Vrajakishor, is this a radio?
हो. हा रेडिओ आहे.	Yes. This is a radio.
सुब्रह्मण्यम्, तो टी.व्ही. आहे का?	Subrahmanyam, is that a T.V.?
हो. तो टी.व्ही. आहे.	Yes. That is a T.V.

मुखर्जीबाई, ही पेटी आहे का?	Mrs. Mukherjee, is this a box?
नाही. ही पेटी नाही. ही पिशवी आहे.	No. This is not a box. This is a bag.
बरोबर. नंदकुमार, ते स्टूल आहे का?	Right. Nandakumar, is that a stool?
नाही. ते स्टूल नाही. ते टेबल आहे.	No. That is not a stool. That is a table.
छान. आता माझ्या मागून म्हणा.	Good. Now repeat after me.

हा रेडिओ आहे.	हा टी.व्ही. नाही.	This is a radio.	This is not a T.V.
ही पेटी आहे.	ही पिशवी नाही.	This is a box.	This is not a bag.
हे स्टूल आहे.	हे टेबल नाही.	This is a stool.	This is not a table.

आता नीट ऐका हं. — Now listen carefully.

हा फळा आहे.	तो खडू आहे.	This is a black-board.	That's a chalk.
ही भिंत आहे.	ती खिडकी आहे.	This is a wall.	That's a window.
हे घड्याळ आहे.	ते दार आहे.	This is a watch.	That is a door.

रेड्डीबाई, हा फळा आहे ना?	Mrs. Reddy, isn't this a black-board?
हो. तो फळा आहे.	Yes. That is a black-board.
आलम, ती खिडकी आहे ना?	Alam, isn't that a window?
हो. ही खिडकी आहे.	Yes. This is a window.
पांडे, ते घड्याळ आहे ना?	Pande, isn't that a watch?
नाही. ते घड्याळ नाही. तो रेडिओ आहे.	No. That is not a watch. That is a radio.

📖 GRAMMAR

First part of this lesson deals with personal introduction. तुमचं नाव काय? is the question generally asked to any stranger. तुमचं is a possessive form of 2nd pers. pl. pronoun तुम्ही. The reply to this question is generally माझं नाव... wherein माझं is the possessive form of the 1st pers. sing. pronoun मी. The copular verb आहे (is) is understood in both these sentences. i.e. question and answer; though it can be added at the end optionally.

There are three genders in Marathi viz. masculine, feminine and neuter. They are purely grammatical genders which are quite arbitrary. The nouns belonging to the same semantic category are seen falling under different genders without any logical reasoning e.g. फळा 'a blackboard' (masculine), खुर्ची 'a chair' (feminine) and टेबल 'a table' (neuter.) A learner has to learn these genders through practice only. Demonstrative adjectives, variable adjectives or some of the verbal forms governed by the nouns are the possible clues in the recognition of the genders. This lesson introduces demonstrative adjectives in Marathi which vary according to the number and gender of the governing noun. There are two types of demonstrative adjectives in Marathi viz. (1) The proximate, indicating the objects closer and (2) The remote, indicating the objects remote. हा (mas.), ही (fem.) and हे (neu.) are the proximate demonstrative adjectives and तो (mas.), ती (fem.) and ते (neu.) are the remote demonstrative adjectives.

In order to ascertain the gender of a particular object the learner should catch hold of a native speaker and ask him the question हे काय आहे? Which is invariable for any object. The demonstrative adjective accompanying the noun in the answer will decide the gender of that object. e.g.

हा कागद आहे.   कागद   (masculine)
ही वही आहे.   वही   (feminine)
हे पुस्तक आहे.   पुस्तक   (neuter)

The formation of yes-no type questions is very easy in Marathi. You can add का or ना to the regular statement at the end with a rising intonation – का for information, ना for confirmation. 'हो' and 'नाही' are the affirmative and negative particles respectively.

The negation of a copular statement is also equally easy. You can have the negative statement by simply replacing 'आहे' with 'नाही' (meaning 'is not'), the negative counter-part of आहे. e.g.

ही खिडकी आहे.   (affirmative)
ही खिडकी नाही.   (negative)

The expressions like: छान, बरोबर, ठीक आहे, हं, हो, आता serve more as phatic expressions than as meaningful units. They keep the conversation well going.

In Marathi, persons are addressed by their first names or surnames. For addressing the small children, bare first names are sufficient. But for grown-up persons some honorific appellations are added, both to the first names and to the surnames. The appellations like राव, पंत are added to the first names of males. e.g. मोहनराव, बंडोपंत; ताई, बाई are added to those of females. e.g. कुसुमताई, शकुंतलाबाई. The surnames of the males take साहेब and those of females take usually बाई. e.g. जोशीसाहेब, गोरेबाई.

✍ DRILLS

I.   **Repeat.**

(अ) हा चहा आहे.   ही कॉफी आहे.   हे दूध आहे.
      तो शर्ट आहे.   ती पँट आहे.   ते बनियन आहे.
      हा ब्लाऊज आहे.   ही साडी आहे.   हे जाकीट आहे.
      तो डास आहे.   ती माशी आहे.   ते फुलपाखरू आहे.
      तो गहू आहे.   ही ज्वारी आहे.   हे पीठ आहे.

(आ) हा मुलगा आहे. ही मुलगी आहे.
हा माणूस आहे. ही बाई आहे.
हा बैल आहे. ही गाय आहे.
हा रेडा आहे. ही म्हैस आहे.

II. Answer the questions using the words given below.

(अ) हे काय आहे?

टेबल, खुर्ची, खिडकी, पेन, वही.

१) ______________________
२) ______________________
३) ______________________
४) ______________________
५) ______________________

(आ) ते काय आहे?

जाकीट, छत, खिडकी, रेडिओ, गाय

१) ______________________
२) ______________________
३) ______________________
४) ______________________
५) ______________________

III. Frame the questions as shown in the model.

नमुना :

(अ)	घड्याळ	: हे घड्याळ आहे.	हे घड्याळ आहे का?
(आ)	पंखा	: तो पंखा आहे.	तो पंखा आहे का?
(इ)	खिडकी	: ही खिडकी आहे.	ही खिडकी आहे ना?
(उ)	रेडिओ	: तो रेडिओ आहे.	तो रेडिओ आहे ना?

प्रश्न :

(अ)	डोळा,	नाक,	ओठ,	डोकं,	मान,	जीभ.
(आ)	पेन,	टेबल,	खुर्ची,	स्टूल,	पंखा.	
(इ)	चहा,	कॉफी,	दूध,	पिशवी,	फळा.	
(उ)	रेडिओ,	टी.व्ही.,	भिंत,	दार,	कोपरा.	

IV. Answer the following questions in affirmative. (👍)

हे टेबल आहे ना? हा चहा आहे का? ही मुलगी आहे ना?

हा माणूस आहे का? तुमचं नाव सुब्रह्मण्यम् आहे ना? तुमचं नाव शारदा मुखर्जी आहे ना?

V. Answer the following questions in negative. (👎)

ती साडी आहे का?

ते पेन आहे ना?

तुमचं नाव ललित मोहन पांडे आहे ना?

तुमचं नाव व्रजकिशोर आहे ना?

हा रेडिओ आहे का?

तो कागद आहे का?

VI. Change the following sentences into negative. (👎)

(अ) हे घड्याळ आहे.
ही वही आहे.
ही कॉफी आहे.
हा डास आहे.
हे पेन आहे.

(आ) तो बैल आहे.
ती म्हैस आहे.
ते बनियन आहे.
ती पँट आहे.
तो टी.व्ही. आहे.

VII. Substitute the nouns in the following sentences with those given below.

(अ) हा **रेडिओ** आहे.

टी.व्ही. पंखा घड्याळ टेबल खुर्ची

(आ) ती **खिडकी** आहे.

दार भिंत कोपरा पेटी फळा

VIII. Use the proximate demonstrative adjective in the place of the remote one.

तो शर्ट आहे. ती पेन्सिल आहे. ते जाकीट आहे.

तो पंखा आहे. ती खुर्ची आहे.

IX. Use the remote demonstrative adjective in the place of the proximate one.

हा माणूस आहे. ही बाई आहे. हे पेन आहे.

हा कागद आहे. ही भिंत आहे.

X. Answer this question.

तुमचं नाव काय?

XI. Complete the following sentences with the appropriate nouns given in the brackets.

(१) हा____________आहे. (कागद भिंत खिडकी)

(२) ही ____________आहे. (बनियन दूध कॉफी)

(३) हे ____________आहे. (पेन पेन्सिल खडू)

(४) तो ____________आहे. (जाकीट साडी ब्लाऊज)

(५) ती _____आहे.　　　(कागद　　　वही　　　पुस्तक)

(६) ते _____आहे.　　　(फुलपाखरू　ज्वारी　　डास)

XII. Use the remote demonstrative adjectives in the blanks.

(१) _____ पेन आहे.　　　　(२) _____ भिंत आहे.

(३) _____ फळा आहे.　　　　(४) _____ साडी आहे.

(५) _____ शर्ट आहे.

XIII. Use the proximate demonstrative adjectives in the blanks.

(१) _____ चहा आहे.　　　　(२) _____ फळा आहे.

(३) _____ रेडिओ आहे.　　　(४) _____ कागद आहे.

(५) _____ खुर्ची आहे.

XIV. Recognise the genders of the nouns in the following sentences and tick (✓) the correct option.

अ)	M	F	N
हा खडू आहे.			
हे पाणी आहे.			
ही खोली आहे.			
ही जमीन आहे.			
हे छत आहे.			
हे डस्टर आहे.			
हा पेला आहे.			

आ)	M	F	N
ती शेळी आहे.			
तो रस्ता आहे.			
ती सायकल आहे.			
तो चंद्र आहे.			
तो सूर्य आहे.			
ते आकाश आहे.			
ती इमारत आहे.			

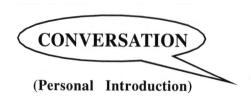

CONVERSATION

(Personal Introduction)

सुषमा : नमस्कार. मी सुषमा कामत. मी शिक्षिका आहे. तुमचं नाव काय?

शारदा : माझं नाव शारदा मुखर्जी.

सुषमा : तुमचं नाव काय?

गीता : माझं नाव गीता रेड्डी.

सुषमा : ते कोण?

गीता : ते ललित मोहन पांडे आणि हे सुब्रह्मण्यम्.

सुषमा : तुमचं नाव आलम ना?

नंदकुमार : नाही. माझं नाव आलम नाही. मी नंदकुमार दीक्षित. हे आलम आणि हे व्रजकिशोर पुरोहित.

सुषमा : तुम्ही सर्व मराठीचे विद्यार्थी का?

सर्व : हो. आम्ही सर्व मराठीचे विद्यार्थी.

2. One and Many : एक आणि अनेक

TEACHING UNITS

1. **Nouns : Number system.**
   - (1) **Singular and plural**
   - (2) **Questions with किती (how many)**
   - (3) **Plural forms of demonstrative adjectives.**

मित्रांनो, नीट ऐका हं.	Friends, listen carefully.
हा हात आहे. हे हात आहेत.	This is a hand. These are hands.
हा पाय आहे. हे पाय आहेत.	This is a leg. These are legs.
नंदकुमार, हे किती हात आहेत?	Nandakumar, how many hands are these?
ते दोन हात आहेत.	Those are two hands.
हे दोन पाय आहेत ना?	Are these two legs?
हो. ते दोन पाय आहेत.	Yes. Those are two legs.
बरोबर. आता ऐका.	Right. Now listen.
हा पंखा आहे. हे पंखे आहेत.	This is a fan. These are fans.
तो डोळा आहे. ते डोळे आहेत.	That is an eye. Those are eyes.
व्रजकिशोर, हे किती पंखे आहेत?	Vrajakishor, how many fans are these?
ते दोन पंखे आहेत.	Those are two fans.
ललितमोहन, हे किती डोळे आहेत?	Lalitmohan, how many eyes are these?
ते दोन डोळे आहेत.	Those are two eyes.

बरोबर. आता हे पहा.

हा पक्षी आहे.	हे पक्षी आहेत.
तो हत्ती आहे.	ते हत्ती आहेत.

रेड्डीबाई, हे किती पक्षी आहेत?

ते चार पक्षी आहेत.

आलम, हे तीन हत्ती आहेत का?

नाही, ते तीन हत्ती नाहीत. तो एक हत्ती आहे.

छान, आता पहा.

हा खडू आहे.	हे खडू आहेत.
तो चेंडू आहे.	ते चेंडू आहेत.

सुब्रह्मण्यम्, हे किती चेंडू आहेत?

तो एक चेंडू आहे.

छान, आता ऐका.

हा रेडिओ आहे.	हे रेडिओ आहेत.
तो फोटो आहे.	ते फोटो आहेत.

नंदकुमार, हे किती फोटो आहेत?

ते तीन फोटो आहेत.

बरोबर.

Right. Now look at this.

This is a bird.	These are birds.
That is an elephant.	Those are elephants.

Mrs. Reddy, how many birds are these?

Those are four birds.

Alam, are these three elephants?

No. Those are not three elephants. That is one elephant.

Good. Now look here.

This is a chalk.	These are chalks.
That is a ball.	Those are balls.

Subrahmanyam, how many balls are these?

That is one ball.

Good. Now listen.

This is a Radio.	These are Radios.
This is a photo.	Those are photos.

Nandakumar, how many photos are these?

Those are three photos.

Right.

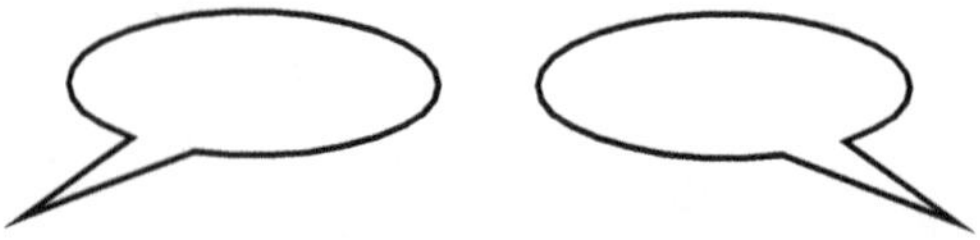

रेड्डीबाई, हे काय आहे?

ही माळ आहे.

आणि ते काय आहे?

ती पिन आहे.

आता ऐका हं.

ही माळ आहे.	ह्या माळा आहेत.
ती पिन आहे.	त्या पिना आहेत.

व्रजकिशोर, हे काय आहे?

ही भिंत आहे.

आणि हे?

ती पाल आहे.

Mrs. Reddy, what is this?

This is a garland.

And what is that?

That is a pin.

Now listen.

This is a garland.	These are garlands.
That is a pin.	Those are pins.

Vrajakishor, what is this?

This is a wall.

And this?

That is a lizard.

बरोबर. आता ऐका.

ही भिंत आहे.   ह्या भिंती आहेत.

ती पाल आहे.   त्या पाली आहेत.

नंदकुमार, हे काय आहे?

ती घंटा आहे.

आणि हे काय आहे?

ती रिक्षा आहे.

बरोबर. आता ऐका.

ही घंटा आहे. ह्या घंटा आहेत.

ती रिक्षा आहे. त्या रिक्षा आहेत.

ललितमोहन, हे काय आहे?

ती पिशवी आहे.

आणि हे काय आहे?

ती खिडकी आहे.

आता ऐका.

ही पिशवी आहे.   ह्या पिशव्या आहेत.

ती खिडकी आहे.   त्या खिडक्या आहेत.

रेड्डीबाई, हे काय आहे?

ती मूर्ती आहे.

ह्या किती मूर्ती आहेत?

त्या दोन मूर्ती आहेत.

आता ऐका.

ही ऊ आहे.   ह्या उवा आहेत.

ही पिसू आहे.   ह्या पिसवा आहेत.

ही जळू आहे.   ह्या जळवा आहेत.

ही स्टेनो आहे.   ह्या स्टेनो आहेत.

Right. Now listen.

This is a wall.   These are walls.

That is a lizard.   Those are lizards.

Nandakumar, what is this?

That is a bell.

And what is this?

That is a rikshaw.

Right. Now listen.

This is a bell.   These are bells.

That is a rikshaw.   Those are rikshawas.

Lalitmohan, what is this?

That is a bag.

And what is this?

That is a window.

Now listen.

This is a bag.   These are bags.

That is a window.   Those are windows.

Mrs. Reddy, what is this?

That is an idol.

How many idols are these?

Those are two idols.

Now listen.

This is a louse.   These are lice.

This is a flea.   These are fleags.

This is a leech.   These are leeches.

This is a steno.   These are stenos.

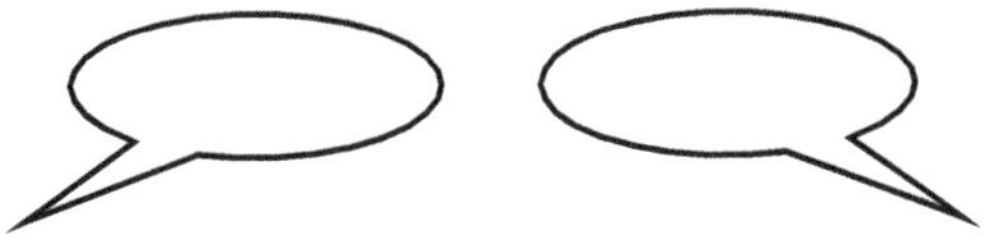

नंदकुमार, हे काय आहे?

ते पान आहे.

आणि ते काय आहे?

ते पुस्तक आहे.

Nandakumar, what is this?

That is a leaf.

And what is that?

That is a book.

आता ऐका.	Now listen.
हे पान आहे. ही पानं आहेत.	This is a leaf. These are leaves.
ते पुस्तक आहे. ती पुस्तकं आहेत.	That is a book. Those are books.
मुखर्जीबाई, हे काय आहे?	Mrs. Mukherjee, what is this?
ते संत्रं आहे.	That is an orange.
आणि ते?	And that?
ते अंडं आहे.	That is an egg.
बरोबर. ऐका.	Right. Listen now.
हे संत्रं आहे. ही संत्री आहेत.	This is an orange. These are oranges.
ते अंडं आहे. ती अंडी आहेत.	That is an egg. Those are eggs.
आलम, ही किती संत्री आहेत?	Alam, how many oranges are these?
ती चार संत्री आहेत.	Those are four oranges.
आणि ही दोन अंडी आहेत ना?	And aren't these two eggs?
नाही. ती दोन अंडी नाहीत, ती तीन अंडी आहेत.	No. Those are not two eggs. Those are three eggs.
व्रजकिशोर, हे काय आहे?	Vrajakishor, what is this?
ते लिंबू आहे.	That is a lemon.
आणि हे कुत्र्याचं पिल्लू आहे का?	And is this a pup?
हो. ते कुत्र्याचं पिल्लू आहे.	Yes. That is a pup.
आता ऐका हं.	Now listen.
हे लिंबू आहे. ही लिंबं आहेत.	This is a lemon. These are lemons.
ते कुत्र्याचं पिल्लू आहे. ती कुत्र्याची पिल्ले आहेत.	That is a pup. Those are pups.
सुब्रह्मण्यम्, हे काय आहे? ते दूध आहे ना?	Subrahmanyam, what is this? Is n't that milk?
नाही, हे दही आहे.	No. This is curds.
आणि ते काय आहे?	And what is that?
ते लोणी आहे.	That is butter.
नंदकुमार, हे काय आहे?	Nandakumar, what is this?
ते पाणी आहे.	That is water.
बरोबर.	Right.

GRAMMAR

Marathi nouns show a difference between singular and plural forms. The change of singular into plural is, on the whole, regular. To understand its rules, we shall have to classify nouns according to their genders and endings. These rules can be then stated in the form of the following table.

Endings of Singular Forms	Changes in Plural Forms		
	Masculine	Feminine	Neuter
consonant	+ Ø हात ~ हात	(1) + आ माळा ~ माळा (2) + ई पाल ~ पाली	+ अ पान ~ पानं
'अ' ending	–	–	अ ~ ई डोकं ~ डोकी
'आ' ending	आ ~ ए घोडा ~ घोडे	+ Ø शाळा ~ शाळा	–
'ई' ending	+ Ø हत्ती ~ हत्ती	(1) ई ~ या/इया पिशवी ~ पिशव्या स्त्री ~ स्त्रिया (2) + Ø मूर्ती ~ मूर्ती	+ Ø – पाणी ~ पाणी
'ऊ' ending	+ Ø लाडू ~ लाडू	(1) ऊ ~ वा/अवा ऊ ~ उवा सासू ~ सासवा (2) + Ø साळू ~ साळू	ऊ ~ अ लिंबू ~ लिंबं
'ओ' ending	+ Ø फोनो ~ फोनो	(1) ओ ~ आ बायको ~ बायका	–

Except the forms ending in आ nouns in masculine gender do not change in plural. आ ending nouns change into ए ending e.g. घोडा-घोडे, डोळा-डोळे, दिवा-दिवे etc. Except the nouns ending in आ, all the nouns in feminine gender undergo some changes. They are mostly arbitrary. Hence they are to be learned through practice only. Consonant-ending feminine nouns fall into two categories : (1) Nouns of वाट group and (2) nouns of खार group. The nouns of खार group take आ in their plural, while nouns of खार group take ई in their plural. Nouns like चिंच (tamarind), माळ (garland), काच (piece of glass), वाट (way), पिन (pin), etc. belong to the वाट group; while nouns like भिंत (wall), पाल (lizard), गाय (cow), खार (squirrel), पेन्सिल (pencil) etc. belong to the खार group. Within the ई ending and ऊ ending feminine nouns majority of the nouns undergo changes as shown in the table. Only a few nouns remain unchanged. Nouns like मूर्ती (idol), दासी (maidservant), व्यक्ती (individual), कृती (action), etc. in ई ending group and nouns like वधू (bride), बाजू (side), etc. in ऊ ending group remain unchanged. बायको is the only

ओ ending nouns which changes in plural. i.e. as बायका. But in some contexts it changes its meaning also. (बायको- a wife. बायका - ladies).

In the case of neuter nouns the formation of plural is regular as shown in the table. The only exception is ई ending nouns, which are eventually all material nouns and there fore do not change in plural at all.

Pronouns	M		F		N	
	sing.	pl.	sing.	pl.	sing.	pl.
Proximate	हा	हे	ही	ह्या	हे	ही
	(हात)	(हात)	(माळ)	(माळा)	(पान)	(पाने)
Remote	तो	ते	ती	त्या	ते	ती
	(पाय)	(पाय)	(वही)	(वह्या)	(फळ)	(फळे)

The demonstrative adjectives change not only acording to the gender but according to the number also. So the corresponding forms of हा, ही, हे are हे, ह्या, ही respectively and those of तो, ती, ते are ते, त्या, ती respectively. The plural forms of the copular verbs आहे and नाही are आहेत and नाहीत respectively. The affirmative and negative particles हो and नाही are invariable.

Like gender, number also is many a time grammatical in Marathi. For human beings Marathi uses honorific plural depending upon social relations. Even though there is only one, he is referred to in plural. In the present lesson the teacher and the students are addressing each other in plural. Person formally introduced, elederly persons, persons in authority are generally addressed in plural in formal situations. These conventions are to be learnt through practice.

In order to know the exact number of a particular object one can ask the question with किती (how many). This question is always in plural in the case of countable objects. e.g. हे किती डोळे आहेत? But in the case of noncountable objects it is in singular. e.g. हे किती पाणी आहे? हा किती चहा आहे? Here, the किती means how much?

✍ DRILLS

1. Repeat the following sentences.

(१)   हा पंखा आहे.   हे पंखे आहेत.

        हा टी. व्ही. आहे.   हे टी. व्ही. आहेत.

        हा कागद आहे.   हे कागद आहेत.

	हा रेडिओ आहे.	हे रेडिओ आहेत.
	हा डोळा आहे.	हे डोळे आहेत.
	हा लाडू आहे.	हे लाडू आहेत.
(२)	ही भिंत आहे.	ह्या भिंती आहेत.
	ही पेन्सिल आहे.	ह्या पेन्सिली आहेत.
	ही जीभ आहे.	ह्या जिभा आहेत.
	ही वीट आहे.	ह्या विटा आहेत.
	ही वही आहे.	ह्या वह्या आहेत.
	ही पिसू आहे.	ह्या पिसवा आहेत.
(३)	हे पुस्तक आहे.	ही पुस्तकं आहेत.
	हे दार आहे.	ही दारं आहेत.
	हे डोकं आहे.	ही डोकी आहेत.
	हे खोकं आहे.	ही खोकी आहेत.
	हे वासरू आहे.	ही वासरं आहेत.
	हे कोकरू आहे.	ही कोकरं आहेत.

2. Change the following sentences into plural.

अ) singular	plural
हा डास आहे.	
हा खडू आहे.	
हा मुलगा* आहे. (मुलं n)	
हा हत्ती आहे.	
हा रेडिओ आहे.	

आ) singular	plural
ही माशी आहे.	
ही सायकल आहे.	
ही गाय आहे.	
ही मुलगी* आहे. (मुली)	
ही माळ आहे.	

---

* Some words take exceptional forms in plural. e.g. मुलगी ~ मुली, some words even change their genders in plural. e.g. मुलगा (M) ~ मुलगे and मुलं (N), माणूस (M) ~ माणसं (N)

इ) singular	plural
हे लिंबू आहे.	
हे स्टूल आहे.	
हे घड्याळ आहे.	
हे टेबल आहे.	
हे कपाट आहे.	

3. Change the following sentences into negative. (👎)

हे घोडे आहेत.
ही झाडं आहेत.
ह्या मुली आहेत.
हे दिवे आहेत.
ह्या मोटारी आहेत.
ही पिल्लं आहेत.
ते पेले आहेत.
त्या बैलगाड्या आहेत.
ती पेनं आहेत.

4. Frame the questions using 'किती' for the following answers.

उत्तरे	किती ?
हा एक डोळा आहे.	
ह्या चार गायी आहेत.	
तो एक डास आहे.	
ती एक खुर्ची आहे.	
हा एक चष्मा आहे.	
त्या दोन खिडक्या आहेत.	
ही एक भिंत आहे.	
हे एक घड्याळ आहे.	
हे पाच शर्ट्स‡ आहेत.	
त्या तीन फायली‡ आहेत.	

‡ The words borrowed from English have their alternative plural forms according to the English usage. ‡ e.g. - फाईल ~ फाईल्स or फायली. बॅग ~ बॅग्ज or बॅगा. But some words take plural forms according to English usage only. e.g. - पर्स ~ पर्सेस्, पँट ~ पँट्स, बस ~ बसेस, फ्रॉक ~ फ्रॉक्स.

5. Frame the questions for the following answers.

उत्तरे	प्रश्न
होय, ते चार हत्ती आहेत.	
नाही, तो पक्षी नाही. ते विमान आहे.	
त्याचं नाव चंद्रशेखर.	
माझं नाव नागराजन.	
ही म्हैस आहे.	
हे दोन विद्यार्थी आहेत.	

6. Change the following sentences into affirmative. (👍)

(१) ते पेन नाही.
(२) माझं नाव मोहन नाही.
(३) ही पाच बोटं नाहीत.
(४) ह्या पेन्सिली नाहीत.
(५) ते खडू नाहीत.
(६) ती पर्स नाही.
(७) हा वर्ग नाही.

7. Fill in the blanks with appropriate proximate demonstrative pronouns.

(१) ________ वह्या आहेत.
(२) ________ ओठ आहे.
(३) ________ पेट्या आहेत.
(४) ________ फळे आहेत.
(५) ________ फाईल आहे.
(६)________ लोणी आहे.
(७)________ चेंडू आहे.
(८) ________जळवा आहेत.
(९) ________पक्षी आहेत.
(१०)________लिंबं आहेत.

8. Substitute the nouns in the following sentence with the given nouns.

हे इथे **स्टूल** आहे.

घोडा ______________________________
माळा ______________________________
ऊ ______________________________
बैलगाड्या ______________________________
पर्स ______________________________
स्टेनो (f) ______________________________
पाली ______________________________
फोटो ______________________________
वासरं ______________________________
मूर्ती ______________________________
जमीन ______________________________

9. Choose the proper words in the following.

(१) त्या / तुम्ही / तुमचं नाव काय?
(२) ही / हे / माझं किती बोटं आहेत?
(३) हा किती / एक / दहा बैल आहे.
(४) हे का / किती / काय आहे?
(५) त्या किती माळा / घोडा / पान आहेत?
(६) ते पक्षी आहे / आहेत / का?
(७) ते दिवे नाही / नाहीत / ना?
(८) नाही, ही पिशवी / संत्री / हत्ती नाहीत.

10. Change the following senteces into singular.

(१) हे रुपये आहेत.
(२) ती पुस्तकं आहेत.
(३) ह्या मुली आहेत.
(४) त्या पाली आहेत.
(५) ते पंखे आहेत.
(६) ही संत्री आहेत.
(७) ते घोडे आहेत.
(८) ही माणसं आहेत.
(९) ह्या फायली नाहीत.
(१०) हे शर्ट्स नाहीत.

CONVERSATION

ह्या संभाषणातील वक्ते कोण?

[In the shop of readymade clothes]

नमस्कार, या साहेब, या बाईसाहेब.
इथे साड्या आहेत का?
नाही, इथे साड्या नाहीत. इथे फक्त तयार कपडे आहेत.
इथे काय काय आहे?
या, या, पहा. इकडे शर्ट्स, पॅंट्स आहेत.
तुमच्याकडे पंजाबी ड्रेस नाहीत का?
आहेत ना, ते पहा. तिकडे खूप नमुने आहेत.
आणि स्वेटर्स आहेत का?
स्वेटर्स पण भरपूर आहेत. आमच्याकडे छत्र्या, पायजमे, टोप्या, हातरूमाल, सर्व काही आहे.
मला फक्त पंजाबी ड्रेस दाखवा.
हो! हो! या इकडे.

3. What Are You ? : तुम्ही काय करता?

TEACHING UNITS

1. Use of कोण question.
   (a) For identifying the person.
   (b) For knowing his/her name.
   (c) For knowing his/her occupation.
2. Question : तुम्ही काय करता? for knowing his/her occupation.
3. Responses to the above questions : मी........आहे.
4. Place adverbs : इथे, तिथे, इकडे, तिकडे, कुठे.
5. Introduction of personal pronouns.
6. Forms of आहे and नाही and their agreement with the pronouns.

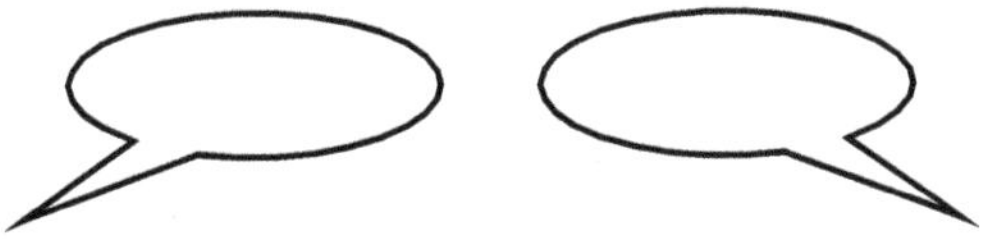

आलम, माझं नाव सांगा.	Alam, what is my name?
तुमचं नाव जोशी आहे.	Your name is Mr. Joshi.
मी कोण आहे?	What am I?
तुम्ही प्राध्यापक आहात.	You are a professor.
आलम, तुम्ही काय करता?	Alam, what do you do?
मी वकील आहे.	I am a lawyer.
छान! नंदकुमार, हे कोण आहेत?	Good ! Nandakumar, who is he?
ते व्रजकिशोर आहेत.	He is Vrajakishor.

व्रजकिशोर कोण आहेत?	Who is Vrajakishor?
व्रजकिशोर इंजिनिअर आहेत.	Vrajakishor is an engineer.
नंदकुमार, तुम्ही डॉक्टर आहात ना?	Nandakumar, are you a doctor?
छे, छे ! मी व्यापारी आहे.	No. I am a merchant.
अस्सं, तुम्ही डॉक्टर नाही, तुम्ही व्यापारी आहात.	O. K. you are not a doctor. You are a merchant.
रेड्डीबाई, ह्या कोण आहेत?	Mrs. Reddy, who is she?
ह्या मुखर्जीबाई आहेत.	She is Mrs. Mukharji.
मुखर्जीबाई कोण आहेत?	What is Mrs. Mukharji?
त्या सोशल वर्कर आहेत.	She is a social worker.
रेड्डीबाई, तुम्ही काय करता?	Mrs. Reddy, what do you do?
मी स्टेनो आहे.	I am a steno.
ललितमोहन, तुम्ही काय करता?	Lalitmohan, what do you do?
मी प्राध्यापक आहे. आणि सुब्रह्मण्यम् तुम्ही काय करता?	I am a professor. And Subrahmanyam, what do you do?
मी बँक-मॅनेजर आहे.	I am a bank-manager.
छान. आणि हा कोण आहे? आलम?	Good. And who is this? Alam?
तो मुलगा आहे.	That is a boy.
हा मुलगा कोण आहे?	Who is this boy?
तो गोविंद आहे.	That is Govind.
गोविंद, तू विद्यार्थी आहेस का?	Govind, are you a student?
नाही. मी विद्यार्थी नाही.	No. I am not a student.
मग तू काय करतोस?	Then what do you do?
मी इथे शिपाई आहे, साहेब.	I am a peon here, Sir.
गोविंद, खडू कुठे आहे?	Govind, where is the chalk?
खडू इथे आहे.	The chalk is here.
डस्टर कुठे आहे?	Where is the duster?
डस्टर तिथे आहे.	The duster is there.
आणि माझी पुस्तकं कुठे आहेत?	And where are my books?
पुस्तकं इकडे आहेत, साहेब.	The books are here, Sir.
आणि माझी बॅग कुठे आहे?	And where is my bag?
बॅग तिकडे आहे.	The bag is there.
छान, आता तू जा.	Good, Now you may go.

📖 GRAMMAR

1. For knowing the identity of an object we can ask a question with काय, e.g. हे काय आहे? For knowing the identity of a person we have to use a question with कोण. Generally कोण is preceded by demonstrative adjectives which vary according to the number and gender of the noun it is referring to e.g. हा कोण आहे? ही कोण आहे? हे कोण आहेत? ह्या कोण आहेत? The question हे कोण आहे (using neuter demonstrative adjective) is used when the identity of a person is known to be only human being and nothing beyond that.

The कोण question is used to know the name of a person also.

e.g. हा कोण आहे ?   or   हा मुलगा कोण आहे?
हा गोविंद आहे.   or   हा मुलगा गोविंद आहे.

If this कोण question is used with proper noun we come to know the occuption of the person. e.g. गोविंद कोण आहे? गोविंद शिपाई आहे. etc.

2. Sometimes the question तुम्ही काय करता? also is used to know the occupation of a person. e.g.

Q.   नंदकुमार तुम्ही काय करता?
Ans. मी व्यापारी आहे.

3. There are the following personal pronouns in Marathi.

Person	Singular	Plural
1st pers.	मी	आम्ही, आपण
2nd pers.	तू	तुम्ही, आपण
3rd pers.	तो, ती, ते	ते, त्या, ती

The 1st person and 2nd person pronouns don't observe any gender distinction. While the third person pronouns do observe that.

4. The number system does not always represent the natural state of affairs. There is a concept of honorific plural in Marathi. In order to show respect for a person we have to use plural number while referring to him. e.g. हे सुब्रह्मण्यम् आहेत. or आलम, तुम्ही काय करता?

There are some conventions also regarding the use of honorific plural. e.g. God and Mother are mostly referred to in singular. Father is referred to in plural. Husband addresses his wife in singular, while the wife addresses him in plural. Small children and the persons with lower occupations are generally referred to in singular.

Second personal आपण is used only in formal situations to show the extreme regard for a person, especially when he is not very intimate. e.g. आपण काय करता? or आपण शिक्षक आहात. First personal आपण is inclusive. It includes both the 1st person i.e. the speaker and the second person i.e. the hearer. e.g. आपण विद्यार्थी आहोत. i.e. both you and I are students.

5. आहे is the copular verb. (Joining two complementory aspects) It varies according to the number and person of the noun or pronoun. It conjugates as follows.

आहे		
Person	Singular	Plural
1st person	मी आहे.	आम्ही/आपण आहोत.
2nd person	तू आहेस.	तुम्ही/आपण आहात.
3rd person	तो/ती/ते आहे.	ते/त्या/ती आहेत.

नाही is its negative counter part.   It conjugates as follows.

नाही		
Person	Singular	Plural
1st person	मी नाही.	आम्ही/आपण नाही.
2nd person	तू नाहीस.	तुम्ही/आपण नाही (त).
3rd person	तो/ती/ते नाही	ते/त्या/ती नाहीत.

6. इथे, तिथे, इकडे, तिकडे, कुठे are place adverbs which are invariable. इथे-तिथे are used to show the point of place, while इकडे-तिकडे are used to show the direction in place. इथे-इकडे are used for proximate objects, while तिथे-तिकडे show remoteness. कुठे is used for interrogation.

✍ DRILLS

1.   **Repeat the following sentences :**

(अ)   हा कोण आहे?   ही कोण आहे?
        हा मुलगा आहे.   ही मुलगी आहे.
        हा मुलगा कोण आहे?   ही मुलगी कोण आहे?
        हा मुलगा राम आहे.   ही मुलगी सीता आहे.
        राम कोण आहे?   सीता कोण आहे?
        राम विद्यार्थी आहे.   सीता विद्यार्थिनी आहे.

(आ)   मी आहे.   आम्ही आहोत. आपण आहोत.
        तू आहेस.   तुम्ही आहात. आपण आहात.
        तो आहे.   ते आहेत.
        ती आहे.   त्या आहेत.
        ते आहे.   ती आहेत.

(इ)   मी नाही.   आम्ही नाही. आपण नाही.
       तू नाहीस.   तुम्ही नाहीत. आपण नाहीत.
       तो नाही.   ते नाहीत.
       ती नाही.   त्या नाहीत.
       ते नाही.   ती नाहीत.

II.   Use the following nouns in the place of the underlined noun in the sentence :

गणपतराव **शेतकरी** आहेत.

व्यापारी   _____

शिक्षक   _____

वकील   _____

इंजिनिअर   _____

डॉक्टर   _____

मंत्री   _____

पुढारी   _____

III.   Frame the questions for the following answers by using 'कोण'.

उत्तरे	कोण
हे श्री. माटे आहेत.	
श्री. पोतदार वकील आहेत.	
ह्या श्रीमती गोळे आहेत.	
काळकरबाई प्राध्यापिका आहेत.	
हा महादेव आहे.	
महादेव शिपाई आहे.	

IV.   Frame the questions by using 'कुठे' for the following answers.

उत्तरे	कुठे
पुस्तकं इकडे आहेत.	
विद्यार्थी तिकडे आहे.	
झाड इथे आहे.	
विहीर तिथे आहे.	
शाळा इकडे आहे.	
मैदान तिकडे आहे.	

V. Choose the proper form of verbs from the a given options.

(१) श्री. पोतदार वकील आहे / नाहीस / आहेत.
(२) आम्ही विद्यार्थी आहोत / आहेस / नाहीत.
(३) महादेव शिपाई आहेत / आहे / नाहीस.
(४) कमला डॉक्टर नाही / नाहीस / आहात.
(५) तू विद्यार्थिनी आहेस / नाहीत / नाही.
(६) आपण सारे भारतीय नाहीत / आहोत / आहे.

VI. Change the following sentences into negative. (👎)

(१) गोविंद विद्यार्थी आहे. ____________________
(२) श्री. माटे प्राध्यापक आहेत. ____________________
(३) तू विद्यार्थिनी आहेस. ____________________
(४) सुब्रह्मण्यम् सोशल वर्कर आहेत. ____________________
(५) नंदकुमार डॉक्टर आहेत. ____________________
(६) तो व्यापारी आहे. ____________________

CONVERSATION

ह्या संभाषणातील वक्ते कोण?
(In the college campus)

नमस्कार कामतबाई !
अरे ललितमोहन! तुम्ही इकडे कुठे ?
मी इथे प्राध्यापक आहे. हे माझं कॉलेज. तुम्ही पण प्राध्यापक आहात नाही?
हो. मी प्राध्यापक आहे.
ही कोण ?
ही माझी मुलगी अनुराधा.
ही काय करते?
ही विद्यार्थिनी आहे.
आणि ह्या कोण?
ही माझी बहीण सविता जोशी. ही डॉक्टर आहे. ललितमोहन, तुमचं ग्रंथालय कुठे आहे?
ग्रंथालय इकडे आहे.
आणि कार्यालय कुठे आहे?
कार्यालय तिकडे आहे. या इकडे सभागृह आहे. आणि तिकडे वसतिगृह आहे.

तिकडे ते कँटिन आहे ना?

हो, ते कँटिन आहे. आणि तिथे व्यायामशाळा आहे.

प्रयोगशाळा कुठे आहे?

प्रयोगशाळा तिकडे आहे.

तुमचे प्रिन्सिपॉल कोण आहेत?

डॉ. रानडे.

आम्हाला त्यांची खोली दाखवा.

चला.

4. Let Us Prepare Tea : आपण चहा करू या

TEACHING UNITS

1. Questions seeking permission. मी आत येऊ का?
2. Imperative sentences.
   (a) **Affirmative sentences.**
   (b) **Negative sentences.**
   (c) **Polite way of giving orders.**
3. Proposals to do the actions together. आपण चहा करू या.
4. Questions of prospective actions. मी काय करू?
5. Use of किती question for non-countable nouns.

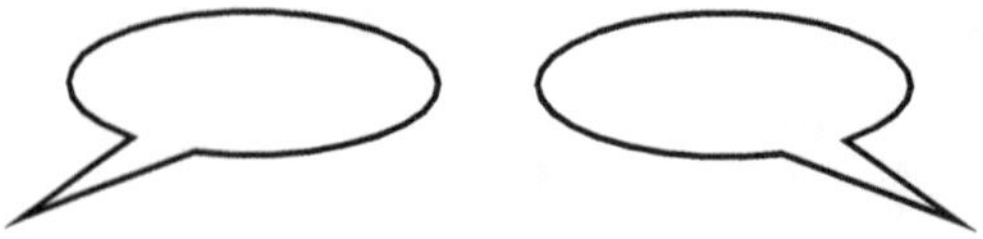

मी आत येऊ का, साहेब?

  कोण गोविंद का? ये ना, आत ये.

काय काम आहे, साहेब?

  अरे, इथे हे सर्व विद्यार्थी आहेत.

  ते सर्व मराठीचे विद्यार्थी आहेत.

  आज आपण सर्वांना चहा देऊ या.

देऊ या की साहेब.

  मी काय काय करू?

आत चहाचं सामान आहे का, बघ बरं जरा.

Shall I come in Sir?

  Is that Govind? yes, come in.

What do you want sir?

  Look. These are all students.

  They all are students of Marathi.

  Today we will give them tea.

Of-course Sir (we will surely give).

  What shall I do?

Please see, if the provisions for the tea, are
  available inside.

साहेब, सर्व सामान आहे.	Sir, everything is available.
स्टो कुठे आहे?	Where is the stove?
हा काय, इथे आहे.	See, it is here.
गोविंद तू स्टो पेटव. हे इथे दूध आहे.	O.K. Govind, light the stove. Milk is here.
हे किती दूध आहे?	How much milk is this?
हे अर्धा लिटर दूध आहे.	This is half a littre milk.
आणि ही साखर आहे का?	And is this sugar?
हो, साहेब.	Yes Sir.
ही किती साखर आहे?	How much sugar is this?
ती दोनशे ग्रॅम साखर आहे.	That is 200 grams sugar.
आणि चहा कुठे आहे?	And where is tea?
तो तिथे आहे, साहेब.	It is there, sir.
हा किती चहा आहे?	How much tea is this?
तो पन्नास ग्रॅम चहा आहे.	That is 50 grams tea.
छान, गोविंद, आता चहा बनव.	Good. Govind now prepare tea.
चांगला चहा कर बरं का!	And listen, the tea should be tasty.
साखर जास्त घालू नकोस.	Do not put too much of sugar.
चहा जास्त उकळू नकोस.	Do not boil the tea too much.
रेड्डीबाई, तुम्ही जरा गोविंदला मदत करा.	Mrs. Reddy, you please help Govind.
मुखर्जीबाई, तुम्ही कपबशा मांडा.	Mrs. Mukherjee, you arrange the cups and saucers.
ललितमोहन, तुम्ही चहा गाळा.	Lalitmohan, you strain the tea.
आलम, तुम्ही चहा ओता.	Alam, pour the tea. (in the cups)
व्रजकिशोर, तुम्ही सर्वांना चहा द्या.	Vrajkishor, you give tea to everybody.
सुब्रह्मण्यम्, तुम्ही सर्वांना बिस्किटं द्या.	Subrahmanyam, you give biscuits to all.
तुम्ही सर्वजण चहा घ्या.	You all drink tea now.

GRAMMAR

1. In Marathi verbs are conjugated according to the person, number and the gender of the noun governing them. But imperative verbs are conjugated only in 2nd person. The very root form serves as the 2nd person singular form of an imperative verb. e.g. तू बस, तू वाच. For plual forms suffix 'आ' is added to the singular form. e.g. तुम्ही बसा, तुम्ही वाचा etc. Some vowel ending verbs undergo some changes before this 'आ' suffix. e.g. ये → या (य + आ), लिही → लिहा (लिह + आ); धू → धुवा (धुव + आ), घे → घ्या (घ्य + आ), दे → द्या (द्य + आ), पी → प्या (प्य + आ), ने → न्या (न्य + आ), etc.

For negative orders the usual formula is as follows. **R + ऊ नकोस** for singular and R + ऊ नका for plural. e.g. तू जाऊ नकोस, तुम्ही बसू नका.

The use of word जरा before the verbal form in the imperative sentences softens the harder tone of the order and makes it polite. e.g.

तुम्ही बाहेर जा.   You go out.

तुम्ही जरा बाहेर जा. You please go out.

2. If we want to seek the permission of the hearer for doing any action the pattern **R + ऊ का?** is used. e.g.

मी बाहेर जाऊ का?

आम्ही घरात खेळू का?

This pattern is used only in 1st person.

3. The questions for prospective actions are also formed similarly. Instead of 'का' at the end the interrogative words come in the middle of the sentence. e.g.

मी कुठे बसू? आम्ही काय खाऊ?

These questions also are used in 1st person only.

4. Proposals for doing any action together are made by using the pattern **आपण R + ऊ या.** e.g. आपण खेळू या – Let us play. आपण जाऊ या. In such proposals naturally the subject word is आपण (inclusive) only.

5. In the last lesson we have introduced the question with किती which is normally in plural. But in the case of non-countable nouns, this question is in singular only. e.g. हा किती चहा आहे? The answer to this question is also in singular though the measure may vary according to the units. e.g. ही पन्नास ग्रॅम साखर आहे. हे एक लिटर दूध आहे.

✍ DRILLS

1.   **Repeat the following sentences :**

(अ) (१) सीता इकडे ये.   (२) मोहन इथे बस.
     (३) रमेश तिकडे जा.   (४) सुजाता पुस्तक इथे ठेव.
     (५) आलम, मराठी बोला.   (६) मुखर्जीबाई, मराठी शिका.
     (७) ललितमोहन, मराठी ऐका. (८) व्रजकिशोर, मराठी वाचा.

(आ) (१) फाईल इकडे आण.   फाईल इकडे आणू नकोस.
     (२) मोठ्याने बोला.   मोठ्याने बोलू नका.
     (३) शामराव, पुस्तक वाचा.   शामराव पुस्तक वाचू नका.
     (४) कमला, सायकल चालव.   कमला, सायकल चालवू नकोस.
     (५) तू चहा कर.   तू चहा करू नकोस.

(३) (१) राम ऊठ.   राम, मोहन उठा.
     (२) तू ऊठ.   तुम्ही उठा. आपण उठा.
     (३) मुला, ऊठ.   मुलांनो उठा.
     (४) मुली, ऊठ.   मुलींनो उठा.

II. **Change the following sentences into negative : (१)**

(१) महादेव, केर काढ.   (२) जोशीसाहेब, पुस्तकं विकत घ्या.

(३) तुम्ही हे कापड घ्या.   (४) रोज सकाळी दूध प्या.

(५) मुलांनो, पोहायला जा.   (६) सीताबाई, काम करा.

III. **Change the following imperative sentences into proposals, using the pronoun 'आपण'.**

model - सीता, तू पुस्तक वाच.   सीता, आपण पुस्तक वाचू या.

(१) गोपाळ आणि मोहन, तुम्ही खेळा. _____

(२) ललितमोहन, तुम्ही पत्ते खेळा. _____

(३) सुब्रह्मण्यम्, तुम्ही टी.व्ही. बघा. _____

(४) रेड्डीबाई, तुम्ही गाणं म्हणा. _____

(५) गोविंद, तू चहा कर. _____

(६) आलम, तुम्ही बाहेर जा. _____

(७) नंदकुमार, तुम्ही रेडिओ ऐका. _____

IV. **Fill in the blanks with proper units of measurement given in the bracket.**

(१) हे अर्धा_____दूध आहे.

(२) ही तीन_____केळी आहेत.

(३) ह्या पाच_____काकड्या आहेत.   (डझन, किलो, लिटर, मीटर, ग्रॅम)

(४) हे पाच_____कापड आहे.

(५) हा सहा_____चहा आहे.

V. **Frame the questions using 'किती' for the following answers :**

उत्तरे	किती
ती पाच मुलं आहेत.	
त्या बारा मुली आहेत.	
ही तीन किलो साखर आहे.	
ते एक सफरचंद आहे.	
ते चार लिटर दूध आहे.	
ही एक गाय आहे.	
इकडे एक पुस्तक आहे.	
तिकडे दोन कपाटं आहेत.	

VI. **Answer the following questions :**

(१) मी आरसा पुसू का? _____

(२) आपण चहा करू या का? _____

(३) मी कुठे बसू? _____

(४) आम्ही काय वाचू? _____

(५) आपण काय खाऊ या? _____

CONVERSATION

(In the college canteen)

ललितमोहन	:	हे आमचं कँटीन. कामतबाई, आपण चहा घेऊ या का?
कामतबाई	:	हो. जरूर घेऊ या.
ललितमोहन	:	ए मुला, हे टेबल स्वच्छ पूस आणि तीन-चार ग्लास पाणी आण. जरा लवकर आण बरं का. कामतबाई, आपण काही तरी खाऊ या का?
कामतबाई	:	हो. आपण मसाला डोसा खाऊ या.
ललितमोहन	:	अरे, चार मसाला डोसा आणि चार कप चहा आण.
अनुराधा	:	आई, मला चहा नको. मी काय घेऊ?
ललितमोहन	:	थम्स अप घे. जोशीबाई, तुम्ही चहा घेणार का?
जोशीबाई	:	मला चहा चालेल.
ललितमोहन	:	ठीक आहे. अरे हे बघ, चार मसाला डोसा, तीन चहा आणि एक थंड थम्स अप आण लवकर. तोपर्यंत आपण जरा गप्पा मारू या.

5. Where ? : कुठे ?

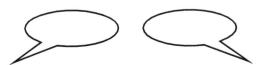

मित्रांनो, नमस्कार, सुब्रह्मण्यम्, हे काय आहे?	Hello friends. Subrahmanyam, what is this?
ते पाकीट आहे.	That is a money-purse.
पाकीट कुठे आहे?	Where is the money-purse?
पाकीट हातात आहे.	The money-purse is in the hand.
आता पाकीट कुठे आहे?	Now, where is the money-purse?
आता पाकीट खिशात आहे.	Now the money-purse is in the pocket.
छान! नंदकुमार, हे काय आहे?	Good. Nandkumar, what is this?
तो चष्मा आहे.	They are spectacles.
चष्मा कुठे आहे?	Where are the spectacles?
चष्मा डोळ्यांवर आहे.	The spectacles are on the eyes.
बरोबर. ललितमोहन, हे काय आहे?	Right. Lalitmohan, what is this?
तो हत्ती आहे.	That is an elephant.
आणि हे काय आहे?	And what is this?

तो माणूस आहे.	That is a man.
माणूस कुठे आहे?	Where is the man?
माणूस हत्तीवर आहे.	The man is (sitting) on the elephant.
व्रजकिशोर, हे चित्र पहा. हे अंडं आहे आणि हा पक्षी आहे. अंडं कुठे आहे?	Vrajakishor, look at this picture. This is an egg and this is a bird. Where is the egg?
अंडं पक्ष्यासमोर आहे.	The egg is in front of the bird.
बरोबर. आता इकडे पहा, हा खडू आहे आणि हे डस्टर आहे. आलम, डस्टर कुठे आहे?	Right. Now look here. This is a chalk and this is a duster. Alam, where is the duster?
डस्टर खडूजवळ आहे.	The duster is near the chalk.
छान. रेड्डीबाई, हे चित्र पहा.	Good. Mrs. Reddy, look at this picture.
हे काय आहे?	What is this?
ती पाल आहे.	That is a lizard.
बरोबर, आणि हे काय आहे?	Right. And what is this?
तो विंचू आहे ना?	Is that a scorpion?
बरोबर. पाल कुठे आहे?	Right. Where is the lizard?
पाल विंचवासमोर आहे.	The lizard is in front of the scorpion.
मुखर्जीबाई, हा रेडिओ पहा. आणि हे घड्याळ पहा. आता सांगा, घड्याळ कुठे आहे?	Mrs. Mukharjee, look at this radio. And look at this watch. Now tell me, where is the watch?
घड्याळ रेडिओसमोर आहे.	The watch is in front of radio.
बरोबर. आता माझ्या मागून म्हणा.	Right. Now repeat after me.
हातात पाकीट आहे.	The money-purse is in the hand.
डोळ्यांवर चष्मा आहे.	The spectacles are on the eyes.
खिशात पाकीट आहे.	The money-purse is in the pocket.
हत्तीवर माणूस आहे.	The man is (sitting) on the elephant.
पक्ष्यासमोर अंडं आहे.	The egg is in front of the bird.
खडूजवळ डस्टर आहे.	The duster is near the chalk.
रेडिओजवळ घड्याळ आहे.	The watch is near the radio.
शाब्बास. आता आणखी एक चित्र पहा.	Well-done. Now look at one more picture.
ललितमोहन, हे काय आहे?	Lalitmohan, what is this?
ती चूल आहे.	That is a stove.
आणि हे काय आहे?	And what is this?
ते भांडं आहे.	That is a pot.
भांडं कुठे आहे?	Where is the pot?
ते चुलीवर आहे.	The pot is on the stove.

छान. व्रजकिशोर, तुम्ही हे चित्र पहा. ही नाव आहे. आणि हा माणूस कुठे आहे?

माणूस नावेत आहे.

रेड्डीबाई, हे काय आहे?

ती शाळा आहे.

शाळेसमोर काय आहे?

शाळेसमोर क्रीडांगण आहे.

विद्यार्थी कुठे आहेत?

विद्यार्थी शाळेत आहेत.

आलम, हे काय आहे?

ते पुस्तक आहे.

पुस्तक कुठे आहे?

पुस्तक पिशवीत आहे.

आता हे चित्र पहा. ही साळू आहे आणि हे अंडं आहे. नंदकुमार, अंडं कुठे आहे?

अंडं साळूसमोर आहे.

सुब्रह्मण्यम्, हे कोण आहे?

ती स्टेनो आहे.

स्टेनोजवळ काय आहे?

स्टेनोजवळ कॉम्प्यूटर आहे.

छान. आता माझ्या मागून म्हणा.

चिंचेजवळ पेरू आहे.

चुलीवर भांडं आहे.

शाळेत विद्यार्थी आहेत.

पिशवीत पुस्तक आहे.

साळूसमोर अंडं आहे.

स्टेनोजवळ कॉम्प्यूटर आहे.

आता इकडे पहा. मुखर्जीबाई टेबलावर काय आहे?

टेबलावर डस्टर आहे.

ही संत्री पहा. आणि हे आंबे पहा.

सुब्रह्मण्यम् आंबे कुठे आहेत?

Good. Vrajkishor, you look at this picture. This is a boat. And this is a man. Where is the man?

The man is in the boat.

Mrs. Reddy, what is this?

That is a school.

What is there in front of the school?

The play-ground is in front of the school.

Where are the students?

The students are in the school.

Alam, what is this?

That is a book.

Where is the book?

The book is in the bag.

Now look at this picture. This is a porcupine and this is an egg. Nandakumar, where is the egg?

The egg is in front of the porcupine.

Subrahmanyam, who is this?

She is a steno.

What is there near the steno?

There is a computer near the steno.

Good. Now repeat after me.

The guava is near the tamarind.

The pot is on the stove.

The students are in the school.

The book is in the bag.

The egg is in front of the porcupine.

The computer is near the steno.

Now look here. Mrs. Mukharjee, what is there on the table?

The duster is on the table.

Look at these oranges. And look at these mangoes. Subrahmanyam Where are the mangoes?

आंबे संत्र्यांजवळ आहेत.	The mangoes are near the oranges.
बरोबर. आलम, हे मासे पहा. मासे कुठे आहेत?	Right. Alam, look at these fish. Where are the fish?
मासे पाण्यात आहेत.	The fish are in the water.
ललितमोहन, हे काय आहे?	Lalitmohan, what is this?
ती सुरी आहे.	That is a knife.
आणि हे काय आहे?	And what is this?
ते लिंबू आहे.	That is a lemon.
सुरी कुठे आहे?	Where is the knife?
सुरी लिंबाजवळ आहे.	The knife is near the lemon.
शाबास. आता माझ्या मागून म्हणा.	Well-done. Now repeat after me.
टेबलावर डस्टर आहे.	The duster is on the table.
संत्र्याजवळ आंबे आहेत.	The mangoes are near the orange.
पाण्यात मासे आहेत.	The fish are in the water.
लिंबाजवळ सुरी आहे.	The knife is near the lemon.

📖 GRAMMAR

Nominals i.e. nouns, pronouns and adjectives are used in the sentence independently or alongwith some postpositions. When they are used along with postpositions their original forms undergo some changes. Such changed forms of the nominals are called oblique forms. The original forms in are called the straight forms. In this lesson the oblique forms of the nouns are introduced. Oblique form is a regular feature in Marathi. In fact straight form and oblique form are the only two cases in Marathi.

Like the number inflexions the inflexions of oblique form depend upon the gender and the ending sound of the straight form. We can show the most common changes in a table. The oblique forms of the plural nouns are different from those of singular nouns. In masculine and neuter 'न' is added to the oblique singular to make it oblique plural. This 'न' is shown by a dot over the final letter. In feminine, 'न' is added to the plural straight forms instead of oblique singular. e.g.

Gender	Str. Sing.	Str. Plu.	Obli. Sing.	Obli. Plu.
Mas.	हात	हात	हाता–	हातां–
Neu.	डोकं	डोकी	डोक्या–	डोक्यां–
Fem.	माळ	माळा	माळे–	माळां–

The tables at the end show all the major changes in the nouns.

Generally proper nouns do not undergo this oblique change, but the surnames when used in honorific plural undergo this change as shown in the tables.

Similarly, words borrowed from foreign languages do not undergo this oblique change. e.g. पेन, पेन–जवळ. But if such words are assimilated into the system of the language they behave like the native words and undergo regular oblique change. e.g. कप, कपा–त.

Tables showing inflexions of Marathi Nouns.

Masculine Gender

Sr.No.	Ending	Straight Form Singular	Straight Form Plural	Oblique Form Singular	Oblique Form Plural
1.	Consonant ending	– हात	+ Ø हात	+ आ– हात–	+ आं– हातां–
2.	'आ' ending	– घोडा ससा	आ ~ ए घोडे ससे	आ ~ या– घोड्या– सशा–	आ ~ यां– घोड्यां– सशां–
3.	'ई' ending	– कवी – माळी	+ Ø कवी + Ø माळी	+ Ø कवी– ई ~ या– माळ्या–	⌣ कवीं– ई ~ यां– माळ्यां–
4.	'ऊ'कारान्त	– साधू – विंचू	+ Ø साधू + Ø विंचू	+ Ø साधू– ऊ ~ अवा– विंचवा–	⌣ साधूं– ऊ ~ अवां– विंचवां–
5.	'ए'कारान्त (only surnames)	– गोरे	+ Ø गोरे	+ Ø गोरे–	ए ~ यां– गोऱ्यां–
6.	'ओ'कारान्त	– फोनो	+ Ø फोनो	+ Ø फोनो–	⌣ फोनों–

Feminine Gender

Sr.No.	Ending	Straight Form Sg.	Straight Form Pl.	Oblique Form Sg.	Oblique Form Pl.
1.	'C' ending	– माळ – पाल	आ माळा ई पाली	ए– माळे– ई– पाली–	आं– माळां– ई– पाली–
2.	'आ' ending	– शाळा	– शाळा	आ ~ ए– शाळे–	– शाळां–
3.	'ई' ending	– दासी – खिडकी	– दासी ई ~ या– खिडक्या	– दासी– – खिडकी–	दासीं– ई ~ यां– खिडक्यां–
4.	'ऊ' ending	– वस्तू – जळू	– वस्तू ऊ ~ अवा जळवा	– वस्तू – जळू–	– वस्तूं– ऊ ~ अवां– जळवां–
5.	'ए' ending (only surnames)	– गोरे	– गोरे	– गोरे–	–, ए ~ यां– गोरें, गोऱ्यां–
6.	'ओ' ending	– स्टेनो – बायको	– स्टेनो ओ, आ बायका	– स्टेनो– – बायको–	– स्टेनों– ओ ~ आं– बायकां–

Neuter Gender

Sr.No.	Ending	Straight Form Sg.	Straight Form Pl.	Oblique Form Sg.	Oblique Form Pl.
1.	'C' ending	– पान	अ पानं	आ पाना–	आं– पानां–
2.	'अ' ending	– खोकं	अ ~ ई खोकी	अ ~ या खोक्या–	अ ~ यां खोक्यां–
3.	'ई' ending	– पाणी	– –	ई ~ या पाण्या–	– –
4.	'ऊ' ending	– लिंबू	ऊ ~ अ लिंबं	ऊ ~ आ लिंबा–	ऊ ~ आं– लिंबां–

Appendix I

Nouns coming under various groups.

Masculine :

1. Nouns inflected like ससा.
   ससा, आरसा, खिसा, पैसा, मासा, ठसा, हिस्सा, रस्सा, डोसा.
2. Nouns inflected like कवी.
   कवी, ऋषी, मुनी, हत्ती, पती.
3. Nouns inflected like माळी.
   माळी, पक्षी, शेतकरी, व्यापारी, शिंपी, न्हावी, गवळी, भिकारी, धोबी, गवंडी, कामकरी, जावई, कोळी.
4. Nouns inflected like साधू.
   साधू, खड्डू, चेंडू, गड्डू, लाडू, दांडू, खाऊ, काजू.
5. Nouns inflected like विंचू.
   विंचू, भाऊ (भावा -).

Feminine :

6. Nouns inflected like खाट.
   माळ, काच, चिंच, बाग, मान, वाट, लवंग, सून, बँक, जीभ, बॅग, बाज, अक्कल (अकला, ले-) नक्कल (नकला, ले-) खाट.
7. Nouns inflected like खार.
   पाल, भिंत, गाय, खार, पेन्सिल, विहीर, गोष्ट, तलवार, चोच, फाईल, विजार, मोटार, सायकल, पाठ, म्हैस (म्हशी), जमीन, चादर, चूल, दौत, वेल, किंमत (किमती), कालवड, खार, लांडोर.

<u>*N.B.*</u> : a) Some words are inflected in plural like माळ, and in oblique like पाल. e.g. बंदूक, निवडणूक, चूक, मिरवणूक,

b) Words like स्कूटर can become स्कुटरी in plural optionally and remain uninflictet in oblique forms.

8. a) Nouns inflected like शाळा.
   कला, रिक्षा, शिक्षा, भिक्षा, साधना, पूजा, प्रार्थना, समस्या, तपश्चर्या,
   b) Proper nouns ending in are not inflicted.
   e.g. सुधा, सानिका, विद्या, वसुधा, हेमा, सुनीता.
9. Nouns inflected like दासी.
   दासी, मूर्ती, आकृती, पत्नी, मुलगी, (Pl. मुली, Obl. मुली-)
10. Nouns inflected like खिडकी.
    खिडकी, पिशवी, वही, बादली, चटई, भाजी, नदी, सतरंजी.
11. Nouns inflected like वस्तू.
    वस्तू, बाजू, साळू, जादू.

12. Nouns inflected like जळू.

    जळू, ऊ, पिसू, सासू, जाऊ.

    Neuter : बायको (का) स्टेनो.

13. Nouns inflected like पान.

    पान, फळ, फूल, पुस्तक, तोंड, नाक, बोट (Finger), पेन.

14. Nouns inflected like खोकं.

    खोकं, डोकं, अंडं, संत्रं, मोसंबं, कुत्रं, घोडं.

15. Nouns inflected like पाणी.

    पाणी, दही, लोणी.

16. Nouns inflected like लिंबू.

    लिंबू, वासरू, कोकरू, पाखरू, पिल्लू, लेकरू, मेंढरू, शिंगरू, तट्टू.

17. Some nouns change their genders in plural.

e.g. मुलगा (Sg.m.),	मुलं (Pl. neu.)	Obl. मुला–मुलां
माणूस (Sq.m.),	माणसं (Pl. neu.)	Obl. माणसा–माणसां

_N.B._ : लोक is mascaline and always in plural sometimes used in neuter e.g. लोकं

Appendix II

Some Postpositions.

– त	– आत	– मागे	– कडे	– हून
– चा	– मध्ये	– पुढे	– पाशी	– करिता
– ला	– वर	– समोर	– बरोबर	– साठी
– ने	– खाली	– जवळ	– पेक्षा	– शिवाय

✍ DRILLS

(1)   **Repeat the following sentences :**

(क) वर्गात मुलं आहेत.
शाळेत शिक्षक आहेत.
चहात साखर आहे.
खोक्यात अंडी आहेत.
बॅगेत पत्रं आहेत.

(ख) झाडावर पक्षी आहेत.
डोक्यावर पंखा आहे.
डोळ्यांवर चष्मा आहे.
मनगटावर घड्याळ आहे.
रस्त्यावर वाहनं आहेत.

(ग) पायाखाली जमीन आहे.
वहीखाली पुस्तक आहे.
पुलाखाली नदी आहे.
फायलीखाली कागद आहे.
छताखाली दिवा आहे.

(घ) बागेसमोर देऊळ आहे.
गाईसमोर वासरू आहे.
गणपतीसमोर नदी आहे.
खुर्चीसमोर टेबल आहे.
घरासमोर रस्ता आहे.

(च) दुकानाजवळ दवाखाना आहे.   दवाखान्याजवळ बँक आहे.
    बँकेजवळ ऑफिस आहे.   ऑफिसजवळ कँटिन आहे.
    कँटिनजवळ प्रयोगशाळा आहे.

(2) Substitute the first noun in the following sentence with the given ones :

    (१)   टेबलावर पुस्तक आहे.

        कागद   _____

        वही   _____

        बाक   _____

        पेटी   _____

        काच   _____

        आरसा _____

(3) Substitute the singular forms of the first nouns in the following sentences with the plural forms :

(अ) घरावर पत्रे आहेत.   (ब) शाळेत विद्यार्थी आहेत.

      खोक्यात संत्री आहेत.   पिशवीत कागद आहेत.

      दुकानात नोकर आहेत.   बागेत मुलं आहेत.

      वर्गात विद्यार्थी आहेत.   नदीत पाणी आहे.

      रस्त्यावर वाहनं आहेत.   मुलीजवळ पैसे आहेत.

      पक्ष्यासमोर पिल्लं आहेत.   इमारतीत दुकानं आहेत.

      विंचवाजवळ पाली आहेत.   मोटारीत माणसं आहेत.

      वासरासमोर गाय आहे.   आगगाडीत लोक आहेत.

(4) Substitute the plural forms of the first nouns in the following sentences with the singular ones :

कागदांजवळ पेन्सिली आहेत.   खिडक्यांत दिवे आहेत.

झाडांवर पक्षी आहेत.   वर्गात विद्यार्थी आहेत.

बागांत फुलं आहेत.   रस्त्यांवर माणसं आहेत.

हॉटेलांत लोक आहेत.   दुकानांत खोकी आहेत.

घोड्यांवर सैनिक आहेत.   मुलांजवळ पैसे आहेत.

खुर्च्यांवर साहेब आहेत.   टेबलांवर फायली आहेत.

बँकांमध्ये गर्दी आहे.

(5) Rewrite the following sentences using the oblique forms of the second nouns and straight forms of the first nouns :

खुर्चीसमोर टेबल आहे. टेबलामागे खुर्ची आहे.	} **Model**
डोक्यावर टोपी आहे.	________
मोटारीमागे सायकल आहे.	________
पुलाखाली नदी आहे.	________
कागदावर पुस्तक आहे.	________
गाईसमोर वासरू आहे.	________

(6) Answer the following questions using the words given in the brackets.

(१) पैसे कुठे आहेत? ________ (खिसा)
(२) शाळा कुठे आहे? ________ (टिळक रस्ता)
(३) श्री. खन्ना कुठे आहेत? ________ (बँक)
(४) आई कुठे आहे? ________ (घर)
(५) वाचनालय कुठे आहे? ________ (व्यायामशाळा)
(६) टोपी कुठे आहे? ________ (डोकं)

(7) Rewrite the sentences using order given below.

Use proper forms of the nouns in the brackets.	
(कारखाना + त) पुष्कळ मजूर आहेत.	
(स्टेशन + त) खूप गर्दी आहे.	
(बाग + त) झाडं आहे.	
(रेडिओ + वर) पुस्तक आहे.	
(झाडं + वर) पक्षी आहेत.	
(घोडे + वर) सैनिक आहेत.	
(पेला + त) दूध आहे.	
(दुकान + त) साड्या आहेत.	
(आकाश + त) चंद्र आहे.	
मी (विद्यापीठ + त) आहे.	

(8) Use the proper post-positions in the blanks :

(१) मंदिरा________ मूर्ती आहे.
(२) डॉक्टर________ पेशंट आहे.
(३) आकाशा________ जमीन आहे.
(४) आगगाडी________ इंजिन आहे.
(५) घरा________ बाग आहे.
(६) भिंती________ घड्याळ आहे.
(७) खिशा________ पैसे आहेत.
(८) शिक्षकां________ विद्यार्थी आहेत.

(9)   Use the following post-positions in your own sentences :

--- त, --- मधे, --- मागे, --- पुढे, --- जवळ, --- समोर, --- वर, --- खाली.

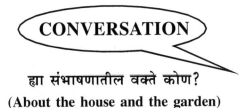

CONVERSATION

ह्या संभाषणातील वक्ते कोण?

(About the house and the garden)

तुमचं घर कुठे आहे?

माझं घर टिळक रस्त्यावर आहे. इथून जवळ आहे. हे माझं घर.

अरे, मोठं आहे तुमचं घर. घराला दोन मजले आहेत. घरासमोर बाग आहे.

चला, आपण बागेत फिरू या. बागेत झाडं आहेत. काही झाडांवर फळं आहेत. फांद्यांवर पक्षी आहेत. इकडे या. इथे झाडाखाली सावली आहे.

बागेत फुलझाडं नाहीत का?

आहेत तर. हे पहा गुलाब. हा मोगरा आणि हा चाफा. घरामागे मोकळी जागा आहे. तिथे पालेभाज्या आणि फळभाज्या आहेत.

हे काय?

हे अंगण. अंगणात झोपाळा आहे. झोपाळ्यावर गादी आहे. हा व्हरांडा. व्हरांड्यात टेबलखुर्च्या आहेत.

टेबलावर फुलदाणी आहे ना?

हो. फुलदाणीत गुलाब आहेत. खिडकीमध्ये कुंड्या आहेत. कुंड्यात झाडं आहेत. बसा, आपण चहा घेऊ या. आई, दोन कप चहा आण.

नको, चहा नको.

असं कसं. थोडा चहा घ्या.

6. A Trip : सहल

TEACHING UNITS

1. **Adjectives**
   (a) **Invariable adjectives**
   (b) **Variable adjectives**
   (c) **Possessive adjectives**
2. **Oblique forms of the adjectives.**
3. **Oblique forms of the personal pronouns.**

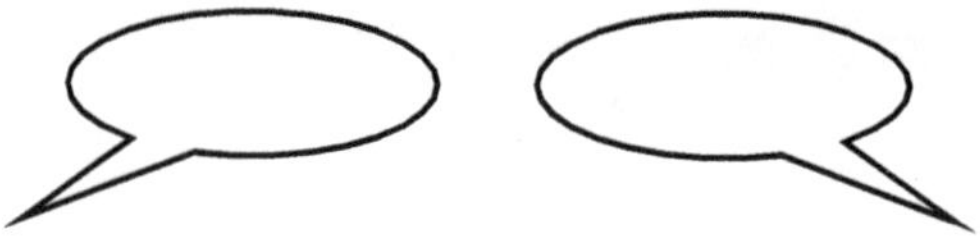

शिक्षक :
मित्रांनो, उद्या आपण सहलीला जाऊ या का?

आलम :
वा! छान कल्पना आहे.

सुब्रह्मण्यम् :
कल्पना चांगली आहे. आपण सहलीला जाऊ या. पण कुठे?

शिक्षक :
आपण बनेश्वरला जाऊ या.

नंदकुमार :
बनेश्वर मला माहीत आहे. सुंदर ठिकाण आहे.

Teacher :
Friends, shall we go for a picnic tomorrow ?

Alam :
Oh, it is a good idea.

Subrahmanyam :
It is a good idea. We will go for a picnic. But where to go?

Teacher :
We will go to Baneshwar.

Nandakumar :
I know Baneshwar. It is a beautiful place.

व्रजकिशोर :

तिथे काय आहे?

शिक्षक :

तिथे एक जुनं शिवमंदिर आहे.

नंदकुमार :

त्या शिवमंदिराजवळ एक मोठी बाग आहे. त्या बागेत मोठी आणि उंच झाडं आहेत.

रेड्डीबाई :

बागेत फुलझाडं नाहीत का?

नंदकुमार :

नाहीत कशी? बागेत पुष्कळ फुलझाडं आहेत. तिथे खूप फुलं आहेत.

मुखर्जीबाई :

तिथे प्राणी आहेत का?

नंदकुमार :

आहेत ना! तिथे खूप माकडं आहेत.

शिक्षक :

पण तिथे प्राणिसंग्रहालय नाही. ती माकडं मात्र खूप चपळ आणि खोडकर आहेत. त्या मंदिराजवळ एक छोटी नदी पण आहे.

ललितमोहन :

मंदिर मोठं आहे का?

शिक्षक :

मंदिर फार मोठं नाही. लहानच आहे. पण मुख्य मंदिरासमोर पाण्याची तीन कुंडं आहेत. त्या कुंडात छान छान मासे आहेत.

रेड्डीबाई :

मासे रंगीत आहेत का?

शिक्षक :

हो, मासे रंगीत आहेत. विशेष म्हणजे शंकराच्या पिंडी पाण्यात आहेत.

ललितमोहन :

मग तर खूपच प्रेक्षणीय ठिकाण आहे. पण ते कुठे आहे?

Vrajakishor :

What is there (to be seen)?

Teacher :

There is an old temple of God Shiva.

Nandakumar :

There is a big garden near that Shiva temple. There are big and tall trees in the garden.

Mrs. Reddy :

Are not there flower-plants?

Nandakumar :

Why not? There are many flower-plants in the garden. There are number of flowers.

Mrs. Mukharjee :

Are there animals?

Nandakumar :

Of course. There are many monkeys.

Teacher :

But there is no zoo. Those monkeys are very swift and naughty. There is also a small river near that temple.

Lalitmohan :

Is the temple big?

Teacher :

The temple is not big. It is a small one. But there are three tanks of water in front of the main temple. There are very beautiful fishes in the tanks.

Mrs. Reddy :

Are the fishes colourful?

Teacher :

Yes. The fishes are colourful. One special feature is that, the Shiva-lingas are in water.

Lalitmohan :

Then that place is worth seeing. But where is that (place)?

शिक्षक :

ते जवळच, नसरापूरजवळ आहे.

ललितमोहन :

पण नसरापूर कुठे आहे?

शिक्षक :

पुणे–भोर रस्त्यावर नसरापूर हे लहान गाव आहे. आपण एस. टी. ने नसरापूरपर्यंत जाऊ. नंतर पायी पायी जाऊ.

सुब्रह्मण्यम् :

नको सर, माझ्याकडे मोठी गाडी आहे. आपण माझ्या गाडीने जाऊ या. आपण आठजण तर आहोत.

शिक्षक :

मग तर फारच छान!

मुखर्जीबाई :

आम्ही बरोबर काय काय आणू?

शिक्षक :

तुम्ही तुमचे डबे बरोबर आणा. जास्त पदार्थ आणू नका. थोडेच आणा. शिवाय सर्वांसाठी थोडी फळं, चिवडा आणि बिस्किटं पण घेऊ या.

रेड्डीबाई :

चहाचं सामान घेऊ या का?

शिक्षक :

नको, चहाचं सामान घेऊ नका. आपण नसरापूरला हॉटेलात चहा घेऊ. कॅमेरा कुणाकडे आहे?

आलम :

माझ्याकडे जपानी कॅमेरा आहे. खूप भारी आणि चांगला कॅमेरा आहे.

शिक्षक :

तुम्ही तुमचा कॅमेरा बरोबर घ्या. आपण एक–दोन रोल विकत घेऊ या. तुम्ही फोटो काढा. कुणाकडे टेपरेकॉर्डर आहे का?

सुब्रह्मण्यम् :

माझ्याकडे टेपरेकॉर्डर आहे. पण तो चांगला नाही.

Teacher :

It is near, near Nasarapur.

Lalitmohan :

But where is Nasarapur?

Teacher :

Nasarapur is a small village on Pune-Bhor Road. We will go by S. T. upto Nasarapur. Then we will go on foot.

Subrahmanyam :

No Sir. I have a big car. We will go by my car. We are only eight persons.

Teacher :

Then it is well and good.

Mrs. Mukharjee :

What things shall we bring with us?

Teacher :

You bring your tiffins with you. Do not bring too many eatables. Bring only limited dishes. We will also buy some fruits, chiwada and biscuits for all of us.

Mrs. Reddy :

Should be bring provisions for tea?

Teacher :

No. Do not bring any provisions for tea. We will have tea in the hotel at Nasarapur. Who has got a camera?

Alam :

I have got a Japaneese Camara. It is a very costly and good (camera).

Teacher :

You bring your camera with you. We will buy one or two roles. You take snaps. Has anybody got tape-recorder?

Subrahmanyam :

I have a tape-recorder. But it is not in a good condition.

व्रजकिशोर :

माझा टेपरेकॉर्डर चांगला आहे. पण माझ्याकडे चांगल्या कॅसेट्स नाहीत. सुब्रह्मण्यम्, तुमच्याकडे चांगल्या कॅसेट्स आहेत का?

सुब्रह्मण्यम् :

त्याची काळजी नको. माझ्याकडे चांगल्या कॅसेट्स आहेत.

शिक्षक :

व्रजकिशोर, तुम्ही तुमचा टेपरेकॉर्डर आणा. सुब्रह्मण्यम् तुम्ही तुमच्या कॅसेट्स आणा.

ललितमोहन :

मी पत्ते आणू का?

शिक्षक :

तुम्ही पत्ते आणा. रेड्डीबाई, तुमच्याकडे बुद्धिबळ आहे का?

मुखर्जीबाई :

माझ्याकडे बुद्धिबळ आहे, मी आणू का?

शिक्षक :

तुम्ही बुद्धिबळ आणा. आपण तिथे झाडाखाली सावलीत बसू आणि तिथे हे खेळ खेळू. त्या बागेत खूप दाट सावली आहे. याशिवाय कुणी गाणी म्हणा, कुणी विनोद सांगा. कुणी शेर सांगा.

नंदकुमार :

आपण खूप मजा करू.

शिक्षक :

खूप मजा करा.

Vrajakishor :

My tape-recorder is a good (one). But I do not have good cassettes. Subrahmanyam, do you have (a collection of) good cassettes?

Subrahmanyam :

Don't worry about that. I have got good cassettes.

Teacher :

Vrajakishor, you bring your tape-recorder, Subrahmanyam, you bring your cassettes.

Lalitmohan :

Shall I bring playing-cards?

Teacher :

You bring playing-cards. Mrs. Reddy, have you got a chess set?

Mrs. Mukharjee :

I have got a chess set. Shall I bring it?

Teacher :

You bring your chess-set. We will sit in the shadow under the tree and will play these games. There is a thick shadow in that garden. Besides, some may sing songs, some may tell jokes, some may recite 'Shers' (Urdu poetry).

Nandakumar :

We will enjoy a lot.

Teacher :

Enjoy yourselves.

📖 GRAMMAR

In this lesson we have introduced adjectives in Marathi. An adjective gives additional information about the noun by adding to its qualities e.g. घोडा 'a horse' and 'पांढरा घोडा' 'a white horse'. Adjectives generally accompany the nouns i.e. they do not come separately. In a this sentence or a phrase an adjective generally comes before the noun. e.g. पांढरा घोडा छान आहे. But sometimes it can be used after the noun. e.g. घोडा पांढरा आहे. In that case it acts as a complement.

The adjectives in Marathi are of two types : 1. variable

2. invariable.

1. The variable adjectives vary according to the number and gender of the accompanying noun. e.g.

	Masculine	Femine	Neuter
Singular	पांढरा घोडा	पांढरी गाय	पांढरं कबूतर
Plural	पांढरे घोडे	पांढऱ्या गाई	पांढरी कबूतरं

The adjectives which take 'आ' ending form, before masculine nouns come under this category. निळा, पिवळा, जांभळा, हिरवा, तांबडा, पांढरा, काळा, नवा, जुना, मोठा, छोटा, ताजा, शिळा, खरा, खोटा, हलका, वाटोळा, चांगला etc. are some of the variable adjectives.

2. All the rest of the adjectives are invariable ones. They are mainly of three types. viz.

(a) Consonant ending : सुंदर, छान, वाईट, लहान, आखूड, लांब, उंच, लठ्ठ, बारीक, हुशार, मठ्ठ, रंगीत, गोड, आंबट, खारट, तुरट, तिखट, जड, महाग, स्वस्त, दुष्ट, रागीट, शांत, etc.

(b) 'ई' ending   : नारिंगी, आकाशी, खाकी, तपकिरी, सोनेरी, चंदेरी, गुलाबी, राखी, भारी (costly), लोभी, शहरी, आळशी, उद्योगी, etc.

(c) 'ऊ' ending   : कडू, मऊ, टिकाऊ, टाकाऊ, विकाऊ, जळाऊ, मळखाऊ, कृपाळू, मायाळू, झोपाळू, दयाळू, कष्टाळू, etc.

These adjectives never change in any situation.

More about variable adjectives :

The variable adjectives vary according to the case of the accompanying nouns also. Whenever the nouns are in straight forms their adjectives also are said to be a straight forms. But when the nouns are used in their oblique forms. i.e. When they are used with postpositions, the adjectives accompanying them also undergo oblique change. The oblique forms of the adjectives are very regular. They are same as the forms of the feminine plural. e.g.

काळा घोडा   but   काळ्या घोड्यावर.

मोठं घर   but   मोठ्या घरात.

It should be noted here that all the variable adjectives preceding the noun undergo this change irrespective of being separated by other invariable or variable adjectives. e.g.

नवं मोठं घर   – नव्या मोठ्या घरात.

नवं सुंदर मोठं घर – नव्या सुंदर मोठ्या घरात.

Among all the postpositions which are directly added to the nouns postposition 'चा' is the only variable postposition which forms possessive adjectives, which are in turn variable. e.g.

शाळेची बाग – A garden of the School.

देशाचे पंतप्रधान – The Prime Minister of the Country.

रमेशचं पुस्तक – The book of Ramesh.

Personal Pronouns :

We already know the personal pronouns in Marathi. These pronouns are used in the place of nouns and therefore, they behave exactly like nouns. So they also undergo oblique change whenever used along with postpositions. The demonstrative adjectives viz : 'हा, तो' also undergo oblique change. But the oblique forms of the personal pronouns and the demonstrative adjectives vary according to different postpositions. There are mainly three oblique variations of the personal pronouns and the demonstrative adjectives.

(a)

Before postposition ला (to)		
Person	Singular	Plural
1ˢᵗ person	मला	आम्हांला / आपल्याला
2ⁿᵈ person	तुला	तुम्हांला / आपल्याला
3ʳᵈ person	त्याला / तिला / त्याला	त्यांना
	ह्याला / हिला / ह्याला	ह्यांना

(b)

Before postposition 'चा' (of)		
Person	Singular	Plural
1ˢᵗ person	माझा	आमचा / आपला
2ⁿᵈ person	तुझा	तुमचा / आपला
3ʳᵈ person	त्याचा / तिचा / त्याचा	त्यांचा
	ह्याचा / हिचा / ह्याचा	ह्यांचा

Note that postposition चा has other variants viz. झा (used after मी and तू) and ला (used after आपण). e.g. आपला

(c) Before all the rest of the postpositions.

In this category the oblique forms of the possessive adjectives themselves serve as the oblique forms before other postpositions. e.g.

माझ्याजवळ, आमच्याकडे, त्याच्याकडे, त्यांच्यापेक्षा, आपल्यापाशी, ह्याच्याजवळ, ह्यांच्याजवळ etc.

All these oblique forms of the pronouns are shown separately in the table. (Page 48)

Inflexions of the personal pronouns

POST-POSITIONS

पुरुष Person	एकवचन S.	अनेकवचन Pl.	Oblique form Singular सामान्यरूप एकवचन + ला	+नी	+चा	इतर अव्यये	Oblique form Plural सामान्यरूप अनेकवचन +ला	+नी	+चा	इतर अव्यये
I प्रथम	मी –	आम्ही आपण	मला –	मी –	माझा –	माझ्या– –	आम्हांला आपल्याला	आम्ही आपण	आमचा आपला	आमच्या– आपल्या–
II द्वितीय	तू –	तुम्ही आपण	तुला –	तू –	तुझा –	तुझ्या– –	तुम्हांला आपल्याला	तुम्ही आपण	तुमचा आपला	तुमच्या– आपल्या–
III तृतीय	तो ती ते	ते त्या ती	त्याला तिला त्याला	त्यानी तिनी त्यानी	त्याच्या तिचा त्याचा	त्याच्या– तिच्या– त्याच्या–	त्यांना– त्यांना त्यांना	त्यांनी त्यांनी त्यांनी	त्यांचा त्यांचा त्यांचा	त्यांच्या– त्यांच्या– त्यांच्या–
दर्शक	हा तो ही ती हे ते	हे ते ह्या त्या ही ती }	– तृतीय पुरुषी सर्वनामांप्रमाणे –							
संबंधी	जो तो जी ती जे–ते	जे–ते ज्या–त्या जी–ती }	– तृतीय पुरुषी सर्वनामांप्रमाणे –							
प्रश्नार्थक	कोण कोणी } काय	कोण कोणी } –	कोणाला कशाला	कोणी कशानी	कोणाचा कशाना	कोणा– कशा–	कोणाला –	कोणी –	कोणाचा –	कोणी –
सामान्य	स्वत:	स्वत: स्वत:नी	स्वत:ला	स्वत:	स्वत:चा	स्वत:–	स्वत:ला स्वत:नी	स्वत:,	स्वत:चा	स्वत:–

✍ DRILLS

(1) Repeat the following sentences.

(१) माझ्याकडे पैसे आहेत.

(२) त्याच्याकडे गाडी आहे.

(३) तिच्याकडे घड्याळ आहे.

(४) तुमच्याकडे कॅमेरा आहे.

(५) आपल्याकडे आगपेटी आहे का?

(६) आमच्याकडे पुस्तकं नाहीत.

(७) त्यांच्याकडे काम नाही.

(2) Substitute the possessive form in the following sentence with the possessive forms of the given pronouns.

हे माझं घर आहे.

तू	_____
आपण	_____
तो	_____
ते (pl.)	_____
तुम्ही	_____
आम्ही	_____
त्या	_____
ती (pl.)	_____

(3) Substitute the nouns in the following sentence with the following nouns. (Make the appropriate changes in the adjective.)

हे आमचं नवं घर.

शाळा	_____
रेडिओ	_____
शिक्षक	_____
गाडी	_____
स्टेनो	_____
जागा	_____
कपाट	_____

(4) Fill in the gaps with the appropriate verbal forms –

(१) कोणी गाणी_____,   कोणी पत्ते_____,

(२) कोणी गोष्टी_____,   कोणी फोटो_____,

(३) कोणी पेरू_____,   कोणी चहा_____,

(४) कोणी मोटारीनी_____,   कोणी सायकलनी_____,

(५) कोणी कॅमेरा_____,   कोणी बुद्धिबळ_____,

(5) Fill in the gaps with appropriate adjectives –

नसरापूर हे_____ गाव आहे. त्या गावाजवळ बनेश्वर हे_____ ठिकाण आहे. तिथे एक_____शिवमंदिर आहे. या शिवमंदिरात तीन_____पाण्याची कुंडं आहेत. मंदिराजवळ एक_____नदी आहे. मंदिरासमोर एक_____ बाग आहे. बागेत खूप_____ माकडं आहेत. बागेत खूप_____ झाडं आहेत. पाण्यात खूप_____ मासे आहेत. मंदिर फार_____ नाही.

(6) Give the correct forms of the phrases in the bracket.

(१)   (मोठं घर)   + त   _____

(२)   (उंच झाड)   + खाली   _____

(३)   (आमची शाळा)   + जवळ   _____

(४)   (गरीब शेतकरी) + समोर   _____

(५)   (मऊ गवत)   + वर   _____

(६)   (मोहनची आई)   + कडे   _____

(७)   (तुमचं ऑफिस)   + मधे   _____

(7) Substitute the nouns in oblique form with the given nouns, pronouns or phrases –

मोहनकडे गाडी आहे.

तो माणूस   _____

ती बाई   _____

हा मुलगा   _____

मी   _____

आपण   _____

आम्ही   _____

ते (P1.)   _____

माझा मित्र   _____

(8) Expand the following expression adding the given adjectives –

शाळेत

(माझी)   _____

(माझी मोठी)   _____

(माझी मोठी नवी) _____

(ही माझी मोठी नवी) _____

(9) Frame questions of permission-seeking for the following permissions –

Permissions	Permissions Seeking Questions
तुम्ही पुस्तक वाचा.	मी पुस्तक वाचू का?
तुम्ही सावलीत बसा.	
तू गाणं म्हण.	
आपण आत या.	
तुम्ही नदीत पोहू नका.	
तू झाडावर चढू नकोस.	
आपण पायी पायी जाऊ नका.	
तुम्ही मोटार चालवा.	

(10) Use the adjectives given in the brackets in the following sentences :

झाड आहे. (उंच) _____

झाडाला झोके बांधतात. (उंच) _____

मुलगी आहे. (सुंदर) _____

त्या मुलीचं नाव रेखा आहे. (सुंदर) _____

सतीश आहे. (शहाणा) _____

मुलं सगळ्यांना आवडतात. (शहाणा) _____

घोडा आहे. (चपळ) _____

घोडे रेसमध्ये धावतात. (चपळ) _____

फूल आहे. (पांढरा) _____

फुलांचा गजरा करतात. (पांढरा) _____

CONVERSATION

(Discussion about the trip)

सुब्रह्मण्यम् : काय नंदकुमार, आपण जाऊ या ना उद्या सहलीला?

नंदकुमार : अर्थात! बनेश्वर खूप चांगलं ठिकाण आहे.

ललितमोहन : आलम, मी माझा पण कॅमेरा आणू का? माझा कॅमेरा जपानी नाही. इथलाच आहे. पण चांगला आहे.

आलम : हो आण ना. मी रोल आणू का?

ललितमोहन : नको. माझ्याकडे रंगीत रोल आहे. वर्गातील मुलांचे रंगीत फोटो काढू या.

सुब्रह्मण्यम् : आपण सरांना सांगू या की मराठी गाण्यांच्या कॅसेट्स आणा. मराठी गाणी ऐकू या.

नंदकुमार : चांगली कल्पना आहे. भोरचं धरण बनेश्वरपासून जवळच आहे. धरणात भरपूर पाणी आहे. आपण भोरला पण जाऊ या.

मुखर्जीबाई : मी येऊ शकणार नाही. माझी जरा अडचण आहे.

रेड्डीबाई : हे बरोबर नाही हं. ये ना तू. खाण्यासाठी इडली, वडे असे मद्रासी पदार्थ घेऊ या. तू बंगाली मिठाया आण. त्या खूपच चवदार असतात.

मुखर्जीबाई : अगं माझा मुलगा आजारी आहे. घरी दुसरं कोणी नाही. पण तुम्ही सारे जा. खूप मजा करा. परवा सहलीबद्दल मला सारं काही सांगा.

7. Cleaning the Classroom : वर्गाची स्वच्छता

TEACHING UNITS

1. **Simple Present Tense**
   (a) **Affirmative.**
   (b) **Negative.**

2. **Polite requests in question form.**

3. **Frequentative Adverbs.**

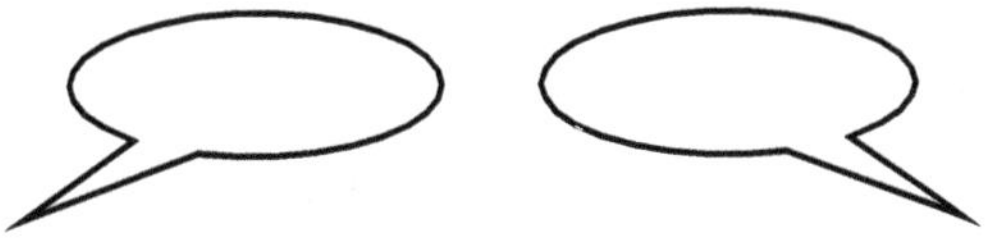

शिक्षक :
मित्रांनो, नमस्कार, आज आपला वर्ग अस्वच्छ का?

रेड्डीबाई :
साहेब, गोविंद वर्ग नीट झाडत नाही.

शिक्षक :
मी गोविंदला विचारतो हं. मुखर्जीबाई जरा, गोविंदला बोलावता का?

मुखर्जीबाई :
हो, बोलावते की, गोविंद, अरे गोविंद, इकडे ये.

गोविंद :
काय साहेब?

Teacher :
Hello friends. Why is our classroom dirty today?

Mrs. Reddy :
Sir, Govind does not sweep the classroom properly.

Teacher :
I will ask Govind (about this); Mrs. Mukharji will you please call Govind?

Mrs. Mukharji :
Sure, I will call him. Govind, Govind, come here.

Govind :
What is it Sir?

शिक्षक :

गोविंद, जरा वर्गाकडे पहा बरं. किती कचरा आहे सगळीकडे! सगळ्या फर्निचरवर धूळ आहे. किती अस्वच्छ आहे सगळं. तू वर्ग दररोज झाडतोस ना?

गोविंद :

हो साहेब, कुणालाही विचारा. मी दररोज वर्ग झाडतो. पण साहेब, वर्गात धूळच फार येते.

शिक्षक :

तू वर्ग किती वेळा झाडतोस?

गोविंद :

एकदाच झाडतो, साहेब.

शिक्षक :

तू वर्ग केव्हा झाडतोस?

गोविंद :

सकाळीच झाडतो साहेब.

शिक्षक :

मराठीचा वर्ग केव्हा असतो?

गोविंद :

संध्याकाळी.

शिक्षक :

मग तू वर्ग संध्याकाळी का झाडत नाहीस?

गोविंद :

संध्याकाळी मी दुसरी कामं करतो, साहेब.

शिक्षक :

संस्थेत तू काय काय कामं करतोस रे?

गोविंद :

सकाळी ७ वाजता येतो, साहेब. ऑफिस उघडतो. सर्व खोल्या झाडतो, भांडी घासतो, पाणी भरतो.

शिक्षक :

आणि संध्याकाळी ?

Teacher :

Govind, please look at the class-room. See the rubbish every where. There is dust on the furniture. How dirty is everything. Do you sweep the classroom every day?

Govind :

Yes Sir, ask anyone. I sweep the class-room every day. But Sir, too much of dust comes in the class-room.

Teacher :

How many times do you sweep the class-room?

Govind :

I sweep it only once Sir.

Teacher :

When do you sweep the class-room?

Govind :

In the morning Sir.

Teacher :

When the class for Marathi is (held) ?

Govind :

In the evening.

Teacher :

Then why don't you sweep the class-room in the evening?

Govind :

I do another duties in the evening Sir.

Teacher :

What work do you do in the institution?

Govind :

I come here at 7 O' clock in the morning. Open the office. I sweep all the rooms, clean the utensils and store water.

Teacher :

And in the evening?

गोविंद :

संध्याकाळी नोटीसबोर्डवर सूचना लिहितो. मीटिंगची तयारी करतो. पाहुणे लोकांना चहा देतो. संस्थेची बाहेरची सगळी कामं करतो.

शिक्षक :

खूपच कामं करतोस तू. तुला दुसरं कुणी मदत करतं का?

गोविंद :

माझी बायको मला मदत करते, साहेब. ती इथे अर्धवेळ काम करते.

शिक्षक :

ती काय काय कामं करते?

गोविंद :

ती सकाळच्या सगळ्या कामात मदत करते.

शिक्षक :

ती संध्याकाळी येत नाही का?

गोविंद :

नाही साहेब, ती संध्याकाळी येत नाही. संध्याकाळी ती घरची कामं करते.

शिक्षक :

ठीक आहे. आता मी सांगतो असं कर. तुम्ही हा वर्ग एकदा सकाळी झाडता. पण वर्गात धूळ फार जमते. उद्यापासून तू हा वर्ग दोनदा झाड.

गोविंद :

ठीक आहे साहेब, उद्यापासून मी वर्ग दोनदा झाडतो.

Govind :

I write notices on the notice-board in the evening. Keep the things ready for the meeting. Serve tea to the guests. I do out-door work of the institution.

Teacher :

You do a lot of things then. Does anybody help you?

Govind :

My wife helps me, Sir. She works here part-time.

Teacher :

What duties does she do here?

Govind :

She helps me in all the morning duties.

Teacher :

Does not she come in the evening?

Govind :

No Sir. She does not come in the evening. In the evening she performs house-hold duties.

Teacher :

All right. Now do as I say. You sweep the class-room in the morning. But too much of dust comes inside the class-room. Tomorrow onwards you sweep this classroom twice.

Govind :

Yes Sir. From tomorrow I will sweep the class-room twice.

📖 GRAMMAR

In lesson No. 4, we have come across many verbal roots and their imperative forms. In this lesson we are introducing simple present tense otherwise known as habitual present. 'त' is present tense marker which is added to the root form and then suffixes indicating number, gender and person are added to it. The verbs in present tense take following NGP marker suffixes.

Person	Gender	Singular	Plural
1st Pers.	M.	ओ	ओ
	F.	ए	
2nd Pers.	M.	ओस	आ
	F.	एस	
3rd Pers.	M.	ओ	आत
	F.	ए	
	N.	अ	

The verb is formed as follows.

R   +   Present Tense Marker   +   NGP Marker

e.g. बस   +   त   +   ओ   = बसतो.

The full conjugation of the verb 'बस' is as follows :

Root 'बस'			
Person	Gender	Singular	Plural
1st Pers.	M.	बसतो	बसतो
	F.	बसते	
2nd Pers.	M.	बसतोस	बसता
	F.	बसतेस	
3rd Pers.	M.	बसतो	बसतात
	F.	बसते	
	N.	बसतं	

Note : Plural forms do not observe gender distinction.

1. For negative statement in the simple present tense, a compound verb form is used. First a participal form is formed by adding अत to the root and then suitable forms of नाही are added after it. Thus the negative forms of the root बस will be as follows.

Root 'बस'

Person	Gender	Singular	Plural
1st Pers.	M.	मी बसत नाही.	आम्ही आपण बसत नाही.
	F.		
2nd Pers.	M.	तू बसत नाहीस.	तुम्ही आपण बसत नाही.
	F.		
3rd Pers.	M.	तो	ते
	F.	ती बसत नाही.	त्या बसत नाहीत.
	N.	ते	ती

Note : The negative forms do not observe any gender distinction.

2. A present tense statement having a subject in second person can be used to express a request. But in that case it has to be expressed in a yes-no type question form i.e. with 'का' at the end. e.g.

तू माझं एक काम करतोस का? (will you please do my work?)

Addition of जरा will clearly indicate that it is definitely a request e.g. तू जरा माझ्याबरोबर येतोस का?

3. The frequentative numerical adverbs showing the number of times the action is repeated are formed by adding 'दा' to the number normally. e.g. एकदा (once), दोनदा (twice), दहादा (on ten occasions). But as the number grows the phrase formed by the addition of the term 'वेळा' to the number, is preferred optionally for denoting the same. e.g. एकवीस वेळा (on twentyone occasions), पन्नास वेळा (on fifty occasions) etc.

✍ DRILLS

(1) Repeat the following setences :

(अ) मी बसतो / मी बसते. — आम्ही बसतो.
तू बसतोस / तू बसतेस. — तुम्ही बसता.
तो बसतो / ती बसते / ते बसतं. — ते/त्या/ती बसतात.

(आ) मी बसत नाही. — आम्ही बसत नाही.
तू बसत नाहीस. — तुम्ही बसत नाही.

ती बसत नाही.	ते	
तो बसत नाही.	त्या	बसत नाहीत.
ते बसत नाही.	ती	

(2) **Change the following imperative sentences into polite request forms by addding "जरा"**

(१) मकरंद, तो टॉवेल दे. _____

(२) सीमा, मकरंदला मदत कर. _____

(३) रावसाहेब, थोडं तिकडे सरका. _____

(४) बाई, हळू बोला. _____

(५) अशोकराव, ते स्टेटमेंट टाईप करा. _____

(६) गुप्तासाहेब, मराठीत बोला. _____

(3) **Change the following imperative sentences into request questions :**

Imperative Sentence	Request Question
मोहन इकडे ये	मोहन जरा इकडे येतोस का?
सीता, पत्र लिही.	
अविनाश, फळा पूस.	
माटेसाहेब, इकडे बसा.	
बशीरभाई, पुस्तक वाचा.	
चौधरी, सगळ्या सभासदांना ही गोष्ट कळवा.	

(4) **Change the following sentences into negative (✋)**

(१) ठाकरे आमच्या बँकेत नोकरी करतो. _____

(२) मॅनेजरसाहेब वेळेवर येतात. _____

(३) आम्ही दररोज मराठी बोलतो. _____

(४) आपण माझ्या घरी येता. _____

(५) तू जलद टायपिंग करतेस. _____

(६) मी चव्हाणसाहेबांशी बोलतो. _____

(७) हा गृहस्थ चांगलं ड्राफ्टिंग करतो. _____

(८) तो खोली झाडतो. _____

(5) **Change the following sentences into affirmative (👍)**

(१) ती नोटीस वाचत नाही. _____

(२) हा दुकानदार भाव कमी करत नाही. _____

(३) ते या लोकांना मदत करत नाहीत. _____

(४) विद्यार्थी मराठी शिकत नाहीत. _____

(५) पुणे विद्यापीठात जपानी शिकवत नाहीत. _____

(६) तुम्ही मराठीत बोलत नाही. _____

(७) मी सभेत भाषण करत नाही. _____

(८) आज मी वर्ग घेत नाही. _____

(6) **Substitute the subject word in the following sentence with the words given :**

मी	नोकरी	करतो.
सरिता	_____	_____
श्यामराव	_____	_____
रेड्डीबाई	_____	_____
तू	_____	_____
आपण	_____	_____
सगळे	_____	_____
त्याची बायको	_____	_____
त्या	_____	_____

(7) **Fill in the gaps with the proper possessive forms derived from the subject words**

Model :

मी _____ कामं करतो.	मी माझं काम करतो.
ते _____ कामं करतात.	_____
ती _____ कपडे धुते.	_____
तो _____ शर्ट घालतो.	_____
तुम्ही _____ फाईल आणा.	_____
त्या _____ शाळेत जातात.	_____

(8) **Write five sentences each on the activities of the following :**

अ) शेतकरी   आ) डॉक्टर   इ) शिक्षक   ई) पोस्टमन   उ) दुकानदार

CONVERSATION

नंदकुमार : मी रोज सकाळी टेकडीवर फिरायला जातो. खूप माणसं येतात तिथं.

ललितमोहन : छान. सकाळी फिरण्यानं तब्येत चांगली राहाते. मन दिवसभर आनंदी राहातं. तुम्ही एकटेच जाता का?

नंदकुमार : नाही. माझा एक मित्र माझ्या घराजवळच राहातो. तो माझ्या घरी येतो आणि मग आम्ही दोघं फिरायला जातो.

ललितमोहन : किती वाजता उठता सकाळी?

नंदकुमार : मी साडेपाचला उठतो. बरोबर सहा वाजता मी आणि माझा मित्र घराबाहेर पडतो. कधी कधी माझी बायको आणि मुलंसुद्धा आमच्याबरोबर येतात. उद्या तुम्ही माझ्याकडे या. आपण सगळे मिळून जाऊ.

ललितमोहन : नको. मी येत नाही.

नंदकुमार : अहो एकदा येऊन तर बघा!

ललितमोहन : छे-छे. मला जमणार नाही.

नंदकुमार : का? तुम्ही सकाळी लवकर उठत नाही? आळशासारखे झोपून राहाता का?

ललितमोहन : मी तर तुमच्यापेक्षा लवकर म्हणजे पहाटे पाचलाच उठतो.

नंदकुमार : मग काय अडचण आहे?

ललितमोहन : अहो, मी प्राध्यापक आहे. तुमच्यासारखा मोठा व्यापारी नाही. माझं कॉलेज सकाळचं आहे; पण सुट्टीच्या दिवशी आपण नक्की जाऊ या सकाळी फिरायला.

8. Party : पार्टी

TEACHING UNITS

(1) **Sentence pattern.**
     Indirect subject + Direct subject + Verb (D. sub.)

(2) **Sentence Pattern.**
     Indirect subject + Direct subject + [R + आयचा (D. sub.)] + आहे.

(3) **The difference between आहे and असतो.**

(4) **Numerical Adjectives showing groups.**

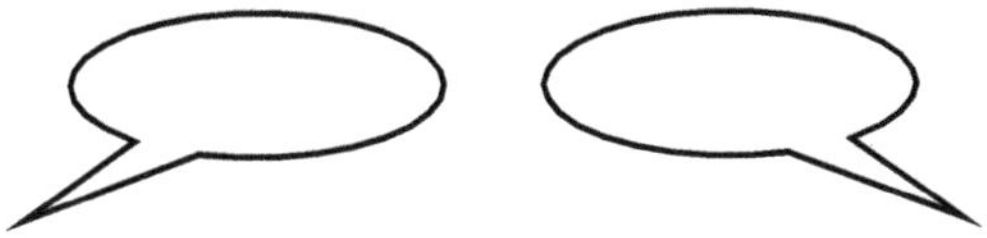

शिक्षक :

मित्रांनो आज माझा वाढदिवस आहे.

ललितमोहन :

आम्ही सर्वजण तुम्हाला शुभेच्छा देतो.

शिक्षक :

मी तुमचा आभारी आहे. आज मला तुम्हांला एक पार्टी द्यायची आहे. पार्टीसाठी आपण एखाद्या हॉटेलात जाऊ या.

आलम :

कोणत्या हॉटेलात ?

Teacher :

Friends, today is my birthday.

Lalitmohan :

We wish you a very happy birthday.

Teacher :

Thank you very much. I want to give you a party. We will go to some hotel for the party.

Alam :

In which hotel?

शिक्षक :	**Teacher :**
तुम्हीच ठरवा ना एखादं चांगलं हॉटेल. मुखर्जीबाई, तुम्हाला कोणतं हॉटेल आवडतं?	You decide and select any good hotel. Mrs. Mukharji, which hotel do you like?
मुखर्जीबाई :	**Mrs. Mukharji :**
आपण मिर्च-मसाला हॉटेलात जाऊ या.	Let us go to Mirch-Masala Hotel.
नंदकुमार :	**Nandkumar :**
मिर्च-मसाला हॉटेलात नको. तिथे मांसाहारी पदार्थ मिळतात. मला मिर्च-मसाला हॉटेल चालत नाही.	No. Not in Mirch-Masala Hotel. Non-vegeterian dishes are served there. Mirch-Masala hotel will not suit me.
रेड्डीबाई :	**Mrs. Reddy :**
मग आपण वाडेश्वर रेस्टॉरंटमध्ये जाऊ या का? ते शाकाहारी आहे आणि स्वच्छही आहे.	Then shall we go to Vadeshwar Restaurant? It is vegeterian and clean also.
आलम :	**Alam :**
वाडेश्वर रेस्टॉरंट कुठे आहे?	Where is Vadeshwar Restaurant?
सुब्रह्मण्यम् :	**Subrahmanyam :**
ते सुभाष चौकात आहे. इथून जवळच पाच मिनिटांच्या अंतरावर आहे. आपण तिथेच जाऊ या.	It is in Subhash square. It is near just a five minutes walk. We will go there only.
शिक्षक :	**Teacher :**
चला तर मग.	O.K. Then let us go.
सुब्रह्मण्यम् :	**Subrahmanyam :**
सर, आपण माझ्या गाडीने जाऊ या.	Sir, we will go by my car.
शिक्षक :	**Teacher :**
काही हरकत नाही.	Doesn't matter.
(सर्वजण वाडेश्वर रेस्टॉरंटजवळ येतात.)	(They all arrive at Vadeshwar restaurant.)
व्रजकिशोर :	**Vrajakishor :**
हे वाडेश्वर रेस्टॉरंट. आज इथे गर्दी दिसत नाही. नाहीतर नेहमी खूप गर्दी असते.	This is Vadeshwar restaurant. There is no rush today. Otherwise it is always very crowded.
सुब्रह्मण्यम् :	**Subrahmanyam :**
आज बरीच टेबलं रिकामी आहे. नेहमी ती भरलेली असतात.	Today there are plenty of vacant tables. Normally, they are occupied.
शिक्षक :	**Teacher :**
चला आपण त्या कोपऱ्यात बसू या. मॅनेजरसाहेब, आम्ही आठजण आहोत. आमची पार्टी आहे.	Come on. We will sit in that corner. Manager, we are eight. We are having a party.

मॅनेजर :

वेटर, त्या कोपऱ्यात ह्यांच्यासाठी टेबलं लावून दे. बसा साहेब तिकडे.

शिक्षक :

बसा सर्वजण. हं कुणाकुणाला काय काय पाहिजे?

सुब्रह्मण्यम् :

आपण सगळे मसाला डोसा घेऊ या.

ललितमोहन :

मला मसाला डोसा आवडत नाही. मला इडली–सांबार पाहिजे.

आलम :

मला पण मसाला डोसा नको. मला पण इडली–सांबार पाहिजे.

शिक्षक :

रेड्डीबाई, तुम्हाला मसाला डोसा आवडतो ना?

रेड्डीबाई :

मला मसाला डोसा आवडतो. पण आज मला टोमॅटो ऑम्लेट हवं.

मुखर्जीबाई :

मला पण टोमॅटो ऑम्लेटच हवं.

शिक्षक :

ठीक आहे. वेटर, आधी दोन इडली सांबार, दोन टोमॅटो ऑम्लेट आणि चार मसाला डोसा आण.

वेटर :

बरं आहे साहेब. गोड पदार्थ नकोत का?

शिक्षक :

आता गोड पदार्थ सांगा. कुणाला काय पाहिजे?

व्रजकिशोर :

इथे गुलाबजाम चांगले मिळतात. आपण सगळे गुलाबजामच घेऊ या.

Manager :

Waiter, arrange tables in that corner for these gentlemen. Sir, be seated there.

Teacher :

Be seated all of you. Tell me what each one of you would like to have?

Subrahmanyam :

Let us eat Masala Dosa.

Lalitmohan :

I do not like Masala Dosa. I want Idli-sambar.

Alam :

I too do not like Masala Dosa. I will also have Idli-Sambar.

Teacher :

Mrs. Reddy, you like Masala Dosa, I suppose?

Mrs. Reddy :

I like Masala Dosa. But today I will have Tomato Omelet.

Mrs. Mukharji :

I also want Tomato Omelet.

Teacher :

All right. Waiter, first bring two plates Idli Sambar, two plates of Tomato Omelet and four Masala Dosa.

Waiter :

Yes Sir. What about the sweet-dish?
(lit. Don't you want sweet-dish?)

Teacher :

Now order the sweet dish. What shall I order fot you ? (lit. Who wants What?)

Vrajakishor :

Here the Gulabjams are delicious. We all will have Gulabjams.

नंदकुमार :

गुलाबजाम माझी हरकत नाही.

शिक्षक :

वेटर, आठ गुलाबजाम आण. आता शेवटी काय पाहिजे? गरम पेय की थंड पेय ?

मुखर्जीबाई :

आता थंडीचे दिवस आहेत. आपण गरम पेयच घेऊ या.

रेड्डीबाई :

मला कॉफी हवी.

सुब्रह्मण्यम् :

मला पण कॉफी हवी.

नंदकुमार :

मला चहा हवा.

शिक्षक :

ठीक आहे, वेटर दोन कॉफी आणि सहा चहा आण.

ललितमोहन :

वा:! पार्टी तर छान झाली. आम्ही तुम्हाला धन्यवाद देतो.

मुखर्जीबाई :

तुम्हाला पुन्हा एकदा आमच्या शुभेच्छा!

शिक्षक :

आभारी आहे.

Nandkumar :

I won't mind to have Gulabjam.

Teacher :

Waiter, bring eight plates Gulabjam. What would you like to have last? Hot drink or cold drink?

Mrs. Mukharji :

These are winter days. We will like to have Hot drink.

Mrs. Reddy :

I want coffee.

Subrahmanyam :

I too want coffee.

Nandkumar :

I will have tea.

Teacher :

O. K. waiter, bring two coffee and six (cups of) tea.

Lalitmohan :

The party was very nice. We thank you for this.

Mrs. Mukharji :

Very best wishes once again.

Teacher :

Thank you.

📖 GRAMMAR

1. In Marathi and many other Indian languages there is a special kind of sentence pattern. In that the verb expects two subjects viz. direct subject and indirect subject. The indirect subject is an agency through which the verb action is revealed. It always takes post-position ला in singular and ना in plural. The direct subject is actually an object of that action. But since it governs the form of the verb it is called the direct subject. See the following sentences.

मला दूध आवडतं.   I like milk.

तिला चहा आवडतो.   She likes tea.

| त्याला तू आवडतोस. | He likes you (mas.) |
| मुलांना खाऊ आवडतो. | Boys like sweetmeats. |

Here the words मला, तिला, त्याला, मुलांना are indirect subjects. While दूध, चहा, तू, खाऊ are direct subjects. The verb changes according to the number, gender and person of the direct subject. The indirect subject does not affect the form of the verb. Here are some sentences with other verbs.

तुला मराठी येतं.	You know Marathi.
मोहनला जपानी कळतं.	Mohan understands Japanese.
तुम्हांला तो दिवस आठवतो.	You remember that day.
तिला आपलं बोलणं समजतं.	She understands our talk.
त्याला आनंद होतो.	He feels happy.
त्यांना काळजी वाटते.	He feels worried.
मला माझे मित्र भेटतात.	I meet my friends.
गोविंदला भूत दिसतं.	Govind sees a ghost.
त्याला खूप पैसे मिळतात.	He gets a lot of money.
मला साड्या पाहिजेत.	I want saris.
तिला ही साडी नको.	She does not want this sari.
आम्हांला पार्टी हवी.	We want a party.
आपल्याला कॉफी चालते.	Coffee suits our choice.
मला चहात जास्त साखर लागते.	I require more sugar in (my) tea.

The roots ये, कळ, आठव, समज, हो, वाट, भेट, दिस, मिळ, चाल, लाग are the verbs which expect two subjects. They are conjugated in all persons, genders and numbers. But पाहिजे is defective in conjugations. Sometimes the auxiliary verb आहे is used to make up the deficiency. Here is the conjugation of पाहिजे.

पाहिजे		
Person	Singular	Plural
1st person	मी पाहिजे.	आम्ही पाहिजे. (आहोत)
2nd person	तू पाहिजेस.	तुम्ही पाहिजेत. (आहात) (तुम्ही पाहिजे आहात)
3rd person	तो/ती/ते पाहिजे.	ते/त्या/ती पाहिजेत. पाहिजे आहेत.

Note : There is no gender distinction for this verb.

हवा is a verb having adjectival base. It may be used by itself or along with the forms of the auxiliary आहे. See the following sentences.

मला	चहा	हवा	(आहे)	मला	तू	हवास.
मला	कॉफी	हवी	(आहे)	आम्ही	हवे	आहोत.
मला	दूध	हवं	(आहे)	मला	तू	हवीस.
मला	आंबे	हवे	(आहेत)/हवेत.	तुम्ही	हवे	आहात.
मला	चिंचा	हव्या	(आहेत)/हव्यात.			
मला	अंडी	हवी	(आहेत)/हवीत.			

The negative of पाहिजे or हवा is नको. Like पाहिजे it has got only three forms. I and III pers. sing. नको, II pers. sing. नकोस, I, II and III pers. pl. नकोत. See the following sentences.

मला	तू नकोस. (नको आहेस)	नको
मला	चहा/कॉफी/दूध नको. (आहे)	नकोय
मला	आंबे/चिंचा/अंडी नकोत. (नको आहेत)	नकोयत

2. There are some verbs which take only indirect subject. There is no direct subject to govern their form. Hence, they are always in third person singular. e.g.

मला करमतं.	I feel occupied.
मला मळमळतं.	I feel a vomitting sensation.
मला उकडतं.	I feel hot.

3. See the following sentences.

(A)	त्याला बाहेर जायचं आहे.	He wants to go out.
	त्याला तुमच्याबरोबर यायचं आहे.	He wants to come with you.
(B)	त्याला सिनेमा पहायचा आहे.	He wants to see a movie.
	त्याला सर्कस पहायची आहे.	He wants to see a circus.
	त्याला नाटक पहायचं आहे.	He wants to see a drama.
(C)	आज आमच्याकडे पाहुणे यायचे आहेत.	Some guests are going to come to us.

Here also we find the sentences with the indirect subject. In (A) there are no direct subjects while in (B) there are direct subjects, which affect the verbal form. This is a new type of sentence pattern, viz.

Indirect subject + (direct subject) + [R + आयचा (varies according to d.sub.) + आहे]

If the direct sujbect is absent, then the verbal form viz. (R + आयचा आहे) is neuter singular. This type of sentences expresses the intention of the person (indirect subject). Some times it expresses prospective sense also. e.g. उद्या मला गावाला जायचं आहे.

Sometimes the verbal form (R + आयचा + आहे) is used to express future events also as in C. In that case the construction does not require indirect subject.

4. आहे and असतो are copular verbs meaning 'to be.' But their usages are different. आहे indicates the particular orindividual state of affairs, while असतो expresses the general or habitual

state of affairs. e.g.चिंच आंबट असते means 'a tamarind is normally sour.'

But,

'ही चिंच गोड आहे.' means 'this tamarind is sweet.'

'इथे नेहमी गर्दी असते.' means 'normally this place is crowded.'

But,

'आज हे हॉटेल रिकामं आहे.' means 'today this hotel is empty.'

नाही and नसतो are the negative forms of आहे and असतो respectively. Same rule applies to these also. e.g.

'तो आज घरात नाही.' means 'he is not at home to day', but

'तो घरात नसतो' means 'normally he does not remain at home.'

5. When a group of persons is to be mentioned collectively, their number is expressed with collective numerical adjectives. The adjectives are formed by adding जण (m). जणी (f.) जणं (n.) to the cardinal numbers. In the case of two to four, they have special forms viz. दोघे, तिघे, चौघे etc. All these collective numerical adjectives are in plural and vary according to the gender. Generally neuter number is used for the mixed group. e.g.

दोघे मित्र,	दोघी मैत्रिणी,	दोघं बहीणभाऊ
पाचजण (मित्र)	पाचजणी (मैत्रिणी)	पाचजणं (मुलं व मुली)

✍ DRILLS

(1) Repeat the following sentences.

(A)	मला	नाटक	आवडतं.	मला नाटकं आवडतात.
	मला	सर्कस	आवडते.	मला सर्कशी आवडतात.
	मला	सिनेमा	आवडतो.	मला सिनेमे आवडतात.
(B)	मला	चहा	आवडतो.	
	आम्हांला	चहा	आवडतो.	
	तुला	चहा	आवडतो.	
	तुम्हांला	चहा	आवडतो.	
	त्याला	चहा	आवडतो.	
	तिला	चहा	आवडतो.	
	त्यांना	चहा	आवडतो.	

(2) Substitute the bold letter word in the following sentence with those given below.

    (A)   सुरेखाला   **दुकान**   दिसतं.

                           दुकानाची पाटी   _____

                           दुकानाचा मालक   _____

                           साड्या   _____

                           वाहनं   _____

                           पुष्कळ लोक   _____

                           आम्ही   _____

                           तुम्ही   _____

                           तू (fem.)   _____

    (B)   **अरविंदला**   रजा   पाहिजे

              ते (pl.)   _____

              आपण   _____

              श्री. साने   _____

              गोविंदराव   _____

              प्रमिलाताई   _____

              तू   _____

              त्या   _____

              तो   _____

              ती   _____

              आम्ही   _____

              तुम्ही   _____

(3) Change the following sentences into negative. (☞)

        त्याला संस्कृत येतं.

        आम्हाला आमच्या मुलांची काळजी वाटते.

        मला लहानपणच्या कविता आठवतात.

        वाचनालयात ते मला दररोज भेटतात.

        त्याला व्यवहार कळतो.

        मला कॉफी कडक लागते.

        सुरेशला रशियन समजतं.

        अविनाशला खूप पैसे मिळतात.

त्याला दूध पाहिजे.

तिला दुःख होतं.

तुम्हाला उकडतं का?

(4) Rewrite the following sentences using the pattern 'R + आयचा आहे.'

तो गावाला जातो. _____

अमिताभ खूप मोठा होतो. _____

तो बक्षिसं मिळवतो. _____

सुरेश मंत्री होतो. _____

आम्ही खूप पोहतो. _____

ती काहीतरी सांगते. _____

मी हे पुस्तक वाचतो. _____

सीता पुष्कळ स्वेटर विणते. _____

मी लवकर उठते. _____

आम्ही गोष्ट ऐकतो. _____

N.B.   हो + आयचा = व्हायचा

(5) Rewrite the following sentences replacing the pattern 'R + आयचा आहे' with Simple Present tense.

त्याला खूप काम करायचं आहे. _____

रमेशला ऑफिसर व्हायचं आहे. _____

आम्हांला सिंहगड पहायचा आहे. _____

तुला अनूप जलोटाची भजनं ऐकायची आहेत. _____

त्यांना क्रिकेट खेळायचं आहे. _____

सीताला स्वयंपाक करायचा आहे. _____

आपल्याला बँकेत पैसे भरायचे आहेत. _____

तुम्हांला कुठे जायचं आहे? _____

त्याला लग्न करायचं नाही. _____

मला डॉक्टरला पैसे द्यायचे आहेत. _____

(6) Rewrite the following sentences using the forms of 'हवा' in the place of forms of पाहिजे.

मला गोष्टींची पुस्तकं पाहिजेत. _____

तुम्हांला वर्तमानपत्र पाहिजे का? _____

त्याला दहा रुपये पाहिजेत. _____

अशोकला सरकारी नोकरीच पाहिजे. _____

श्री. सान्यांना मोठं घर पाहिजे. _____

सीमाला साड्या पाहिजेत. _____

श्रीमती कुलकर्णींना एक छानसा फ्लॅट पाहिजे. _____

(7) Rewrite the following sentences using the proper forms of the verbs given in the brackets.

सीता पुस्तक वाचते. (आवड) ____________

तो जर्मन बोलतो. (कळ) ____________

त्याला साप दिसतो. (पहा) ____________

त्यांना काळजी वाटते. (कर) ____________

तुम्ही कविता म्हणता. (आठव) ____________

मला जेवणानंतर विश्रांती लागते. (घे) ____________

मला मांसाहारी जेवण चालतं. (हवा) ____________

तो खूप कामं मिळवतो. (मिळ-) ____________

तुम्हांला ही सायकल नको. (विकत घे) ____________

सतीशला पश्चात्ताप होतो. (कर) ____________

(8) Use the correct verbs from the options given below.

हा गूळ गोड आहे / असतो.

आज हवा छान आहे / असते.

इथे हवा नेहमी छान आहे / असते.

संभाजी पार्कमध्ये नेहमी खूप गर्दी आहे / असते.

आज सिनेमाला गर्दी नाही / नसते.

तुमच्याजवळ पाच रुपये आहेत / असतात का?

त्रिकोणाला तीन कोन आहेत / असतात.

डिसेंबरमध्ये माथेरानला नेहमी थंडी असते / आहे.

(9) Use the numerical forms showing groups in the following sentences.

त्या (२) ____________ मैत्रिणी शाळेत जातात.

ती (२) ____________ नवराबायको सिनेमा पहातात.

आम्ही (४)____________ मित्र वर्गणी गोळा करतो.

आमच्या वॉर्डात (४) ____________ निवडणुकीसाठी उभे आहेत.

तुम्ही (६) ____________ (स्त्री) इथे काय करता?

रमेश, सीता आणि गोविंदराव ही (३) ____________ मोटारीने ऑफिसला जातात.

आपण त्या (३)____________ ना विचारू या.

मी त्या (२) (स्त्री)____________ बरोबर बाहेर जाते.

CONVERSATION

(About the Wedding Ceremony)

सुब्रह्मण्यम् : आज वर्गासमोर किती गर्दी आहे. काय आहे समोरच्या बिल्डिंगमध्ये?

ललितमोहन : तिथे लग्न-समारंभ आहे. म्हणून तिथे खूप गर्दी आहे.

सुब्रह्मण्यम् : मला एकदा महाराष्ट्रातला लग्न-समारंभ बघायचा आहे. लग्नातलं जेवण जेवायचं आहे.

ललितमोहन : तू सरांना तसं सांग. त्यांच्या ओळखीनं आपण सगळे एका लग्नाला जाऊ या.

सुब्रह्मण्यम् : अहो मुखर्जीबाई, तुम्ही महाराष्ट्रात खूप दिवस राहाता ना? मग आम्हाला महाराष्ट्रातल्या लग्नाचं वर्णन करून सांगा.

मुखर्जीबाई : सांगते. लग्न बहुधा सकाळीच लागतं. पुरोहित मंत्र म्हणतात. वधू-वरांच्यामध्ये कापडाचा पडदा धरलेला असतो. त्याला अंतरपाट म्हणतात. लग्नापूर्वी मंगलाष्टकं म्हणतात. नंतर अंतरपाट दूर करतात आणि वधू-वर एकमेकांना हार घालतात. नंतर धार्मिक विधी होतात, कन्यादान होतं. दुपारी सर्वांना जेवण असतं आणि संध्याकाळी स्वागत-समारंभ असतो.

ललितमोहन : किती दिवस असतो लग्न-समारंभ?

मुखर्जीबाई : हल्ली तरी एकच दिवस असतो. पूर्वीचं मला काही माहीत नाही.

सुब्रह्मण्यम् : हुंडा-बिंडा घेतात की नाही?

मुखर्जीबाई : तोंडानं सारेजण म्हणतात आम्ही हुंडा घेत नाही. पण मुलीचा पैसा त्यांना आवडतो. कुणाला गाडी हवी असते. कुणाला दागिने हवे असतात. कुणाला टी.व्ही. हवा असतो.

सुब्रह्मण्यम् : म्हणजे आमच्याकडच्या लग्नांसारखंच आहे की!

मुखर्जीबाई : हो; पण स्त्री आणि पुरुष जर सारखे आहेत, तर ही पद्धत बदलायला हवी.

9. Programme of Viewing a Movie : सिनेमाचा कार्यक्रम

```
                    TEACHING  UNITS

        1.    Present Continuous Tense.
              (a) affirmative.
              (b) negative.
        2.    Vocative Particles.
              अरे, – रे; अहो, – हो
              अग, – ग; अहो, हो.
        3.    Fractional Numerals.
```

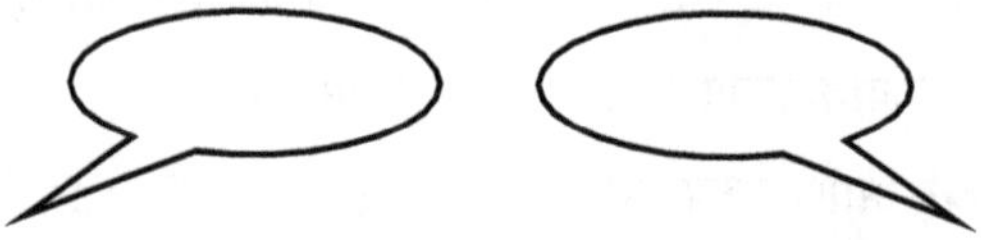

मुखर्जीबाई :	**Mrs. Mukharji :**
हॅलो, कोण बोलतं आहे?	Hello, who is speaking?
गोविंद :	**Govind :**
हॅलो, मी गोविंद बोलतो आहे. मराठी वर्गाचा शिपाई. मुखर्जीबाई आहेत का?	Hello, I am Govind speaking. The peon of the Marathi class. Is Mrs. Mukharji there?
मुखर्जीबाई :	**Mrs. Mukharji :**
मी शारदा मुखर्जीच बोलते आहे. काय रे गोविंद, काय म्हणतो आहेस?	I am Sharda Mukharji speaking. Govind, what do you say?
गोविंद :	**Govind :**
इथे मराठी वर्गाचे सगळे साहेबलोक आलेले आहेत. माझ्याशेजारी हे नंदकुमार उभे आहेत. ते तुमच्याशी बोलताहेत. त्यांच्याबरोबर बोला.	All the gentlemen from Marathi class are here. Nandkumar is standing by my side. He wants to speak to you. Speak to him.

नंदकुमार :

हॅलो, मुखर्जीबाई, नमस्कार. तुमची तब्येत कशी काय आहे ?

मुखर्जीबाई :

एकदम छान ! तुम्ही काय म्हणताहात ?

नंदकुमार :

अहो, इथे आम्ही सगळे सिनेमाचा कार्यक्रम ठरवतो आहोत. एक चांगला मराठी सिनेमा पाहू या, असं सगळेजण म्हणताहेत.

मुखर्जीबाई :

कोणता सिनेमा ?

नंदकुमार :

'उंबरठा' नाहीतर 'चटकचांदणी.'

मुखर्जीबाई :

'चटकचांदणी' कुठे आहे ?

नंदकुमार :

डेक्कन टॉकीजला.

मुखर्जीबाई :

नको बाबा. 'उंबरठा' कुठे आहे ?

नंदकुमार :

प्रभात टॉकीजला.

मुखर्जीबाई :

मग आपण प्रभातलाच जाऊ या की ! उंबरठा कसा आहे ?

नंदकुमार :

मला माहीत नाही. पण खूप चांगला सिनेमा आहे, असं ललितमोहन म्हणतो आहे. आपले जोशीसाहेब पण तसंच सांगताहेत.

मुखर्जीबाई :

जोशीसाहेब बरोबर येताहेत का ?

नंदकुमार :

जोशीसाहेब येत नाही आहेत. पण कामतबाई येताहेत.

Nandkumar :

Hello, Mrs. Mukharji, how are you feeling now?

Mrs. Mukharji :

Very fine, what is it that you want to say? (lit. What do you say?)

Nandkumar :

We are planning to go for a movie. All are saying that we shall see a good Marathi movie.

Mrs. Mukharji :

Which movie?

Nandkumar :

Umbaratha or Chaṭakchāndaṇi.

Mrs. Mukharji :

In which theatre Chaṭakchāndaṇi is being shown.

Nandkumar :

In Deccan talkies.

Mrs. Mukharji :

Oh, no. Where is Umbaratha (running)?

Nandkumar :

In Prabhat ṭalkies.

Mrs. Mukharji :

Then we will go to Prabhat. How is Umbaratha?

Nandkumar :

I do not know. But Lalitmohan is saying that it is very good. Mr. Joshi is also telling the same thing.

Mrs. Mukharji :

Is Mr. Joshi accompanying us?

Nandkumar :

No, Mr. Joshi is not coming. But Mrs. Kamat is coming (with us).

मुखर्जीबाई :
तुम्ही जोशीसाहेबांना पण आग्रह करा की!

नंदकुमार :
तुम्ही तरी अगोदर या. मग बघू या.

मुखर्जीबाई :
या सिनेमात कोण कोण कामं करताहेत हो?

नंदकुमार :
मला नक्की माहीत नाही. पण स्मिता पाटील नायिकेची भूमिका करते आहे आणि गिरीश कर्नाड नायकाची.

मुखर्जीबाई :
पण हा गिरीश कर्नाड मराठी बोलतो का हो?

ललितमोहन :
सिनेमा मराठी आहे. त्यात तो कन्नड बोलत नाही, हे नक्की.

मुखर्जीबाई :
त्याला मराठी येत आहे. आणि आपल्याला मात्र मराठी येत नाही आहे. मला तर बाई मराठीबद्दल आत्मविश्वासच वाटत नाही आहे. हा सिनेमा मला समजायचा पण नाही.

ललितमोहन :
तुम्ही काळजी करू नका. हा सिनेमा सहज समजतो. तुम्ही लवकर निघा.

मुखर्जीबाई :
सिनेमा किती वाजता सुरू होतो?

ललितमोहन :
सिनेमा बरोबर साडेसहाला सुरू होतो. आपल्याला बरोबर सव्वासहाला निघायचं आहे. तुम्ही त्यापूर्वी या.

मुखर्जीबाई :
हो. मी लगेच निघते. अच्छा.

Mrs. Mukharji :
Why don't you convince Mr. Joshi?

Nandkumar :
You first come here. Then we will see (What to do).

Mrs. Mukharji :
Who are acting in this film?

Nandkumar :
I am not sure. I think Smita Patil is playing the heroine and Girish Karnad is the hero.

Mrs. Mukharji :
Does Girish Karnad speak Marathi?

Lalitmohan :
It is a Marathi movie. Definitely he is not speaking Kannad in that (film).

Mrs. Mukharji :
He can speak Marathi but we cannot speak Marathi. I am not confident of speaking in Marathi. I may not be able to follow this movie.

Lalitmohan :
Don't worry about this. This film is easy to follow. You start immediately.

Mrs. Mukharji :
At what time the movie starts?

Lalitmohan :
The movie starts at half past six. We will leave exactly at quarter past six. You come here before that.

Mrs. Mukharji :
Yes. I am leaving just now. Buy-Bye.

 **GRAMMAR**

1. Simple present tense is used to denote the regular actions i.e. recurring regularly while continuous present denotes continuous actions at a particular point of time. This tense is formed by adding the forms of 'आहे' to the forms of simple present tense.

e.g. Forms of 'बस' in continuous present tense.

Forms of 'बस'			
Person	Gender	Singular	Plural
1st Pers.	M.	मी बसतो आहे.	आम्ही/आपण बसतो आहोत.
	F.	मी बसते आहे.	
2nd Pers.	M.	तू बसतो आहेस.	तुम्ही/आपण बसताहात.
	F.	तू बसते आहेस.	
3rd Pers.	M.	तो बसतो आहे.	ते बसताहेत.
	F.	ती बसते आहे.	त्या बसताहेत.
	N.	ते बसतं आहे.	ती बसताहेत.

In hurried speech 'आहे' forms are contracted to 'य' forms as follows.

Hurried Speech 'आहे' → 'य'			
Person	Gender	Singular	Plural
1st Pers.	M.	मी बसतोय.	आम्ही/आपण बसतोय.
	F.	मी बसतेय.	
2nd Pers.	M.	तू बसतोयस.	तुम्ही/आपण बसताय.
	F.	तू बसतेयस.	
3rd Pers.	M.	तो बसतोय.	ते बसतायेत.
	F.	ती बसतेय.	त्या बसतायेत.
	N.	ते बसतंय.	ती बसतायेत.

In written language the continuous present tense takes another form. The 'आहे' forms are added to the verbal indeclinable formed by R + अत. e.g.

Person	Singular	Plural
1ˢᵗ Pers.	मी बसत आहे.	आम्ही/आपण बसत आहोत.
2ⁿᵈ Pers.	तू बसत आहेस.	तुम्ही/आपण बसत आहात.
3ʳᵈ Pers.	तो/ती/ते बसत आहे.	ते/त्या/ती बसत आहेत.

Note : There is no gender distinction in written variety.

The negative forms of continuous present tense are formed by adding आहे forms to the negative of simple present tense. e.g.

Person	Singular	Plural
1ˢᵗ Pers.	मी बसत नाही आहे.	आम्ही/आपण बसत नाही आहोत.
2ⁿᵈ Pers.	तू बसत नाही आहेस.	तुम्ही/आपण बसत नाही आहात.
3ʳᵈ Pers.	तो/ती/ते बसत नाही आहे.	ते/त्या/ती बसत नाही आहेत.

2. Whenver persons are being addressed, vocative particles are used to attract his/her/their attention. There are three vocative particles in Marathi viz. अरे, अग, and अहो. 'अरे' is used for Masculine nouns in singular or actual plural forms of originally singular nouns.

अरे मोहन,
अरे मुला   or   अरे मुलांनो

'अगं' is used for feminine nouns in singular or actual plural oblique forms of the nouns singular forms. e.g.

अगं सीता
अगं मुली   अगं मुलींनो

The nohorific plurals or plurals of honorific terms take अहो before address.
अहो रावसाहेब/राणीसाहेब/अहो राजे हो.

When these three forms viz. अरे, अगं and अहो are used in non-initial position in a sentence the initial 'अ' is dropped. e.g.

काय रे मोहन,   कुठे जातोस रे?
काय गं सीता,   कुठे जातेस गं?
काय हो गणपतराव   कुठे जाता हो?

3. The fractional numerals are given in the appendix. A at the end.

✍ DRILLS

(1) Repeat the following.

(A) मी बसतो आहे.

शीला पुस्तक वाचते आहे.

आम्ही मराठी शिकतो आहोत.

त्याला पुणं आवडत आहे.

तुम्ही फार. बोलताहात.

तो टी.व्ही. बघतो आहे.

गोपाळ गाणं म्हणतो आहे.

(B) मी पुस्तक वाचत नाही आहे.

तो व्यायाम करत नाही आहे.

आम्ही जर्मन शिकत नाही आहोत.

ते पत्र लिहीत नाही आहेत.

तुम्ही गाणं म्हणत नाही आहात.

त्या कपडे धूत नाही आहेत.

(C) अरे गोपाळ, ऊठ आणि तोंड धू.

मोहन, मी उद्या तुझ्याकडे येतो रे.

अग सरिता, अभ्यास करतेस की नाही?

आई, मला जेवायला वाढ ग.

अहो बाबा, जरा माझं म्हणणं ऐकता का?

गोपाळराव, उद्या सकाळी कुठे बाहेर जाऊ नका हो.

(2) Change the following sentences into continuous present.

रमेश मोटार चालवतो. _____

तुम्ही खोटं बोलता. _____

त्या मुली क्रिकेट खेळतात. _____

आम्ही सहलीला जातो. _____

मी फोनवरून बोलते. _____

गोपाळराव मुलांना शिकवतात. _____

आई स्वयंपाक करते. _____

(3) Change the following sentences into affirmative. (👆)

ते मूल रडत नाही आहे. _____

आम्ही दिल्लीला जात नाही आहोत. _____

तुम्ही कामं करत नाही आहात. _____

तो उद्या इथे येत नाही आहे. ____________________

ती वर्तमानपत्रं वाचत नाही आहे. ____________________

त्याला कविता समजत नाही आहे. ____________________

तुला हे गणित कळत नाही आहे का? ____________________

(4) Change the following sentences using hurried speech-forms in the place of regular continuous present forms.

ती आनंदाने नाचते आहे. ____________________

आम्ही तुला सांगतो आहोत. ____________________

काय गोपाळराव, काय करताहात? ____________________

तू बाजारात जातो आहेस का? ____________________

मीनाताई टायपिंग शिकताहेत. ____________________

आपण गंमत पाहत आहोत. ____________________

तुम्ही या देशात राहाताहात. ____________________

N.B. या = optional form of ह्या.

(5) Substitute the bold letter forms in the following sentence with proper forms of phrases given below.

सुहास **बाजारात जातो आहे.**

चेंडू खेळ ____________________

अभ्यास कर ____________________

फोनवर बोल ____________________

कपडे धू ____________________

वहीत लिही ____________________

जेवण कर ____________________

गाणं म्हण ____________________

(6) Substitute the subject word in the following sentence with the nouns given below.

ती रेडिओ ऐकते आहे.

तू (mas.) ____________________

सुरेश ____________________

सुरेखाताई ____________________

वसंतराव ____________________

आम्ही ____________________

आपण (1st Pers.) ____________________

तुम्ही ____________________

मी (fem.) ____________________

(7) Read the following orders and then answer the next questions imaging yourselves to be the persons addressed.

रमेश ऊठ, तू काय करतो आहेस?

शीला उभी रहा. तू काय करते आहेस?

रेड्डीबाई, तुम्ही फाईल आणा. तुम्ही काय करताहात?

शलाका आणि उल्का, तुम्ही पाहुण्यांचं स्वागत करा. तुम्ही काय करता आहात?

मोहन आणि सुरेश, तुम्ही पाहुण्यांना ऑफिस दाखवा. तुम्ही काय करताहात?

गोपाळराव, तुम्ही फोनवर बोला. तुम्ही काय करताहात?

(8) Fill in the blanks with appropriate forms in the present continuous tense of the roots in the brackets.

तो सर्वांना ______ (विचार-)

त्या स्वेटर ______ (वीण -)

तू खोटं ______ (बोल -)

ते पाखरू सारखं ______ (ओरड-)

संध्या आणि शीला हॉकी ______ (खेळ-)

मोहिनी नृत्य ______ (शिक -)

सरितातार्इ फ्रेंच ______ (शिकव-)

आम्ही आता बाहेर ______ (जा-)

श्री. आपटे मोटार ______ (चालव-)

तुम्ही नाटकात काम ______ (कर -)

(9) Fill in the gaps with the appropriate pronouns.

___ कपड्यांना इस्त्री करतो आहे.

___ सिनेमा पहाताहेत.

___ काम चांगलं करत नाही आहेस.

___ ऑफिसात पुस्तकं वाचतो आहेस.

___ चहा पीत नाही आहात.

___ स्वयंपाक करते आहे.

___ गिऱ्हाइकाशी बोलतो आहे.

___ गाडी चांगली चालवताहात.

___ आकाशात उडतं आहे.

___ कपाट उघडते आहेस.

CONVERSATION

(About the Rain)

शिक्षक : मित्रांनो, आज मी तुम्हाला वर्गात मराठी शिकवत नाही आहे. सारे जण वर्गाच्या बाहेर या. आपण इथेच मराठी शिकू या.

आलम : चला सारे जण. आपल्याला वर्गाबाहेर बोलवताहेत.

शिक्षक : मित्रांनो, इथे गॅलरीत या आणि बघा पाऊस किती छान पडतो आहे. आकाशात विजा चमकताहेत आणि ढगांचा गडगडाट होतो आहे. गार वारे वाहताहेत.

ललितमोहन : छपरावर पावसाचा किती मोठा आवाज येतो आहे. आपलं बोलणं एकमेकांना नीट ऐकू येत नाही आहे.

सुब्रह्मण्यम् : आम्हाला तर तुमचं बोलणं चांगलं ऐकू येतंय. तुम्ही तुमचे कान तपासून घ्या हो.

ललितमोहन : अहो सुब्रह्मण्यम्, माझे कान अगदी ठीक आहेत. पण मी जास्त बोलत नाही. कारण मला तुमच्याशी भांडण करायचं नाही आहे.

शिक्षक : तुमचा हा निर्णय चांगला आहे. काय हो मुखर्जीबाई, तुम्ही वर्गात काय करताहात? बाहेर या आणि आमच्याबरोबर पावसाची गंमत बघा.

मुखर्जीबाई : बापरे! रस्त्यावर किती पाणी वाहतं आहे. पण आता पाऊस थांबतो आहे. म्हणूनच मुलं घरातून बाहेर पडताहेत आणि पाण्यात खेळताहेत. मला पण पाण्यात खेळायला आवडतं.

शिक्षक : मग तासाला बसू नका आणि पाण्यात खेळायला जा.

आलम : आकाशात इंद्रधनुष्य दिसतं आहे. किती बरं वाटतं आहे नाही? अशा हवेत फिरायला मला खूप आवडतं. सर, आज तासाला सुट्टी देता का हो?

10. Morning Walk : सकाळचं फिरणं

TEACHING UNITS

1. **Habitual Present Tense.**

2. **Indirect subject, R + आयचा (v. object) आहे forms.**

3. **Use of R + आयला to convey purpose.**

4. **Adverbial adjectives i.e. adjectives derived from adverbs.**

5. **Adverbs derived from adverbs.**

ललितमोहन :

अहो सुब्रह्मण्यम्, आज इकडे कुणीकडे?

सुब्रह्मण्यम् :

मला पण हाच प्रश्न तुम्हांला विचारायचा आहे.

ललितमोहन :

अहो, मी या भागातच राहतो, ते पहा माझं घर. चहाला येताय का?

सुब्रह्मण्यम् :

आता नको. आता मी फिरायला चाललो आहे.

ललितमोहन :

तुम्ही दररोज फिरायला जात असता का?

Lalitmohan :

Mr. Subrahmanyam, how is it that you are here today?

Subrahmanyam :

I wish to ask you the same question.

Lalitmohan :

I stay in this area. See, that is my house. Will you come and have a cup of tea?

Subrahmanyam :

Not now. I am going for a walk.

Lalitmohan :

Do you regularly go for a walk?

सुब्रह्मण्यम् :

नेहमी नाही. पण हिवाळ्यात मात्र मी नियमितपणे फिरायला जात असतो. मला फिरायला जायला आवडतं.

ललितमोहन :

तुम्ही एकटेच जात असता का?

सुब्रह्मण्यम् :

नाही. नेहमी माझी बायकोही येत असते. पण आज तिला घरातली कामं खूप आहेत. म्हणून मी एकटाच जातो आहे.

ललितमोहन :

तुम्ही फिरायला कुठे जात असता?

सुब्रह्मण्यम् :

मी पर्वतीला जात असतो.

ललितमोहन :

तुम्हाला पर्वती फार आवडते वाटतं.

सुब्रह्मण्यम् :

मला पर्वती खरोखरच फार आवडते. मी तिथे सकाळीच जात असतो. त्यावेळचं तिथलं दृश्य फार पाहण्यासारखं असतं.

ललितमोहन :

ते इतकं सुंदर आहे का?

सुब्रह्मण्यम् :

अनेक लोक पर्वती चढत असतात. त्यात तरुण असतात, वृद्ध असतात, स्त्रिया असतात, लहान मुलं असतात.

ललितमोहन :

हे सगळे लोक तिथे कशासाठी जात असतात?

सुब्रह्मण्यम् :

तरुण तिथे व्यायामासाठी जात असतात. वृद्ध आणि भाविक लोक दर्शनासाठी जात असतात. लहान मुलं खेळायला जात असतात. माझ्यासारखे अनेक लोक तिथे फिरायला जातात.

ललितमोहन :

आणखी कशामुळे तुम्हाला पर्वती आवडते?

Subrahmanyam :

Not always. But in winter I regularly go for a walk. I like to go for a walk.

Lalitmohan :

Do you go alone?

Subrahmanyam :

No. Usually my wife accompanies me. But today she is having a lot of household work. So I am going alone.

Lalitmohan :

Where do you go for a walk?

Subrahmanyam :

I go to Parvati (Name of a hill).

Lalitmohan :

It seems that you like Parvati.

Subrahmanyam :

True! I like Parvati. In the morning I regularly go there. The sight there is worth seeing at that time.

Lalitmohan :

Is it all that beautiful?

Subrahmanyam :

Lot of people come to climb Parvati. Of them, some are young, some are old, some are ladies and some are children.

Lalitmohan :

Why all these people regularly go there?

Subrahmanyam :

Youngsters go there for exercise. Old and religious people come for paying homage (to God). Children go there to play. People like me go there for a walk.

Lalitmohan :

Is there any other reason for which you like Parvati?

सुब्रह्मण्यम् :

पर्वतीवरचं दृश्य सुंदर आहे. तिथे एक छान बाग आहे. अनेक मंदिरं आहेत. सगळीकडे स्वच्छता आहे. त्याप्रमाणेच पर्वतीवरून सगळं पुणं दिसतं.

ललितमोहन :

वा! फारच छान !

सुब्रह्मण्यम् :

बरं, तुम्ही कुठे निघालात ?

ललितमोहन :

मी आज मित्राकडे चाललो आहे. आज त्याच्याकडे एक कार्यक्रम आहे. मी त्याला मदत करायला चाललो आहे.

सुब्रह्मण्यम् :

मग आज कॉलेजला दांडी का ?

ललितमोहन :

अहो, सध्या आम्हांला एक महिन्याची सुट्टी आहे.

सुब्रह्मण्यम् :

मग काय मजा आहे तुमची!

ललितमोहन :

अहो मजा कसली ? माझ्यामागे फार कामं आहेत. मागच्या परीक्षेच्या उत्तरपत्रिका तपासायच्या आहेत. पुढच्या सत्राची तयारी करायची आहे. काही पुस्तकं वाचायची आहेत. टिपणं काढायची आहेत. एकदोन ठिकाणी व्याख्यानासाठी जायचं आहे. तिथल्या मित्रांना भेटायचं आहे.

सुब्रह्मण्यम् :

बरोबर आहे. तुम्हांला खूपच कामं आहेत. तुम्हाला एवढी सुट्टी हवीच.

ललितमोहन :

आज तुम्ही बँकेत आहात ना ? मला आज बँकेत यायचं आहे.

Subrahmanyam :

The sight on Parvati is beautiful. There is a beautiful garden. There are a number of temples. It is very clean every where. Besides, we can see the whole of Pune (city) from Parvati.

Lalitmohan :

Nice! Very Nice !

Subrahmanyam :

Tell me, where are you going?

Lalitmohan :

I am going to my friend's (house). To-day there is a get together. I am going there to help him.

Subrahmanyam :

Are you taking a French leave from the College then?

Lalitmohan :

We are having a month's vacation now.

Subrahmanyam :

You are really enjoying !

Lalitmohan :

Well I am not enjoying. I have a lot of work to do. I have to assess the answer-papers of the previous examination. I have to prepare for the next semister. I have to read a few books and take notes of them. I am invited from two places to deliver lectures. I have to visit my friends (staying) there.

Subrahmanyam :

Agreed. You are too busy. You definitely need such long vacation.

Lalitmohan :

Are you in the bank today? I want to come to the bank today.

सुब्रह्मण्यम् :

आहे ना! तुमचं काही काम आहे का?

ललितमोहन :

मला बँकेकडून काही कर्ज हवं आहे. मी सध्या एक घर बांधतो आहे. त्यासाठी पैसे हवे आहेत. काही पैसे मित्रांकडून घेतो. काही बँकेकडून घेतो.

सुब्रह्मण्यम् :

मग ठीक आहे. तुम्ही अवश्य या. तुम्ही सगळी कागदपत्रं बरोबर आणा. मी तुमचं काम करतो.

ललितमोहन :

ठीक आहे. मी बरोबर दोन वाजता येतो.

Subrahmanyam :

Of course. Do you have any work there?

Lalitmohan :

I want some loan from the bank. I am building a house. For that I need money. I will borrow some from my friends and (lit. some) from the bank.

Subrahmanyam :

All right. Do come. Bring all the necessary papers with you. I will do your work.

Lalitmohan :

O. K. I will be there at two O'clock sharp.

📖 GRAMMAR

1. Simple present tense denotes habitual actions or the actions taking place regularly. To denote this sense exclusively and more specifically we can use habitual present. The forms of root अस in the simple present tense are used after the Root + अत forms of main verbs, to form this habitual present. e.g.

Root + अत forms

Person	Gender	Singular	Plural
1st Pers.	M.	मी जात असतो.	आम्ही/ आपण जात असतो.
	F.	मी जात असते.	
2nd Pers.	M.	तू जात असतोस.	तुम्ही/ आपण जात असता.
	F.	तू जात असतेस.	
3rd Pers.	M.	तो जात असतो.	ते जात असतात.
	F.	ती जात असते.	त्या जात असतात.
	N.	ते जात असतं.	ती जात असतात.

तो फिरायला जात असतो.

It is his regular practice to go for a walk.

The negative is formed by using the forms of नस in the place of अस– e.g.

मी खोटं बोलत नसतो. I never tell a lie.

2. The construction, viz.

Indirect subject, R + आयचा (varying with object), + आहे (v. with object), indicates different shades of meaning in different contexts.

त्याला आंबे विकत घ्यायचे आहेत.   He wants to buy mangoes. (Intention)

मला स्टेशनवर जायचं आहे.   I have to go to the station. (Obligation)

त्यांना एकदा तुला भेटायचं आहे.   He wants to see you once. (Desire)

If this pattern R + आयचा आहे is used with direct subject only it gives the sense of future action. e.g.

तो उद्या मुंबईहून यायचा आहे. He is going to come from Bombay tomorrow.

If used with indirect subject the form R + आयचा आहे changes according to the object of the main verb.

मला सिनेमा पाहायचा आहे.
मला नाटक पाहायचं आहे.
मला खूप कामं करायची आहेत.

If the verb is intransitive then this form is always in neuter singular.

त्यांना काश्मीरला जायचं आहे.

3. The verbal form 'Root + आयला' is used in various ways. Normally it shows the purpose of doing that action. e.g.

तो भाजी आणायला मंडईत जातो.   He goes to the market to buy vegetables.

आम्ही मराठी शिकायला इथे येतो.   We come here to learn Marathi. etc.

'R + आयला' can be used in a gerundial sense and may take the place of direct subject of verbs like आवड etc.e.g.

त्याला पुस्तकं वाचायला आवडतं.   He likes reading books.

त्याला सिनेमा पहायला आवडतं.   He likes viewing cinema.

R + आयला when used with the verb लाग gives the sense of starting that action.

तो बोलायला लागतो.   He starts talking.

ती आनंदाने नाचायला लागते.   She starts dancing with joy.

4. We can derive adjectives from place adverbs or sometimes from time adverbs by adding चा or ला suffixes to them. Some adverbs allow only चा, some only ला some both. While adding these suffixes the final vowel is normally dropped. e.g.

पुढे – पुढचा	वर – वरचा	समोर – समोरचा
मागे – मागचा	खाली – खालचा	भोवती – भोवतीचा
पाशी – पासचा	इकडे – इकडचा/ला	भोवताली – भोवतालचा
जवळ – जवळचा	तिकडे – तिकडचा/ला	सकाळी – सकाळचा
		रात्री – रात्रीचा. etc.

The following adverbs or postpositions take only ला.

मधे – मधला	इथे – इथला
आत – आतला	तिथे – तिथला
त – तला	

All these adjectives are variable. They describe the position of the object being referred to. e.g.

टोपी टेबलावर आहे— टेबलावरची टोपी

पैसे बँकेत आहेत— बँकेतले पैसे

माणूस घोड्यावर आहे— घोड्यावरचा माणूस

5. When the objects are taken away from their previous position we can denote that sense by using directional adverbs derived from adverbs or adverbial postpositions and formed by adding ऊन to the adverbs. e.g.

पैसे बँकेत आहेत	—	मी बँकेतून पैसे काढतो.
		I withdraw money from the bank.
माणूस घोड्यावर आहे	—	माणूस घोड्यावरून पडतो.
		The man falls from the horse.
टोपी टेबलावर आहे	—	मी टेबलावरून टोपी घेतो.
		I pick up the hat from the table.

✍ DRILLS

(1) Repeat the following sentences :

A. १) मी सकाळी सहा वाजता उठत असतो.

२) ती नेहमी खोटं बोलत असते.

३) तो खोटं बोलत नसतो.

४) त्या दररोज फिरायला जात असतात.

५) आम्ही खूप गप्पा मारत असतो.

६) ते हल्ली काय करत असतात?

७) तुम्ही नेहमी पुस्तकं वाचत असता.

८) तू त्याला मदत करत असतोस.

B. १) मला बाजारात जायचं आहे.

२) तुला अभ्यास करायचा आहे.

३) तिला नृत्य शिकायचं आहे.

४) त्यांना सिनेमाची तिकिटं काढायची आहेत.

५) तुम्हांला औषध घ्यायचं आहे.

६) त्याला कपडे धुवायचे आहेत.

७) आम्हाला खेळायचं आहे.

८) गोखलेबाईंना हा सिनेमा पाहायचा आहे.

C. १) मी भाजी आणायला मंडईत जातो.
तो पुस्तकं वाचायला वाचनालयात जातो.
ती कपडे धुवायला नदीवर जाते.
ते पोहायला विहिरीवर जातात.
आम्ही सिनेमा पाहायला प्रभात टॉकीजला जातो.

२) त्याला गाणं म्हणायला आवडतं.
तिला स्वयंपाक करायला आवडतं.
त्यांना फिरायला जायला आवडतं.
तुला खोटं बोलायला आवडतं.
तुम्हांला काम करायला आवडतं.

३) मोर आकाशात ढग पाहातात आणि आनंदाने नाचायला लागतात.
मुलं शाळेत जायला लागतात.
तो बोलायला लागतो.
ती हसायला लागते.
ते खेळायला लागतात.

D.	टेबलावर वही आहे.	मोहन, टेबलावरची वही आण.
	खिशात पैसे आहेत.	सीता, खिशातले पैसे घे.
	रस्त्यावर गर्दी आहे.	मुलांनो, रस्त्यावरची गर्दी पहा.
	झाडाखाली गाय आहे.	झाडाखालची गाय आमची आहे.
	घरासमोर बाग आहे.	घरासमोरच्या बागेत कारंजं आहे.
E.	माझ्या कपाटात पुस्तकं आहेत.	मी कपाटातून पुस्तकं घेतो.
	झाडावर पक्षी आहेत.	पक्षी झाडावरून उडतात.
	घरामागे मुलं आहेत.	मुलं घरामागून येतात.
	सायकलीपुढे मोटार आहे.	मोटार सायकलीपुढून येते.
	तिथे काही फळं आहेत.	मी तिथून फळं घेतो.

(2) Change the following sentences into habitual present.

तो झाडावर चढतो आहे. ____________________
तू गाणं म्हणतोस. ____________________
ती कामं करत नाही आहे. ____________________
तो व्हॉलिबॉल खेळतो आहे. ____________________
आम्ही कपडे धूत नाही. ____________________
तुम्ही मराठी शिकताहात. ____________________
आपण पर्वतीला जातो. ____________________

(3) Answer the following questions using **R + आयला** form using the clues given in the bracket.

Questions	clues	R + आयला
तुम्ही कशासाठी दुकानात जाता?	वस्तू विकत घे	
ती कशासाठी मैत्रिणीकडे जाते?	गप्पा मार	
तो कशासाठी नदीवर जातो?	पोह	
आपण वाचनालयात कशासाठी जातो?	पुस्तकं वाच	
आम्ही बागेत कशासाठी जातो?	पेरू खा	
भाविक लोक देवळात कशासाठी जातात?	देवाचं दर्शन घे	
तुम्ही इथे कशासाठी येता?	मराठी शीक	

       N.B. : घे + आयला = घ्यायला.

(4) Fill in the blanks with the appropriate **R + आयला** forms.

    (१)   धोबी नदीवर कपडे ……. जातो.

    (२)   आम्ही मित्राकडे टी.व्ही. …… जातो.

    (३)   प्राध्यापक कॉलेजात…….. जात असतात.

    (४)   तुम्ही हॉटेलात चहा……. जाता.

    (५)   मी मंडईत भाजी …… जाते.

    (६)   आपण जेवण…… मेसमध्ये जातो.

    (७)   आम्ही साड्या विकत ………. दुकानात जातो.

(5) Change the following sentences into negative. (☞)

    ते नदीवर फिरायला जात असतात.   _____

    आम्ही शाळेत दंगा करायला जात असतो. _____

    मी परीक्षेत यश मिळवण्यासाठी अभ्यास करत असतो. _____

    काही लोक ऑफिसात काम करत असतात. _____

    टिळकरोडवर दुपारी गर्दी असते.   _____

    आमचा कुत्रा चावत असतो.   _____

    आम्ही वर्गाबाहेर मराठी बोलत असतो.   _____

(6) Use the pattern **'R + आयला आवडतं'** in the following sentences.

    मी सतार ऐकतो.   _____

    ती गाणं म्हणते.   _____

    तुम्ही स्वयंपाक करता.   _____

    ते चप्पलशिवाय फिरतात.   _____

मुलं पावसात खेळतात. _____
बाबा थंड पाण्याने आंघोळ करतात. _____
तो फॅशनेबल कपडे घालतो. _____

(7) Use the pattern 'Ind. Sub + R + आयचा आहे' in the following sentences.

ती कॉलेजात शिकते. _____
तो इंजिनिअर होतो. _____
मी बटाटे विकत घेतो. _____
माझी आई काशीयात्रेला जाते. _____
आमचे साहेब माझं घर पहातात. _____
मी तुम्हांला माझ्या घरी बोलावतो. _____
भारत पुष्कळ प्रगती करतो. _____

(8) Translate the following sentences into Marathi.

English	Marathi
Our peon wants five rupees.	_____
He wants to open the window.	_____
She likes to talk with old ladies.	_____
He likes to play with children.	_____
Satish wants to learn German.	_____
The teacher starts writing on the blackboard.	_____
The farmer likes to work in the field.	_____
I have to write a letter to my friend.	_____
He is going to come back tomorrow.	_____
We have to prepare for our examination.	_____

(9) Form the adjective phrases from the information given in the following sentences.

Model : घड्याळ भिंतीवर आहे. – भिंतीवरचं घड्याळ.

माझ्याजवळ पैसे आहेत. _____
आमच्या घराजवळ बाग आहे. _____
तिच्या आईकडे पुष्कळ चित्रं आहेत. _____
शाळेसमोर मोठा रस्ता आहे. _____
देवळात घंटा आहेत. _____
आमच्या विहिरीत गोड पाणी आहे. _____
झाडाखाली एक गाय आहे. _____
इमारतीवर एक कावळा आहे. _____

(10) Change the following sentences into R + ऊन form.

Model : मी बँकेतले पैसे घेतो. – मी बँकेतून पैसे घेतो.

मी खिशातले पैसे देतो.　　　　　　　　_____

तो टेबलावरचं पुस्तक उचलतो.　　　　_____

ती टेबलाखालचं स्टूल बाहेर ओढते.　_____

मी कपाटातले कपडे बाहेर टाकतो.　_____

आम्ही व्यापाऱ्याकडचं सामान विकत घेतो.　_____

मी मंडईतली भाजी आणतो.　　　　_____

साहेब त्यांच्या पुढची फाईल बाजूला सारतात _____

रिक्षा मोटारीजवळ जाते.　　　　　_____

CONVERSATION

(Seasons)

मुखर्जीबाई : आलम, तुमचं गाव कोणतं?

आलम : मी काश्मीरचा आहे. श्रीनगरजवळचं अनंतनाग हे माझं गाव आहे.

सुब्रह्मण्यम् : काय नशीबवान आहात हो तुम्ही! काश्मीरला भारताचं नंदनवन म्हणतात. सर्वांच्या मनात एकदा तरी काश्मीरला जायचं असतं आणि तुम्ही तर तिथेच राहता.

रेड्डीबाई : हिवाळ्यात थंडी फार असते ना तिथे?

आलम : हो. साधारण नोव्हेंबर–डिसेंबरपासून बर्फ पडायला लागतं. मे महिन्यापर्यंत बर्फ पडत असतं. 'दल' सरोवर हे श्रीनगरमधलं प्रसिद्ध सरोवर आहे. हिवाळ्यात या सरोवराचं पाणी गोठलेलं असतं.

रेड्डीबाई : उन्हाळा कधीच नसतो का?

आलम : असतो ना. ऑगस्ट–सप्टेंबर महिन्यात थोडासा उकाडा असतो. पण तुमच्या मद्राससारखा नाही.

रेड्डीबाई : मद्रासमध्ये तर कायमचा उन्हाळा असतो. कधी जास्त तर कधी कमी.

मुखर्जीबाई : आमच्या कलकत्त्याची हवा अशीच असते. तिथे बारा महिने उकाडा असतो. शिवाय पावसाळ्यात पाऊसही खूप असतो.

आलम : सर, महाराष्ट्रातली हवा कशी असते हो?

शिक्षक : महाराष्ट्रात पावसाळा, हिवाळा आणि उन्हाळा असे तीन ऋतू असतात. जूनपासून सप्टेंबरपर्यंत पावसाळा असतो. पावसाळा सोडून इतर ऋतूत सहसा पाऊस पडत नाही. ऑक्टोबर ते जानेवारी थंडी असते आणि फेब्रुवारी ते मे उन्हाळा असतो.

सुब्रह्मण्यम् : महाराष्ट्रात उन्हाळा आणि हिवाळा फारसा कडक नसतो ना?

शिक्षक : नाही. उन्हाळा आणि हिवाळा फारसे कडक नसतात. पुण्याची हवा तर बाराही महिने चांगली असते.

मुखर्जीबाई : म्हणूनच मला पुण्यात राहायला आवडतं.

11. House : घर

TEACHING UNITS

1.   Uses of possessive adjectives.
2.   Uses of the construction.
     N + ला N आहे.
3.   Uses of आवड as a noun and आवड as a verb.

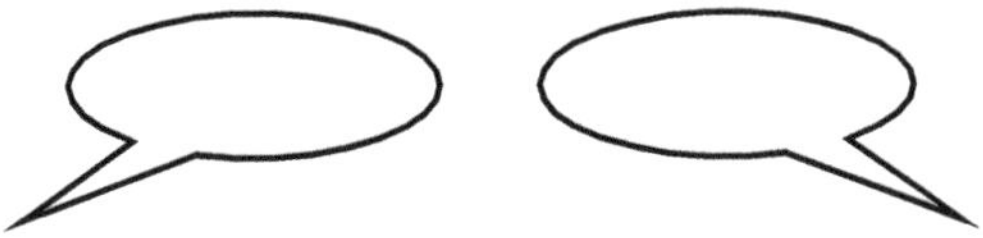

मुखर्जीबाई :

अहो सुब्रह्मण्यम्, आज इकडे कुणीकडे?

Mrs. Mukharji :

(Hello) Mr. Subrahmanyam, how is it that you are here today?

सुब्रह्मण्यम् :

मी माझ्या मित्राचं घर शोधतो आहे. पण मला त्याचं घर सापडत नाही आहे.

Subrahmanyam :

I am searching my friend's house, but I am not able to locate it (his house).

मुखर्जीबाई :

तुमच्या मित्राचं नाव काय?

Mrs. Mukharji :

What is the name of your friend?

सुब्रह्मण्यम् :

त्याचं नाव सुभाष गोखले. तो डॉक्टर आहे. त्याचा दवाखाना डेक्कन जिमखान्यावर आहे. पण त्याचं घर मात्र या भागात आहे.

Subrahmanyam :

His name is Subhash Gokhale. He is a doctor. His dispensary is on Deccan Gymkhana. But his residence is in this area.

मुखर्जीबाई :

डॉ. गोखले मला माहीत आहेत. ते आमच्या घराजवळच राहतात.

Mrs. Mukharji :

I know Dr. Gokhale. He stays near our house.

सुब्रह्मण्यम् :

तुम्ही पण याच भागात राहता वाटतं?

मुखर्जीबाई :

हो ना ! आता तुम्ही माझ्या घरी चला. आमचं घर पाहा आणि मग डॉ. गोखल्यांकडे जा. तुम्हाला वेळ आहे ना?

सुब्रह्मण्यम् :

ठीक आहे. माझी काही हरकत नाही. कुठे आहे तुमचं घर?

मुखर्जीबाई :

तो पहा. तो लाल रंगाचा बंगला दिसतो आहे ना! तेच आमचं घर.

सुब्रह्मण्यम् :

छानच दिसतंय तुमचं घर! तुमच्या बंगल्याभोवती बाग पण आहे.

मुखर्जीबाई :

माझ्या मिस्टरांना बागकाम आवडतं. ते दररोज संध्याकाळी बागेत काम करत असतात. मला पण बागेत काम करायला आवडतं. हे आमचं घर. या, आत या. हा आमचा दिवाणखाना.

सुब्रह्मण्यम् :

वा! प्रशस्त दिवाणखाना आहे. त्याची सजावट पण आकर्षक आहे. तुम्हाला निळा रंग खूप आवडतो वाटतं?

मुखर्जीबाई :

आम्हा सर्वांनाच निळा रंग आवडतो. इथे या कोचावर बसा.

सुब्रह्मण्यम् :

त्या कोपऱ्यात तंबोरा दिसतोय. तुमच्याकडे गाण्याची आवड कुणाला आहे?

मुखर्जीबाई :

माझी मोठी मुलगी सध्या गाणं शिकते आहे. तुम्हांला गाणं आवडतं का?

Subrahmanyam :

Do you also stay in this area ?

Mrs. Mukharji :

Yes. Now come and see my house and then go to Dr. Gokhale's (place). Do you have time?

Subrahmanyam :

O. K. I do not mind (lit : I have no objection) Where is your house?

Mrs. Mukharji :

Do you see that red-coloured bungalow? That is our house.

Subrahmanyam :

Your house is very nice. There is a garden also around your bungalow.

Mrs. Mukharji :

My husband likes gardening. Every evening he works in the garden. I also like to work in the garden. This is our house. Come in. This is our drawing room.

Subrahmanyam :

Oh, you have a very spacious drawing room. It is decorated attractively. It seems, you have liking for blue colour?

Mrs. Mukharji :

We all like blue colour. Have a sit here on this sofa.

Subrahmanyam :

I see a Tanpura in the corner. Who has a liking for music in your house?

Mrs. Mukharji :

My elder daughter is learning music these days. Do you like music?

सुब्रह्मण्यम् :

मला शास्त्रीय संगीत ऐकायला आवडतं. पण मला त्यातलं काही कळत नाही. तुम्हाला राग वगैरे समजतात का ?

मुखर्जीबाई :

थोडे राग समजतात. पण तुमच्याप्रमाणेच मलाही संगीत ऐकायला आवडतं. थांबा हं तुमच्यासाठी मी सुब्बलक्ष्मीची रेकॉर्ड लावते. पहा आवडते का ती ?

सुब्रह्मण्यम् :

सुब्बलक्ष्मीचं गाणं मला आवडतं.

मुखर्जीबाई :

आता इकडे या. मी तुम्हांला अगोदर सगळं घर दाखवते. ही माझी खोली. हा माझा व माझ्या मिस्टरांचा फोटो.

सुब्रह्मण्यम् :

तुमचे मिस्टर काय करतात ?

मुखर्जीबाई :

ते इंजिनिअर आहेत. ते बजाजमध्ये आहेत.

सुब्रह्मण्यम् :

तुम्हांला किती मुलं ?

मुखर्जीबाई :

दोन. थोरली मुलगी. तिचं नाव चारू. आणि धाकटा मुलगा सुहास. ती दोघंही शाळेत शिकताहेत.

सुब्रह्मण्यम् :

छान. हे स्वयंपाकघर दिसतंय.

मुखर्जीबाई :

हे स्वयंपाकघर आणि ही जेवणाची खोली. या खोलीला तीन दारं आहेत. या बाजूला व्हरांडा आहे.

सुब्रह्मण्यम् :

ही कुणाची खोली ?

Subrahmanyam :

I like to hear classical music. But do not have much knowledge of it. Can you identify the various 'Ragas'? (Compositions of Indian classical music).

Mrs. Mukharji :

I can identify a few Ragas, but like you, I too enjoy hearing music. Just a moment, I will play a record of Subbalaxmi for you. See if you like it.

Subrahmanyam :

I like the recital of subbalxmi.

Mrs. Mukharji :

Now please come here. I will show you the house first. Here, this is my room. This is a photo of my husband and myself.

Subrahmanyam :

What is your husband doing?

Mrs. Mukharji :

He is an engineer. He works in Bajaj.

Subrahmanyam :

How many children do you have?

Mrs. Mukharji :

Two. Elder one is a girl. Her name is Charu and the younger son is Suhas. Both are (studying) in the school.

Subrahmanyam :

Fine. This seems to be the kitchen.

Mrs. Mukharji :

(Yes.) This is the kitchen and this is dining room. This room has three doors, Verandah is on this side.

Subrahmanyam :

Whose room is this?

मुखर्जीबाई :

ही माझ्या धाकट्या दिराची खोली. तो कॉलेजात शिकतो. हा इकडे जिना आहे. माडीवर पण तीन खोल्या आहेत. मोठी गच्ची आहे.

सुब्रह्मण्यम् :

खूपच मोठं आहे तुमचं घर!

मुखर्जीबाई :

बरं. आता तुम्हांला काय हवंय? गरम पेय की थंड पेय?

सुब्रह्मण्यम् :

आता हवा जरा थंड आहे. तेव्हा काही तरी गरम द्या.

मुखर्जीबाई :

मी तुमच्यासाठी झकास कॉफी तयार करते. तुम्हांला कॉफी आवडते का?

सुब्रह्मण्यम् :

तमीळ माणसाला कॉफी आवडत नाही म्हणजे काय?

Mrs. Mukharji :

This room belongs to my younger brother-in law. He is studying in the college. Here is the stair-case. There are three rooms up-stairs. There is a big terrace.

Subrahmanyam :

Your house is very spacious.

Mrs. Mukharji :

O.K. What will you have now? Hot drink or cold drink?

Subrahmanyam :

Today the weather is cold. Give me some hot drink.

Mrs. Mukharji :

I will make nice coffee for you. Do you like coffee?

Subrahmanyam :

Is it possible that a Tamilian would not like coffee?

📖 GRAMMAR

1. Possessive adjectives and their uses.

We know how possessive adjectives are formed in Marathi. The suffix चा (or its varia- tions viz. झा, ला) is added to the nouns or pronouns to form the possessive adjectives. e.g. माझा, आमचा, आपला, रामचा, भाट्यांचा etc. which are obviously variable adjectives.

The possessive adjective conveys the following meanings in general.

1.	Relation —	हा रामचा भाऊ आहे.
2.	Material —	हे लाकडाचं टेबल गोल आहे. हे टेबल लाकडाचं आहे.
3.	Species —	हे गुलाबाचं फूल आहे.
4.	Ownership —	हे घर आमचं आहे.
5.	Part —	हा टेबलाचा पाय आहे.
6.	Price —	या साडीची किंमत दोनशे रुपये आहे.
7.	Authorship —	हे शेक्सपीअरचं नाटक आहे. मी सुब्बलक्ष्मीची रेकॉर्ड लावते.
8.	Name —	ध्रुवाची चांदणी छान दिसते.

9.	Accomodator —	पुण्याचे लोक उत्सवप्रिय आहेत.
10.	Thing contained —	डोकं दुखतंय का? मग चहाचा एक कप घे.
11.	Thing meant for —	राम, हे दुधाचं भांडं स्वच्छ कर. हे क्रिकेटचं मैदान आहे.
12.	Relatedness —	कामाचा आळस करू नका.
13.	Container —	लोणच्याची बरणी, पुस्तकांचं कपाट.
14.	Source —	नदीचं पाणी, गाईचं दूध.
15.	Property, quality, etc. —	कपाटाचा रंग निळा आहे.

Besides these there are many more idiomatic usages which will be learnt through context only.

2. Construction : N + ला N आहे/अस.

This construction normally denotes the meaning of English 'to have' constructions. Here are some of the meanings conveyed by this construction.

A. Relation :

मला एक भाऊ आहे.   I have one brother.

तुम्हाला किती मुलं आहेत?   How many children do you have?

B. Part and whole :

या खोलीला तीन खिडक्या आहेत.   This room has three windows.

C. Body parts :

गाईला दोन शिंगं असतात.   The cow has two horns.

D. Estate Property :

त्याला भरपूर जमीन आहे.   He owns a big landed property.

                                         (Lit. : He has a big landed property)

E. Besides these following idiomatic usages also should be remembered. e.g.

तुम्हांला वेळ आहे का?   Have you some time to spare?

मला भरपूर काम असतं.   I have a lot of work to do.

आम्हांला गरज आहे.   We are in need (lit. : we have a need).

But it should be rememered that some of the usages covered by English 'to have' constructions are not conveyed by this construction. e.g.

माझ्याकडे पाच रुपये आहेत.   I have five rupees.

त्याच्याकडे मोटार आहे.   He has a car.

3. Uses of आवड as a noun and आवड as a verb.

आवड is a feminine noun derived from the root **आवड**. It means liking, fondness etc. Its uses are as follows.

त्याला वाचनाची आवड आहे.   त्यांना मुलांची आवड आहे.

तिला गाण्याची आवड आहे.   तुला सिनेमाची आवड आहे.

These very sentences could be rewritten using the root आवड in the following way.

त्याला वाचन आवडतं.   त्यांना मुलं आवडतात.

तिला गाणं आवडतं.   तुला सिनेमा आवडतो.

This type of construction is called 'dative subject construction'. In which, त्याला, त्यांना, तिला, तुला are called dative subjects. This type of construction contains a noun in the nomina-tive offen called theme. The verb agrees with the theme NP as shown in the above construc-tions with root आवड. In the case of intransitive roots, the form of आवड is always in neuter singular, while in the case of transitive roots it may be in neuter singular if the emphasis is on the root आवड or it varies according to the object of that root if the emphasis is on the action indicated in the R + आयला form. e.g.

A.   मला फिरायला जायला आवडतं.

       तुला पळायला आवडतं.

       त्याला पोहायला आवडतं.

B.   मला सिनेमा पहायला आवडतं.

       मला आकाशातले तारे पहायला आवडतं.

C.   मला पुस्तकं वाचायला आवडतात.   I like books only to read.

       तिला गाणी ऐकायला आवडतात.   She likes songs only to listen.

4. Forms of आहे in hurried speech.

In hurried speech the forms of आहे are changed into य forms which are added to the previous words. e.g.

मी जातो आहे   becomes   मी जातोय.

ते जाताहेत   becomes   ते जातायत.

तुमचं घर छान दिसतं आहे   becomes   तुमचं घर छान दिसतंय.

5. There are many other colloquial expressions introduced in this lesson, which should be noted. e.g.

A.   तुम्ही माझ्या घरी चला. – Come to my house. (along with me)

B.   हो ना! — Here 'ना' has no particular meaning. It is just a phatic expression.

C.   तुम्हांला निळा रंग आवडतो वाटतं? — Here वाटतं is a contracted form of मला वाटतं.
       It could be translated as 'It seems to me that you prefer blue colour.'

D. माझी काही हरकत नाही — हरकत means objection. It is generally used in a following phrase 'ची हरकत आहे / नाही.'

Here it literally means 'I have no objection'. Usually this construction is used as 'I do not mind' in English.

E. मद्रासी माणसाला कॉफी आवडत नाही म्हणजे काय? — It means मद्रासी माणसाला कॉफी आवडत नाही, हे अशक्य आहे. – It is impossible that a Tamilian does not like coffee.

F. छानच दिसतंय तुमचं घर! – This is an exclamatory sentence. It means तुमचं घर छानच दिसतंय. In Marathi exclamatory sentences are formed by change in the order of words. e.g. हुशार आहे हो तुमचा मुलगा = तुमचा मुलगा हुशार आहे.

Sometimes indefinite pronouns/ adjectives like काय, किती etc. are also used along with this change. e.g.

किती सुंदर आहे हा बंगला ! — हा बंगला खूप सुंदर आहे.

काय सुंदर दृश्य आहे ! — हे दृश्य खूप सुंदर आहे.

✍ DRILLS

1. Repeat the following sentences.

हा माझा मित्र आहे. तो माझ्या ऑफिसात काम करतो. त्याला एक भाऊ आहे. तो पण आमच्याच ऑफिसात आहे. पण त्याचा विभाग वेगळा आहे. माझ्या मित्राला गप्पा मारायला फार आवडतं. तो नेहमी नवीन नवीन बातम्या सांगत असतो. मला त्याचं बोलणं फार आवडतं.

2. Match the words in the following two columns and join them with 'चा' form.

Column A	Column B	'चा'
शुक्र	रंग	
आकाश	लेखक	
शेतकरी	प्रकाश	
पुस्तक	किंमत	
घर	शेत	
दिवा	चांदणी	
सूटकेस	मैदान	
फूटबॉल	दरवाजा	

(3) Rewrite the following sentences using ची आवड आहे/अस or नाही/नस forms.

रमेशला सिनेमा आवडतो. _____

तिला गाणी आवडतात. _____

माझ्या आईला स्वच्छता आवडते. _____

त्यांना इंग्लिश साहित्य आवडतं. _____

तुम्हांला गोष्टी आवडतात.   _____
मला नाटकं आवडत नाहीत.   _____
काही लोकांना गप्पा फार आवडतात.   _____

(4) Translate the following sentences into Marathi.

English   **Marathi**

My sister has three sons.   _____

A horse has no horns.   _____

I have only twentyfive rupees.   _____

This bus has only one door.   _____

A triangle has three sides.   _____

I do not like this movie.   _____

He does not like cricket.   _____

(5) Change the following exclamatory sentences into assertive sentences.

छानच दिसतोय सूर्य!   _____

खूप मोठं आहे तुमचं घर!   _____

त्यांना संगीत कळत नाही म्हणजे काय!   _____

किती सुंदर आहे हे चित्र!   _____

काय भरभर बोलता हो तुम्ही!   _____

काय सुंदर डोळे आहेत त्यांचे!   _____

किती काम करतो आहोत आम्ही!   _____

(6) Rewrite the following sentences as shown in the model.

Model : तो नदीत पोहतो — त्याला नदीत पोहायला आवडतं.

ती विणकाम करते.   _____

मी मराठी शिकतो.   _____

आम्ही सकाळी फुलं वेचतो.   _____

त्या कविता शिकवतात.   _____

श्री. भावे सर्वांना उपदेश करतात.   _____

तो स्वत:चे कपडे स्वत: धुतो.   _____

तू ऑफिसला पायी पायी जातोस.   _____

तो गप्पा मारत जेवण करतो.   _____

(7) Rewrite the following forms of hurried speech into the forms of normal speech.

Hurried Speech	Normal Speech
तो काय करतोय?	
आम्ही अभ्यास करतोय.	
ती गावाला जातेय.	
तुम्ही काय बोलताय?	
त्या पत्र लिहितायत.	
मी पुस्तक वाचतोय.	
तू माझ्याबरोबर येतोयस का?	

CONVERSATION

(Talk on the Bus-stop)

शारदा : चौतीस नंबर बसचा स्टॉप कोणता?

गीता : हाच चौतीस नंबर बसचा स्टॉप. आपण इथंच उभं राहू या. आज तुम्ही इकडे कशा?

शारदा : मला समाजकार्य करायला आवडतं. आमच्या संस्थेचं इथल्या झोपडपट्टीत मार्गदर्शन-केंद्र आहे. आठवड्यातून तीन दिवस मी इथे येते.

गीता : तुमच्याबरोबर कोण काम करतं?

शारदा : माझी बहीण माझ्याबरोबर असते. शिवाय आमच्या भागातील बायका पण माझ्याबरोबर काम करतात.

गीता : किती चांगला वेळ घालवता तुम्ही!

शारदा : तुमचं ऑफिस कुठं आहे?

गीता : ती समोरची बिल्डिंग म्हणजे आमचं ऑफिस.

शारदा : ती समोरची दगडी बिल्डिंग दिसते आहे ती?

गीता : हो, तीच. बिल्डिंगला तीन मजले आहेत.

शारदा : संध्याकाळी घरी किती वाजता पोहोचता?

गीता : सात-साडेसातपर्यंत पोहोचते.

शारदा : घरचं काम तुम्हीच करता ना? कामाचा कंटाळा नाही का येत?

गीता : येतो ना, मला दोन मुलं आहेत. माझी मुलं आणि माझे यजमान मला घरकामात मदत करतात. तुम्हांला वेळ आहे का? चला ना माझ्या घरी.

शारदा : माझी हरकत नाही. पण फार वेळ बसू शकणार नाही. आज रात्री अमोल पालेकरचं मराठी नाटक आहे. मला ते बघायचं आहे. फार छान नाटक आहे असं म्हणतात.

गीता : तुम्हाला नाटक आवडतं वाटतं? मलासुद्धा नाटक बघायला आवडतं.

शारदा : बस येतेय. तुमच्याकडे सुट्टे पैसे आहेत ना? माझ्याकडे सुट्टे पैसे नाहीयेत.

12. Clever Farmer : हुशार शेतकरी

TEACHING UNITS

1. **Construction :**
   Indirect subject – (object) – **R + ता – ये** (V. acc. to obj.)

2. **Construction.**
   Direct subject – (object) – **R + ऊ – शक**

3. **Phrases :** **R + आयचा प्रयत्न कर.**
   N + ची उपासमार हो.
   N + वर प्रसन्न हो.
   N + ची प्रार्थना कर.

4. **Construction.**
   Subject – Indirect object – **R + ऊ – दे** forms.

5. **Narrative Present.**

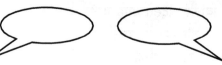

शिक्षक :

मित्रांनो, आपण सध्या वर्तमानकाळाचे प्रकार शिकतो आहोत ना?

आलम :

हो सर.

ललितमोहन :

आज दुसरं काही तरी शिकवा सर. आज नेहमीचा अभ्यास नकोसा वाटतोय.

Teacher :

Friends, we are learning the types of present tense. Is it not?

Alam :

Yes Sir.

Lalitmohan :

Teach us something different today. We do not want the routine study today.

शिक्षक :

ठीक आहे. आपण आज एक गोष्ट शिकू या. गोष्ट तुम्हा सर्वांना आवडते ना?

व्रजकिशोर :

गोष्ट आवडते. पण गोष्ट भूतकाळात असते. आम्हांला तर भूतकाळ येत नाही.

शिक्षक :

आपण वर्तमानकाळातच गोष्ट शिकायचा प्रयत्न करू या.

सुब्रह्मण्यम् :

मग ठीक आहे.

शिक्षक :

तुम्हांला हुशार शेतकऱ्याची गोष्ट माहीत आहे का?

रेड्डीबाई :

हुशार माणसांच्या पुष्कळ गोष्टी मला माहीत आहेत. पण हुशार शेतकऱ्याची गोष्ट मला माहीत नाही.

शिक्षक :

मग ऐका तर! एका गावात एक शेतकरी असतो, बरं का. तो शेतकरी खूप हुशार असतो. एकदा काय होतं? गावात खूप मोठा दुष्काळ पडतो. विहिरीतलं पाणी आटतं. नद्या, नाले सुकतात. जनावरांना पाणी मिळत नाही. चारा मिळत नाही. माणसांची उपासमार होते. खूप माणसं गाव सोडून जातात.

मुखर्जीबाई :

त्या शेतकऱ्याचं काय होतं?

शिक्षक :

तो शेतकरी पण दु:खी होतो. तो रोज देवाची प्रार्थना करतो. आणि एके दिवशी खरोखरच देव त्याच्यावर प्रसन्न होतो. देव त्याला म्हणतो, 'बोल तुला काय पाहिजे? मी तुला वर देतो. तू पाहिजे ते माग!' शेतकरी म्हणतो, 'मला दुसरं काही नको. माझं शेत पिकू दे. विहिरीला पाणी येऊ दे. जनावरांना चारा मिळू दे. गावकरी गावात परत येऊ देत.' देव म्हणतो, 'ठीक आहे. मी सगळं काही तुझ्या मनाप्रमाणे करतो.

Teacher :

All right. To-day I will tell you a story. (Lit. : We will learn a story) Do all of you like story?

Vrajkishor :

We like story. But the story is usually in the past tense. We do not know the constructions of past tense.

Teacher :

We will try to learn the story in present tense only.

Subrahmanyam :

Then it is O.K.

Teacher :

Do you know the story of the clever farmer?

Mrs. Reddy :

I know many stories of clever men. But I do not know the story of the clever farmer.

Teacher :

Then listen. There lived a farmer in a village. He was very clever. Once severe famine strikes the village. The wells are dried of water. Rivers and streams become dry. The cattle do not get water as also food. People starve and many of them abandon the village.

Mrs. Mukharji :

What happens to the farmer?

Teacher :

The farmer also becomes sad. Every day he prays the God. One day the God is pleases with him and says, 'Tell me, what do you want? I will give you a boon. Ask whatever you want' The farmer says, 'I want nothing else. But let my field yield crops, let the well have water, let the cattle have fodder, let the villagers come back to the village'. The God says, 'All right. I

पण एका अटीवर.' शेतकरी म्हणतो, 'कोणती अट?' देव म्हणतो, 'तुझ्या शेतातल्या उभ्या पिकाचा मी मागतो तो भाग दर वर्षी मला दे.' शेतकरी म्हणतो, 'देवा, ही अट मला मान्य आहे. या वर्षी तुम्हांला कोणता भाग पाहिजे?' देव म्हणतो, 'मला पिकाचा वरचा भाग दे.' त्या वर्षी शेतकरी शेतात भुईमुगाचं पीक करतो. देव पिकाचा भाग न्यायला येतो. तेव्हा शेतकरी स्वत: जमिनीतल्या शेंगा घेतो. देवाला वरचा पाला देतो.

नंदकुमार :
वा! शेतकरी खरोखरच हुशार आहे.

शिक्षक :
शेतकरी देवाला म्हणतो, 'देवा, आता या वर्षी तुम्हाला कोणता भाग पाहिजे?' देव विचार करतो आणि म्हणतो, 'या वर्षी मला खालचा भाग दे. तू वरचा भाग घे.' शेतकरी या वर्षी ज्वारी पेरतो. चांगलं पीक येतं. देव पीक न्यायला येतो. तेव्हा शेतकरी स्वत: वरची कणसं घेतो आणि देवाला खालची ताटं देतो. देव खजील होतो.

सुब्रह्मण्यम् :
गंमत आहे.

शिक्षक :
शेतकरी देवाला विचारतो, 'देवा, या वर्षी कोणता भाग पाहिजे?' देव बराच विचार करतो आणि म्हणतो, 'या वर्षी तू मधला भाग घे. मला खालचा व वरचा भाग दे.' शेतकरी त्या वर्षी ऊस लावतो. उसाचं पीक चांगलं येतं. देव आपला हिस्सा न्यायला येतो. शेतकरी मधला ऊस स्वत:ला घेतो. आणि उसाच्या वरचे तुरे आणि खालचे बुडखे देवाला देतो.

will do as you wish. But there is one condition.' The farmer asks, 'What is the condition?' The God answers, 'every year give me the portion whichever I demand from your standing field-crop.' The farmer says, 'I agree to this condition, God. Which portion do you want this year?' The God says, 'Give me the upper portion of the crop.' That year the farmer grows ground-nuts in the farm. The God comes to collect the portion of the crop. That time the farmer keeps the ground-nuts for himself and gives the upper leaves to the God.

Nandkumar :
Oh, the farmer is really clever.

Teacher :
The farmer asks the God, 'Now which portion do you want this year?' The God thinks and says, 'This year I want the lower portion. You keep the upper portion.' That year the farmer grows Jawar. The crop turns out to be good. The God comes to collect the crop. That time the farmer keeps the ears of the crop and gives the stalks to the God. The God is disappointed.

Subrahmanyam :
It is amusing.

Teacher :
The farmer asks the God, 'Which portion do you want this year?' The God thinks for along time and says, 'This year you take the middle portion and give me the lower and the upper portion.' That year the farmer grows sugar-cane. The sugar-cane yield is good. The God comes to collect his portion of the crop. The farmer keeps the middle portion of the sugar cane for himself and gives the upper plumes and the lower roots to the God.

आलम :

यावर देव त्याला शिक्षा करतो का हो?

शिक्षक :

मुळीच नाही. उलट देवाला त्याची हुशारी आवडते. तो शेतकऱ्याला शाबासकी देतो आणि शेतकऱ्याला अक्षय संपत्ती देतो आणि अंतर्धान पावतो. मित्रांनो, आपली गोष्ट इथे संपते, कशी आहे गोष्ट?

ललितमोहन :

खूपच छान. आम्ही पण आता अशाच गोष्टी सांगू शकतो.

Alam :

Does the God punish him after all this?

Teacher :

Not at all. But the God likes his cleverness. He pats the farmer and gives him imperishable wealth and disappears. Friends, here ends the story. How is the story?

Lalitmohan :

Very nice. We too can tell such stories now.

📖 GRAMMAR

1. Construction : Indirect subject (object) R + ता ये

This is a very common construction in Marathi. It conveys the meaning that one is able to do something. e.g.

मला वाचता येतं.	I can read.
मला झाडावर चढता येतं.	I can climb a tree.

In the case of transitive roots the forms of ये vary according to the object. e.g.

तिला स्वयंपाक करता येतो.	She can prepare food.
तुला सायकल चालवता येते.	You can ride a bicycle.

When there is no object in a sentence, the forms of ये are always in neuter singular.

मला पोहता येतं.	I can swim.
त्याला पळता येतं.	He can run.

2. Construction : Direct Subject (object) R + ऊ शक.

This is mostly an alternative construction to the above one which conveys more or less the same meaning. e.g.

मी वाचू शकतो.	I can read.
मी झाडावर चढू शकतो.	I can climb a tree.

The forms of शक vary according to the subject in the cases of both transitive and intransitive verbs. e.g.

ती स्वयंपाक करू शकते.

तू सायकल चालवू शकतेस/शकतोस.

मी पोहू शकतो.

तो पळू शकतो.

3. Construction : Subject–indirect object – R + ऊ–दे forms.

This construction could be translated into English 'let' constructions. e.g.

मला जाऊ दे.	Let me go.
तो मला काम करू देत नाही.	He does not let me work.
त्याला शिकू द्या.	Let him learn.

When the subject is in second person it is understood as usual. In this construction two subjects are involved. There is one doer of the action and another who allows that doer to perform that action. The actual doer occupies the position of an indirect subject. The expansion involved in this construction can be shown as below.

राम काम करतो.

गोविंद रामाला काम करू देतो.

4. In the body of the lesson many verbal phrases are introduced. They should be remembered along with postpositions they govern. e.g.

१. R + आयचा प्रयत्न कर –

मी मराठी बोलायचा प्रयत्न करतो.   I try to speak Marathi.

ती मोटार चालवायचा प्रयत्न करते.   She tries to drive a car.

२. N + ची उपासमार हो –

दुष्काळात जनावरांची उपासमार होते.   Cattle suffer from starvation in a famine.

३. N + वर प्रसन्न हो –

देव शेतकऱ्यावर प्रसन्न होतो.   God is pleased with the farmer.

गुरुजी हुशार विद्यार्थ्यांवर प्रसन्न होतात.   The teacher is pleased with the clever students.

४. N + ची प्रार्थना कर –

मी देवाची प्रार्थना करतो.   I pray God.

देवाला विनंती कर.

5. Narrative Present.

Present tense is very often used for narrating past events especially in the stories. There, though the verbs are in the present tense they convey the meaning of the past. e.g.

एक शेतकरी असतो.   There was one farmer.

गावात दुष्काळ पडतो.   There is a drought situation in the village.

✍ DRILLS

(1) Form the adjectives from the adverbials in the 1st sentence and complete the following sentences using them.

(१) **टेबलावर** पंखा आहे. __________ पंखा नवा आहे.

(२) **झाडाखाली** एक गाय आहे. __________ गाय आमची आहे.

(३) **तेथे** खूप गदी आहे. __________ गर्दी मला आवडत नाही.

(४) **माझ्याजवळ** पुष्कळ पुस्तकं आहेत. मी __________ पुस्तकं कुणाला देत नाही.

(५) तिच्या **पिशवीत** पुष्कळ चिंचा आणि बोरं आहेत. ती__________ चिंचा मैत्रिणींना देते.

(६) रामच्या **ऑफिसमध्ये** शिपाई आहेत. __________ शिपाई रामला खूप मदत करतात.

(७) माझे वडील **गावाकडे** असतात. ते मला__________ माहिती कळवतात.

(८) तू **नेहमी** एकच गाणं म्हणतोस. तुझं__________ गाणं म्हण ना.

(**N.B.** तेथे - तिथली, नेहमी - नेहमीचं)

(2) Rewrite the following sentences using धातू + आयचा प्रयत्न कर–

रमेश झाडावर चढतो. __________

सीता स्वेटर विणते. __________

मी मराठी बोलतो. __________

तो बायकोला फोन करतो. __________

तुम्ही विम्याचे हप्ते भरा. __________

त्या मुली गाणं शिकतात. __________

केशवराव परीक्षेला बसतात. __________

तो मुलावर रागावतो. __________

(3) Rewrite the sentences using – R + ऊ – दे/देत/द्या/द्यात. construction.

रतनचंद गावाला जातात.

ती स्वयंपाक करते. __________

आम्ही बागेत खेळतो. __________

शीलाताई सभेत बोलतात. __________

तुम्हाला पैसे मिळतात. __________

सैनिक देशासाठी लढतात. __________

तिला चांगले मार्क्स मिळतात. __________

मला गणितं येतात. __________

(4)   Rewrite the sentences below replacing – (R + ऊ) + शक form with (R + ता) +
ये forms.

(R + ऊ) + शक form	(R + ता) + ये form
ते इंग्रजी बोलू शकतात.	
आम्ही हे काम करू शकतो.	
ती गाणं म्हणू शकत नाही.	
त्या भरभर चालू शकत नाहीत.	
तो मोटार ड्रायव्हिंग करू शकतो.	
साहेबच अशी भाषा वापरू शकतात.	
तुम्ही मराठी शिकवू शकता काय?	

(5)   Rewrite the following sentences replacing – (R + ता) + ये forms with (R + ऊ)
+ शक forms.

(R + ता) + ये form	(R + ऊ) + शक form
आपल्याला (2nd Pers.) सायकलवर बसता येतं.	
तुम्हाला नदीत पोहता येतं.	
गोपाळला इंग्रजी बोलता येतं.	
मला फोटो काढता येतात.	
त्याला योगासनं करता येतात.	
रायचौधरींना सगळीकडे जाता येतं.	
आम्हा स्त्रियांना या गोष्टी सांगता येत नाहीत.	

(6)   Change the following sentences into negative. (९)

मला शंभर रुपये पाहिजेत.   _____

तुम्ही त्याला हे पुस्तक द्या.   _____

तिला जाऊ दे.   _____

मला विश्रांती हवी.   _____

त्याला सायकल येते.   _____

तो मुलगा झाडावर चढतो आहे.   _____

दहा ते पाच मी घरात असतो.   _____

माझ्याजवळ तुझी पुस्तकं आहेत.   _____

डॉक्टर रोग्याला तपासतात.   _____

तो तुरुंगातून सुटायचा प्रयत्न करतो.   _____

(7) Repeat

(१) रमेशजवळ एक घड्याळ आहे. रमेशजवळचं घड्याळ भारी आहे.
(२) माझ्या डोक्यावर टोपी आहे. माझ्या डोक्यावरची टोपी पांढरी आहे.
(३) ती उत्तम स्वयंपाक करते. तिला उत्तम स्वयंपाक करता येतो. ती उत्तम स्वयंपाक करू शकते.
(४) गोखले पत्र लिहितात. गोखल्यांना पत्र लिहिता येतं. गोखले पत्र लिहू शकतात.
(५) तुझ्या मुलाला शाळेत जाऊ दे. या वर्षी पाऊस चांगला पडू देत.
(६) आपण सगळे मराठी शिकू यात. त्यांना बोलायचा प्रयत्न करू देत.

CONVERSATION

(Social Service)

गीता : आज पुन्हा आपण बसस्टॉपवर भेटतोय.

शारदा : हो ना. सोमवार, बुधवार आणि शुक्रवार या तीन वारी आमच्या मार्गदर्शन-केंद्राचं काम चालतं. हे तिन्ही दिवस मी इथे येत असते.

गीता : काय स्वरूपाचं काम करता तुम्ही?

शारदा : कामं तशी खूप असतात हो. त्यातली शक्य तेवढी करण्याचा मी प्रयत्न करते. मार्गदर्शन-केंद्रातर्फे आम्ही सर्वांना आरोग्यविषयक चांगल्या सवयी शिकवतो. गरीब बायकांना छोटे छोटे उद्योग शिकवतो. आमच्या कार्यकर्त्या शाळेत जाणाऱ्या मुलांना अभ्यासात मदत करतात. मुलं बहुधा शाळेत जातात. पण मुलींना बऱ्याच वेळा शाळेत जाऊ देत नाहीत. अशा वेळी त्या लिहू-वाचू शकत नाहीत. त्यांना लिहायला आणि वाचायला शिकवायचा आम्ही प्रयत्न करतो. आम्ही मुलींच्या आई-वडिलांना सांगतो की मुलींनासुद्धा शाळेत जाऊ दे.

गीता : तुम्हांला त्यांच्याशी मराठीत बोलता येतं का?

शारदा : हो. आता सवयीनं मला खूप चांगलं मराठी बोलता येतं. त्यामुळं मला त्यांच्यात मिसळता येतं.

गीता : आणखी कोणत्या समस्या असतात?

शारदा : काही मुलांचे वडील व्यसनी असतात. ते सारा पैसा दारूसारख्या व्यसनात घालवतात. मग त्यांच्या मुलाबाळांची उपासमार होते. आम्ही अशा माणसांना व्यसनातून सोडवण्यासाठी मार्गदर्शन करतो. काही सेवाभावी संस्थांच्या मदतीनं मुलांना दूध आणि पौष्टिक अन्न देण्याचा प्रयत्न करतो.

गीता : बरोबर आहे तुमचं. समाजापुढील हे प्रश्न केवळ देवाची प्रार्थना करून सुटत नाहीत. त्यासाठी प्रयत्नच करावा लागतो.

शारदा : हो ना. पण आपल्या समाजाला या कामाचं महत्त्व कळत नाही हे दुर्दैव.

13. Revevie of a Poor Man : मनोराज्याची गोष्ट

TEACHING UNITS

1. **Indefinite Future :**
   (1) **Affirmative**
   (2) **Negative**

2. **Combination of two sentences with R + ऊन**

3. **Combination of two sentences with R + ताना**

शिक्षक :
मित्रांनो, तुम्हांला आज पण गोष्ट ऐकायची आहे का?

सुब्रह्मण्यम् :
गोष्टी सर्वांनाच आवडतात. आम्हांला गोष्ट ऐकायची आहे.

शिक्षक :
पण आजची गोष्ट मी सांगणार नाही.

रेड्डीबाई :
मग कोण सांगेल गोष्ट?

शिक्षक :
तुमच्यापैकी कोणीही गोष्ट सांगेल. हे ललितमोहन गोष्ट सांगतील.

ललितमोहन :
नाही सर, मला गोष्ट येत नाही.

Teacher :
Friends, do you want to hear a story today?

Subrahmanyam:
All like stories. We want to hear a story.

Teacher :
But today I am not going to tell the story.

Mrs. Reddy :
Then who will tell the story?

Teacher :
Someone from you will tell a story. Lalitmohan will tell a story.

Lalitmohan :
No sir, I can not tell a story.

व्रजकिशोर :

मी सांगू का गोष्ट?

मुखर्जीबाई :

सांगा. पण एकदम कावळाचिमणीची गोष्ट नको. मला ती गोष्ट ऐकायची नाही.

व्रजकिशोर :

मला एक नवीनच गोष्ट सांगायची आहे.

शिक्षक :

व्रजकिशोर, तुम्ही गोष्ट सुरू करा.

व्रजकिशोर :

एका गावात एक गरीब माणूस राहात असतो. त्याचं नाव असतं शेख महंमद. तो गावात भिक्षा मागून पोट भरत असतो. त्याला एक वाईट सवय असते. तो नेहमी मनोराज्यं पाहात असतो.

नंदकुमार :

मनोराज्यं पहाण्याची सवय वाईट असते का?

शिक्षक :

नंदकुमार, मधे बोलू नका. व्रजकिशोर, पुढे सांगा.

व्रजकिशोर :

एकदा शेख महंमद असाच मनोराज्यं पाहात असतो. तो त्यावेळी म्हणत असतो, ''मी आता खूप पीठ साठवीन. मग पिठानी हे सगळं मडकं पूर्ण भरेल. मग आणखी पुष्कळ मडकी भरतील. मग मी ते सगळं पीठ विकीन. मला पुष्कळ पैसे मिळतील. मग मी घोडे विकत घेईन. घोडे विकून मी खूप श्रीमंत होईन. मग मी खूप मोठा वाडा बांधीन. माझी कीर्ती राजाच्या कानावर जाईल. एक दिवस राजा माझ्याकडे येईल आणि मला म्हणेल, ''तुम्ही फार मोठे आहात. तुम्ही माझ्या मुलीबरोबर लग्न कराल का?'' प्रथम मी त्याला ''नाही'' म्हणेन. मग राजा पुन्हा म्हणेल, ''नाही म्हणू नका. मी तुम्हांला सरदार करीन. तुम्हाला मी राहायला राजवाडा देईन. खूप नोकर देईन, दासी देईन, हत्ती देईन, घोडे देईन. खूप जडजवाहीर देईन.''

Vrajkishor :

Shall I tell a story?

Mrs. Mukharji :

Of course. (Lit. : Do tell) But not the (conventional) tale of the crow and the sparrow. I do not want to hear that tale.

Vrajkishor :

I want to tell a different story.

Teacher :

Vrajkishor, you start telling the story.

Vrajkishor :

There lives a poor man in a village. His name is Sheikh Mohammed. He lives on begging. He has one bad habit. He always sees day-dreams.

Nandkumar :

Is the habit of day-dreaming bad?

Teacher :

Nandkumar, do not interrupt. Vrajkishor, (please) continue.

Vrajkishor :

Once while day-dreaming Seikh Mohammed says, "I will collect a lot of flour. Then this earthen-pot will be filled with flour. Like this, a lot of earthen-pots will be filled. Then I will sell all that flour. I will earn a lot of money. Then I will purchase horses. By selling the horses, I will be rich. Then I will build a huge mansion. My fame will reach the King. One day the King will come to me and say, "You are really great, will you marry my daughter?" I would say, "no" first. Then the King will say again, "Do not refuse. I will make you a knight. I will give you a palace to stay. I will give you a lot of male as well as maid-servants. I will give you elephants,

मग मी त्याला 'हो' म्हणेन. मग राजाच्या सुंदर मुलीबरोबर माझं लग्न होईल. आम्ही दोघं मजेत राहू. मग आम्हांला एक मुलगा होईल.

तो तीन-चार वर्षांचा होईल. इकडे तिकडे पळत जाईल. पळताना तो पडेल. मग मी बायकोला रागवेन. ती माझं ऐकणार नाही. मग मला खूप राग येईल. मी तिला अशी एक थप्पड मारीन.'' असं म्हणून तो समोरच्या मडक्याला जोरात थप्पड मारतो. मडकं खाली पडतं आणि फुटतं. सगळं पीठ जमिनीवर सांडतं. बिचारा शेख महंमद वेड्यासारखा पाहात बसतो.

horses and plenty of jewellery. Then I will say, "yes". Then I will get married to the beautiful daughter of the King. We will stay happily. Then we will have a son.

When he will three to four years old he will start running about. He will fall down while running. Then I will scold my wife. She will not listen to me, I will get very angry. "I will slap her like this." Saying so he slaps the earthen pot infront of him. The earthen-pot falls down and breaks. All the flour is spilt on the ground. Poor Sheikh Mohammed stares at it like a mad man.

आलम :

शेवटी पीठही नाही आणि बायकोही नाही.

शिक्षक :

छान आहे गोष्ट!

Alam :

Ultimately he gets neither flour nor wife.

Teacher :

It is a good story.

📖 GRAMMAR

1. In this lesson future tense constructions are being introduced. In Marathi there are two types of future tense. (1) Indefinite future and (2) Definite. Both these may be also labelled as Future I and Future II respectively. When the speaker is not definite himself about the future events, he uses Indefinite future or Future I. The verbs in Future I are formed by adding following suffixes to the roots. Rest of the sentence structure remains the same.

Suffixes :

Person	Singular	Plural
1st Pers.	ईन/एन	ऊ
2nd Pers.	शील	आल
3rd Pers.	ईल/एल	तील

In the 1st pers. singular and 3rd pers. singular there are alternative suffixes. Generally the vowel-ending roots take ईन and ईल suffixes, while consonant ending roots take एन and एल suffixes. But most often in colloquial speech this rule is not strictly followed and there is a growing tendency to use ईन and ईल suffixes even after consonant-ending roots. The paradigms of the roots जा and बस are given below. It should be remembered that there is no gender distinction in the forms of future.

		Root जा		Root बस	
Person	Sing.	Plural		Sing.	Plural
1st Pers.	मी जाईन	आम्ही आपण जाऊ.		मी बसेन	आम्ही आपण बसू.
2nd Pers.	तू जाशील	तुम्ही आपण जाल.		तू बसशील	तुम्ही आपण बसाल.
3rd Pers.	तो ती जाईल. ते	ते त्या जातील. ती		तो ती बसेल. ते	ते त्या बसतील. ती

Most of the vowel-ending roots undergo some changes before the suffixes having vowels in the initial. Some of the forms are given below.

दे	- देईन,	देऊ,	द्याल,	देईल.
घे	- घेईन,	घेऊ,	घ्याल,	घेईल.
पी	- पिईन,	पिऊ,	प्याल,	पिईल.
धू	- धुईन,	धुवू,	धुवाल,	धुईल.
ये	- येईन,	येऊ,	याल,	येईल.
पहा	- पाहीन,	पाहू,	पाहाल,	पाहील.
रहा	- राहीन,	राहू,	राहाल,	राहील.
वहा	- वाहीन,	वाहू,	वाहाल,	वाहील.
जा	- जाईन,	जाऊ,	जाल,	जाईल.
खा	- खाईन,	खाऊ,	खाल,	खाईल.
लिही	- लिहीन,	लिहू,	लिहाल,	लिहील.

2. Combination of two sentences with **R + ऊन.**

When the same subject is performing two consecutive actions, those actions may be expressed in separate sentences or alternatively in one sentence. In order to express them in one sentence, the root denoting the 1st action, takes R + ऊन form and all the repeated elements are dropped.

(१) तो सकाळी उठतो. तो सकाळी चहा पितो.

These two sentences could be combined as — तो सकाळी उठून चहा पितो.

(२) तो पुस्तक वाचतो. तो झोपतो.

तो पुस्तक वाचून झोपतो.

Note : The R + ऊन forms of the following roots.

दे - देऊन,	घे - घेऊन,	पी - पिऊन,	धू - धुऊन
ये - येऊन,	पहा - पाहून,	रहा - राहून,	वहा - वाहून,
जा - जाऊन,	खा - खाऊन,	लिही - लिहून.	ठेव - ठेवून

3. Combination of two sentences with **R + ताना**.

When the same subject is performing two actions simultaneously those actions may be expressed in two separate sentences or alternatively in one sentence. When such sentences are combined to form one sentence the action root in the 1st sentence takes R + ताना form while all the repeated elements are dropped. e.g.

(१) तो अभ्यास करतो. त्याच वेळी तो रेडिओ ऐकतो.

These sentences can be combined as -

तो अभ्यास करताना रेडिओ ऐकतो. He listens to the radio while studying.

(२) तो जेवण करतो. त्या वेळी गप्पा मारतो.

तो जेवण करताना गप्पा मारतो.

He chats while taking a meal.

The negative of the Future I is formed by adding the forms of नाही to the form R + णार which is invariable. The paradigms of the roots जा and बस in Future-I negative are given below.

Root जा

Person	Singular	Plural
1st Pers.	मी जाणार नाही.	आम्ही आपण जाणार नाही.
2nd Pers.	तू जाणार नाहीस.	तुम्ही आपण जाणार नाही.
3rd Pers.	तो ती जाणार नाही. ते	ते त्या जाणार नाहीत. ती

Root बस

Person	Singular	Plural
1st Pers.	मी बसणार नाही.	आम्ही आपण बसणार नाही.
2nd pers.	तू बसणार नाहीस.	तुम्ही आपण बसणार नाही.
3rd Pers.	तो ती बसणार नाही. ते	ते त्या बसणार नाहीत. ती

✍ DRILLS

(1) Repeat :

श्रावण महिना संपेल. भाद्रपदाचा महिना येईल. मग गणपतीचा उत्सव सुरू होईल. प्रत्येक गल्लीत गणपतीची स्थापना होईल. लोक गणपतीपुढे सुंदर आरास करतील. दिव्यांची रोषणाई करतील. पुण्यातील लोक गणपती पाहायला जातील. मी पण गणपती पाहायला जाईन. माझा मित्र गणपती पाहायला माझ्याबरोबर येईल. आम्ही दोघे खूप फिरू.

(2) Rewrite the following sentences into Future-I

आम्ही सिनेमाला जातो. ______________________

श्री. काटे पत्र लिहितात. ______________________

तू माझ्याबरोबर येतोस का? ______________________

ती परीक्षेला बसते. ______________________

मोहनराव पाहुण्यांचे स्वागत करतात. ______________________

मी फोटो काढतो. ______________________

तुम्ही नाटकाची तिकिटं घेता. ______________________

त्या दोघी गप्पा मारतात. ______________________

(3) Rewrite the following sentences into negative. (👎)

आज पाऊस पडेल. __________________

गोपाळ आज संध्याकाळी येईल. __________________

धोबी कपडे धुईल. __________________

इथे पुस्तकं मिळतील. __________________

मी मोहनला फोन करीन. __________________

तू पास होशील. __________________

सौ. सोहोनी गाणं म्हणतील. __________________

आम्ही फ्रेंच भाषा शिकू. _____

तुम्ही भाजी आणाल. _____

(4) Fill in the gaps with the Future-I forms of the verbs given in the brackets :

(१) शिक्षक सुट्टी (दे)_____

(२) आज शनिवारवाड्यासमोर सभा (हो)_____

(३) श्री. राहुल गांधी महाराष्ट्राला भेट (दे)_____

(४) आम्ही संप (कर)_____

(५) तुम्ही संपात भाग (घे)_____ का?

(६) तो हे काम (कर) _____ का?

(७) या वर्षी शेतात चांगली पिकं (ये) _____

(८) मी त्याला (सांग) _____

(5) Substitute the bold type phrase with the phrases given below :

मला **जेवण करायचं** आहे.

सिनेमा पहा _____

पत्र लिही _____

भाजी आण _____

पुस्तक वाच _____

स्टेशनवर जा _____

विश्रांती घे _____

मित्राला भेट _____

(6) Rewrite the following sentences into affirmative. (👉)

काही लोक आपल्याला मदत करणार नाहीत. _____

तुम्हाला हे काम जमणार नाही. _____

आम्ही या बाबतीत बोलणार नाही. _____

आज गोविंदराव ऑफिसात येणार नाहीत. _____

तू माझं काम करणार नाहीस का? _____

या वर्षी कामगारांना बोनस मिळणार नाही. _____

ही वस्तू बाजारात मिळणार नाही. _____

तुमच्या शेतात कापूस उगवणार नाही. _____

(7) Rewrite the following passage in Future-I

मला रजा मिळते. रजेच्या काळात मी भारतातली प्रसिद्ध ठिकाणं पाहतो. माझी पत्नी, माझी मुलं पण माझ्याबरोबर येतात. आम्ही बहुतेक प्रवास रेल्वेने करतो. आम्ही शक्यतो हॉटेलमध्ये उतरतो. जिथे हॉटेलची सोय नसते, तिथे आम्ही धर्मशाळेत अथवा मंदिरात उतरतो. मला या प्रवासात खूप खर्च येतो. म्हणून मी प्रवासात फारशी खरेदी करत नाही.

(8) Substitute the bold typed word in the following sentence with those given below.

मोहन	सर्वांना मदत करील.
सीता	_____
गोपाळराव	_____
मी	_____
आम्ही	_____
तुम्ही	_____
श्रीमती फाळके	_____
तू	_____

(9) Combine the following sentences with R + ऊन.

Sentences	R + ऊन
मोहन आंघोळ करतो. मोहन ऑफिसात जातो.	
सीता पत्र लिहिते. नंतर ती ते पोस्टात टाकते.	
घड्याळ खाली पडते. नंतर ते फुटते.	
मी पुस्तक वाचतो. मी खूप हसतो.	
राणी सिनेमा पाहाते आणि ती घरी येते.	
साहेब त्याला बोलावतात आणि त्याला खूप रागावतात.	
तुम्ही चहा पिता आणि कामाला लागता.	
तू खूप शीक आणि मोठा हो.	

(10) Combine the following sentences with R + ताना.

Sentences	R + ताना
तो गाणं ऐकतो. त्यावेळी तो स्वतःशी गाणं म्हणतो.	
ते भाषण करतात. त्यावेळी ते विनोदी चुटके सांगतात.	
ती स्वयंपाक करते. त्यावेळी ती आनंदात असते.	
तो बाजारात जातो. त्यावेळी मित्राच्या घरी जातो.	
तो पर्वती चढतो. त्यावेळी तो थकत नाही.	
गोरेसाहेब ऑफिसात असतात. त्यावेळी ते खूप गंभीर वाटतात.	
अपर्णा पुस्तक वाचते. त्यावेळी स्वतःला विसरते.	

CONVERSATION

(Planning a Bombay Tour)

व्रजकिशोर : अहो ललितमोहन, थांबा ना जरा. कसली गडबड आहे?

ललितमोहन : जरा गडबडीत आहे. उद्या बहुधा मी मुंबईला जाईन. उद्या मराठीच्या तासाला येऊ शकणार नाही. घरी जाऊन आता प्रवासाची तयारी करायची आहे.

व्रजकिशोर : किती दिवस राहाल मुंबईला?

ललितमोहन : तीन–चार दिवस राहीन. माझ्याबरोबर माझी बहीण आणि तिची मुलं येतील. माझ्या बहिणीचं सासर मुंबईला आहे. मुंबईला पोहोचल्यावर आधी बहिणीच्या सासरी जाईन. तिला आणि मुलांना त्यांच्या घरी सोडीन. तिच्या घरी जेवण करून मग माझ्या कामांना जाईन.

व्रजकिशोर : तुमची कसली कामं?

ललितमोहन : माझी खूप कामं आहेत. प्रथम मी मुंबई विद्यापीठात जाईन. तिथं परीक्षेचं काम करून एल्फिन्स्टन कॉलेजात माझा एक मित्र असतो त्याला भेटेन. मित्राला बरोबर घेऊन पुस्तकं खरेदी करायला जाईन. काही पुस्तकं माझ्यासाठी आणि काही कॉलेजच्या लायब्ररीसाठी खरेदी करीन. माझ्या मित्राला पुस्तकांत खूप रस आहे. खरेदी करताना म्हणूनच त्याला बरोबर घेईन.

व्रजकिशोर : मुंबईला खूप नवे सिनेमे लागतात. सिनेमा पहाल ना?

ललितमोहन : सिनेमा बहुधा पहाणार नाही. कारण मला वेळच मिळणार नाही. शिवाय सिनेमा पाहताना मला कोणीतरी बरोबर लागतं. कोणी बरोबर असेल तर सिनेमा पाहीन. परत येईन तेव्हा तुम्हांला सांगेन सारं काही.

14. A Trip to Forts : किल्ल्यांची सहल

TEACHING UNITS

1. **Future II or Definite Future**
   R + णार — आहे forms.

2. **Negation in Future II**
   Negation in Future I + आहे forms.

3. **Conditional clauses. जर — तर**

आलम :
सर, आज मी एक पत्र वाचून दाखवणार आहे.

शिक्षक :
कुणाचं पत्र आहे?

आलम :
नाशिकला माझा एक महाराष्ट्रीय मित्र आहे. त्याचं नाव आहे नारायण. त्याचं हे पत्र आहे.

नंदकुमार :
पत्र कशाबद्दल आहे?

आलम :
मी ते वाचून दाखवतो म्हणजे समजेल.

शिक्षक :
ठीक आहे. तुम्ही पत्र मोठ्याने वाचा.

Alam :
Sir, I am going to read a letter today.

Teacher :
Whose letter is that?

Alam :
There is a Maharashtrian friend of mine in Nasik. His name is Narayan. This is his letter.

Nandakumar :
What is this letter about?

Alam :
I will read it so that you can understand.

Teacher :
All right. You read that letter loudly.

आलम :

प्रिय मित्र आलम,

मी तुला हे पत्र मुद्दाम लिहितो आहे. मे महिन्यात कोर्टाला सुट्टी असते. यंदाच्या मे महिन्याच्या सुट्टीत तू कुठे जाणार आहेस का? तू कुठे जाणार नसशील तर मी तुला एक चांगला कार्यक्रम सुचवतो. मी व माझे काही मित्र एक सहल काढणार आहोत. या सहलीमध्ये आम्ही शिवाजीमहाराजांचे किल्ले पहाणार आहोत. रायगड, सिंहगड, प्रतापगड, पन्हाळा, राजगड, सिंधुदुर्ग हे सर्व प्रसिद्ध किल्ले आम्ही पहाणार आहोत. माझे जोशी, कदम, घोलप हे मित्र तुला माहीत आहेतच. ते या सहलीला येणार आहेत. त्यांच्या बायका पण येणार आहेत. मात्र माझी बायको सहलीला येणार नाही आहे. ती आजारी आहे. ती किल्ले चढू शकणार नाही.

आम्हांला सहलीसाठी एक मेटॅडोर मिळणार आहे. मेटॅडोरमध्ये १६ जणांची सोय आहे. आम्ही सात आहोत. तू व तुझे मराठी शिकणारे मित्र आणि तुमचे शिक्षक जर येतील तर आपला चांगला गट तयार होईल.

ही मेटॅडोर कदमच्या भावाची आहे. तो आमच्याकडून भाडं घेणार नाही. आम्ही पेट्रोलचा आणि ड्रायव्हरचा खर्च करणार आहोत. त्यामुळे सहलीला जास्त खर्च येणार नाही.

प्रवासाला निघण्यापूर्वी आम्ही एक कार्यक्रम करणार आहोत. आम्ही गोपाळ हायस्कूलमध्ये जाणार आहोत. तिथे प्रोजेक्टरवर या सर्व किल्ल्यांची चित्रं दाखवण्याची सोय आहे. आम्ही अगोदर ही चित्रं पहाणार आहोत. तिथले शिक्षक आम्हांला सर्व किल्ल्यांची माहिती सांगणार आहेत.

आम्ही महाराष्ट्रातले सुप्रसिद्ध गिर्यारोहक आणि किल्ल्यांचे जाणकार श्री. आनंद पाळंदे यांना पण भेटणार आहोत. त्यांना आम्ही आमच्याबरोबर सहलीला येण्याची विनंती करणार आहोत. त्यांना किल्ल्यांची खूप माहिती आहे. त्यांच्याबरोबर किल्ले पाहताना खूप मजा येईल.

Alam :

Dear (friend) Alam,

I am specially writing this letter to you. Your court closes for vacation in the month of May. Are you going any where during this May vacation? If you are not going anywhere I will suggest to you a good programme. Some of my friends and myself are arranging a trip. During this trip we are going to visit the forts of ShivajiMaharaj. We are going to see all the famous forts like Raigad, Sinhagad, Pratapgad, Panhala, Rajgad, Sindhudurg. My friends Joshi, Kadam, Gholap are known to you. They are coming for this trip. Their wives are also coming along. However my wife is not coming for the trip. She is not keeping well. She will not be able to climb the forts.

We are hiring a metador for this trip. The metador accomodates sixteen persons. We are seven. If you along with your Marathi learning friends and your teacher join us, it will be a good group.

This metador belongs to Kadam's brother. He is not going to charge us anything. We are going to pay for the petrol and the driver. The trip therefore, will not be a costly one.

Before the trip we are going to have a programme. We are going to Gopal High School. There is a facility of showing slides of all these forts on a projector. We will see the slides first. The teacher there is going to give us all the information about the forts.

We are going to meet a renowned Marathi writer Mr. G. N. Dandekar. We will request him to accompany us on the trip. He knows a lot about these forts. It will be a pleasure to see the forts with him.

तू ही सहलीची संधी चुकवू नकोस. तुझ्या मित्रांना पण सांग. तुम्ही सर्वजण मराठी शिकता तेव्हा या सहलीचा तुम्हांला फायदाच होईल. तुम्ही सर्वजण येणार असाल तर मला ताबडतोब कळव. म्हणजे मी दुसऱ्या कुणाला सहलीबद्दल विचारणार नाही. तू तुझा निर्णय मला लिहून कळव. तुझ्या पत्राची वाट पहातो आहे.

मराठीच्या वर्गातील तुझ्या सर्व मित्रांना हे कळव.

बाकी सर्व क्षेम. सौ. वहिनींना सप्रेम नमस्कार. मुलांना आशीर्वाद. पत्राचे उत्तर ताबडतोब लिही.

कळावे,

तुझा मित्र,
नारायण.

Do not miss the opportunity of this trip. Tell your friends also. You all learn Marathi. You will be benefitted from this trip. Inform me immediately if you all are coming along. So that I will not ask anybody else for this trip. Write to me about your decision. Awaiting your letter.

Convey about this trip to all your friends of Marathi class.

Rest all is well. Convey my regards to your wife and love to children. Reply me immediately.

With regards.

Yours,
Narayan.

शिक्षक :
छान पत्र आहे. आपण सर्वजण या सहलीला जाऊ या. काय रेड्डीबाई, येणार का?

रेड्डीबाई :
आम्ही येणारच. आम्ही किल्ले चढू शकतो.

ललितमोहन :
सर, आम्ही सर्वजण येण्याचा प्रयत्न करू.

शिक्षक :
ठीक आहे. आलम, तुमच्या मित्राला ताबडतोब पत्र लिहा.

Teacher :
It is nice a letter. We will make this trip. What about you Mrs. Reddy, are you coming ?

Mrs. Reddy :
Of course, we are coming. We can climb the forts.

Lalitmohan :
Sir, we all will try to come.

Teacher :
All right Alam, write a letter to your friend immediately.

📖 GRAMMAR

1. The lesson introduces Future-II or definite future when the speaker is fully convicted about the future events, he uses this future. This future is formed as follows.

Subject – R + णार – आहे forms. The paradigm of the root बस is given below :

Root बस		
Person	Singular	Plural
1ˢᵗ Pers.	मी बसणार आहे.	आम्ही आपण बसणार आहोत.
2ⁿᵈ Pers.	तू बसणार आहेस.	तुम्ही आपण बसणार आहात.
3ʳᵈ Pers.	तो ती बसणार आहे. ते	ते त्या बसणार आहेत. ती

2. The negation in Future II is formed by adding आहे forms to the negation in Future I. While doing so the repeated suffixes are dropped. The negative paradigm in Future II of the root बस is given below :

Root बस		
Person	Singular	Plural
1ˢᵗ Pers.	मी बसणार नाही आहे.	आम्ही आपण बसणार नाही आहोत.
2ⁿᵈ Pers.	तू बसणार नाही आहेस.	तुम्ही आपण बसणार नाही आहात.
3ʳᵈ Pers.	तो ती बसणार नाही आहे. ते	ते त्या बसणार नाही आहेत. ती

Many a time in affirmative type the final आहे is dropped which denotes stronger determination or conviction.

आम्ही येणार. आज पाऊस पडणार.   आम्ही नाही येणार.

If still stronger conviction is to be expressed the emphatic particle 'च' is added to the verbal form. e.g. आम्ही येणारच. आज पाऊस पडणारच.

In a question, this final आहे is very often dropped.

अ) माझ्याबरोबर येणार का?

ब) हे काम करणार का?

In English this construction of Future-II could be translated with 'to be going to construction.'
तो आज भाषण करणार आहे. He is going to make a speech today.

3. A conditional sentence is formed by two clauses joined by जर–तर. The clause starting with जर is a conditional clause and the clause starting with तर is a main clause. The conditional clause may be expressed by Future-I construction.

अ)   जर तू माझ्याबरोबर येशील तर मी तुला एक गंमत दाखवीन.
       If you will come with me, I shall show you an interesting thing.

ब)   जर तू माझं काम करशील तर मी तुला एक बक्षीस देईन.
       If you will do my work, I shall give you a prize.
       Remember that very often the word जर is understood.

✍ DRILLS

(1) Repeat :

आज माझा मित्र गावाहून येणार आहे. तो माझ्याकडे चार दिवस राहाणार आहे. मी त्याला पुणे शहर दाखवणार आहे. आम्ही पुण्यातली सगळी प्रसिद्ध ठिकाण पाहाणार आहोत. आम्ही सिंहगडला पण जाणार आहोत.

(2) Convert the following sentences into Future-II

(अ) राम आज येईल.   _____

सीता नाटकात काम करते.   _____

आम्ही तुला बक्षीस देऊ.   _____

ते संध्याकाळी माझ्याकडे येतील.   _____

त्या गाणं म्हणतील.   _____

(आ) मला खूप बोलायचं आहे.   _____

तुम्हाला स्टेशनवर जायचं आहे का?   _____

तिला नोकरी करायची आहे.   _____

आम्हाला काम करायचं आहे.   _____

तुला मराठी शिकायचं आहे.   _____

(3) Change the following sentences into negative. ( )

आज पाऊस पडणार आहे. ____________________

ते आज हा धडा शिकवणार आहेत. ____________________

सुरेश पोहायला शिकणार आहे. ____________________

रमेश रमी खेळायला जाणार आहे. ____________________

तुम्ही आज सभेत बोलणार आहात. ____________________

आम्ही स्पॅनिश शिकणार आहोत. ____________________

(4) Rewrite the following sentences substituting R + आयचं आहे for future II.

Future II	R + आयचं आहे
तो गावाला जाणार आहे.	
ती चहा घेणार आहे.	
ते साहेबांना भेटणार आहेत.	
मुलं हॉकी खेळणार आहेत.	
ती स्नेहसंमेलनात गाणं म्हणणार आहे.	

(5) Fill in the gaps with the Future II forms of the verbs in the brackets.

(१) त्या बँकेत नोकरी__________ (कर).

(२) शाळा अकरा वाजता __________ (उघड).

(३) तुम्ही सिनेमा__________ (पहा).

(४) तू कपडे__________ (धू).

(५) आमचं कार्यालय या शनिवारी बंद__________ (रहा).

(6) Rewrite the following passage into Future-I.

आकाशात ढग जमायला लागणार आहेत. थंडगार वारा सुटणार आहे. मग जोरात पाऊस पडणार आहे. मुलं पाण्यात खेळणार आहेत. पाण्यात भिजताना ती गाणी म्हणणार आहेत. पाण्यात कागदाच्या नावा सोडणार आहेत. ती पाण्यात पूर्ण भिजणार आहेत. त्यानंतर मात्र ती घरात जाणार आहेत. सगळीकडे पाणीच पाणी होणार आहे. शेतकरी आनंदित होणार आहेत.

(7) Translate the following sentences into Marathi.

a) If it will rain today, people will be happy. ____________________

b) If my brother comes today, I shall ask him about you. ____________________

c) If the students study hard, they will pass in the examination. ____________________

d) If you see this play, you will like it. ____________________

e) If you work slowly, you will miss the bus. ____________________

f) If you speak in Marathi, people will also speak in Marathi. ____________________ ____________________

g) You speak in English, people will also speak in English. ____________________ ____________________

h) If you give me five hundred rupees I shall purchase a transistor. ____________________ ____________________

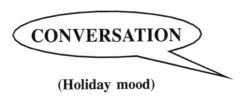

CONVERSATION

(Holiday mood)

गीता रेड्डी : सुब्रह्मण्यम्, तुम्ही माझं एक काम कराल का?

सुब्रह्मण्यम् : कोणतं काम? बोला.

गीता : जोशी सरांना आणि कामतबाईंना निरोप सांगा की मी एक आठवडा मराठीच्या तासांना येणार नाही आहे.

सुब्रह्मण्यम् : अरे, तास बुडवून कुठे जाणार आहात तुम्ही?

गीता : ऑफिसचं काम आहे. त्यासाठी मी मद्रासला जाणार आहे. माझे मिस्टरसुद्धा रजा घेणार आहेत. आम्ही दोघं मिळून जाणार आहोत.

सुब्रह्मण्यम् : छान! म्हणजे ऑफिसच्या कामाचं निमित्त करून तुम्ही फिरून येणार आहात.

गीता : हो. आम्ही दोघं बदल म्हणून फिरायला जाणारच आहोत. माझं मद्रासमधलं ऑफिसचं काम करून आम्ही दोघं उटकमंडला जाणार आहोत. तिथं तीन-चार दिवस राहाणार आहोत.

सुब्रह्मण्यम् : उटकमंड हिलस्टेशन आहे. तिथे आता हवा खूपच थंड असणार.

गीता : हो. मला थंड हवेत राहायला आवडतं. डोंगर-दऱ्यांमधून भटकायला आम्हा दोघांना खूप आवडतं.

सुब्रह्मण्यम् : परत येणार आहात की कायम तिथेच राहणार आहात?

गीता : येणार आहे तर! कायम तिथं राहून कसं चालेल? शिवाय मुलांना इथेच बहिणीकडे ठेवणार आहे. त्यांच्यासाठी परत यायलाच हवं. तुम्ही फक्त माझा निरोप सरांना आणि बाईंना सांगा.

सुब्रह्मण्यम् : आणि अभ्यासाचं काय करणार?

गीता : मी कामतबाईंना माझी अडचण सांगेन. त्या मला सारं पुन्हा शिकवतील. उटकमंडची सहल पुन्हा लवकर करायला मिळणार नाही.

15. Speak Marathi : मराठी बोला

TEACHING UNITS

1. **Various uses of definite future :**
   (a) **To express degrees of definiteness**
   (b) **Contracted forms of questions.**

2. **Some usages :**
   (1) तरी हरकत नाही.
   (2) uses of म्हणजे
   (3) use of relative pronouns.
   (4) use of न – R + ता.
   (5) use of समजावून दे, समजावून घे.
   (6) R + आयचा प्रयत्न कर.
       R + आयचा निश्चय कर.
   (7) R + आयला शीक.

शिक्षक :
   मित्रांनो तुमची परीक्षा पुढच्या महिन्यात आहे. अभ्यास करता की नाही?

सुब्रह्मण्यम् :
   सर, अभ्यास कसा करणार? आम्हाला अभ्यासासाठी वेळच मिळत नाही.

Teacher :
   Friends, You have your exams next month. Are you studying for it or not?

Subrahmanyam :
   Sir, how can we study? We are not getting enough time.

शिक्षक :

मग परीक्षेला तरी बसणार की नाही?

ललितमोहन :

परीक्षेला बसणार आहोत. पण परीक्षेत काय उत्तरं लिहिणार ते सांगता येत नाही.

शिक्षक :

अजून परीक्षेला एक महिन्याचा अवकाश आहे. तोपर्यंत तुम्ही चांगला अभ्यास करू शकाल.

रेड्डीबाई :

आम्हांला परीक्षेसाठी काही मार्गदर्शन करा, सर!

शिक्षक :

मार्गदर्शन करायला तुम्ही लहान मुलं आहात का? एक लक्षात ठेवा, तुम्ही भाषा शिकता आहात. भाषा ही एक सवय आहे. ती ऐनवेळी अभ्यास करून येत नाही.

मुखर्जीबाई :

पण सवयीसाठी आम्ही काय करू शकतो?

शिक्षक :

तुम्ही ही भाषा खूप ऐका. मराठी भाषकांच्या समाजात मिसळा. त्यांच्या घरात मराठी कसं बोलतात, ते ऐका. आकाशवाणीवरचे, दूरदर्शनवरचे मराठी कार्यक्रम ऐका, पाहा. मराठी व्याख्यानं ऐका. मराठी नाटकं पाहा. मराठी सिनेमा पाहा. तुम्हांला ती भाषा सहज कळेल.

व्रजकिशोर :

पण फक्त ऐकून बोलता कसं येणार?

शिक्षक :

तुम्ही मराठी बोलायचा निश्चय करा. प्रथम प्रथम तुम्ही चुका कराल. तरी हरकत नाही. लोक हसतील. हसू देत. तुम्ही निराश होऊ नका. संकोच न करता, न लाजता मराठी बोला. मराठीत अस्खलित बोलण्यासाठी मराठीत विचार करायला शिका. म्हणजे आपोआप मराठी येईल.

Teacher :

So, are you appearing for the examination or not?

Lalitmohan :

Of course, we are appearing for the examination. But we do not know what we are going to write.

Teacher :

Still there is one month for the examination. By that time you can prepare well.

Mrs. Reddy :

Do guide us for the examination, Sir!

Teacher :

Are you kids to require guidance? Remember one thing. You are learning a language. But language is a habit. It can not be learnt by last minute study.

Mrs. Mukharji :

What can we do to make it a habit?

Teacher :

Please try listening to this language as much as you can. Do mingle with Marathi-speaking community. Listen to the language spoken in their homes. Hear the Marathi programmes on Radio and T.V. Listen to Marathi lectures; see Marathi dramas, watch Marathi movies. You will easily learn the language of your own.

Vrajkishor :

How can we speak merely by hearing?

Teacher :

You firmly decide to speak Marathi. Initially you will make some mistakes. Never mind that. People might laught, let them. Do not be nervous. Without being nervous or being shy continue speaking Marathi. For speaking fluent Marathi learn to think in Marathi. By this you will learn Marathi without any problem.

नंदकुमार :

मराठीत विचार करणं कठीण आहे.

शिक्षक :

कठीण नाही. पण तो सवयीचा भाग आहे. तुम्ही मराठीतून विचार करायचा प्रयत्न करा. तुम्हांला सरावाने ते जमेल. आणखी एक मार्ग म्हणजे मराठी पुस्तकं वाचा. मराठी वर्तमानपत्रं वाचा. मराठीत खूप छान छान पुस्तकं आहेत. साने गुरुजी, विनोबा भावे यांचं मराठी खूप सोपं आहे. तुम्हांला त्यांची पुस्तकं आवडतील.

आलम :

आम्हांला मराठी व्याकरण खूप कठीण वाटतं.

शिक्षक :

व्याकरणाची भीती धरू नका. व्याकरण म्हणजे निरनिराळ्या रचनांचा परिचय. त्या सगळ्या रचना समजावून घ्या. पाठांतराने त्या शिकू नका. ज्या ज्या रचना शिकाल त्यांचा तुमच्या लिहिण्यात, बोलण्यात योग्य प्रसंगी उपयोग करा.

सुब्रह्मण्यम् :

लोक आमच्याशी मराठीत बोलत नाहीत. ते आमच्याशी हिंदीतून किंवा इंग्रजीतून बोलतात.

शिक्षक :

अशा वेळी तुम्ही त्यांना विनंती करून सांगा, 'आमच्याशी मराठीत बोला' असा आग्रह धरा. तुमचे हे मित्र तुमचं ऐकतील.

ललितमोहन :

आम्ही तुमच्या या सूचना पाळण्याचा प्रयत्न करू.

शिक्षक :

मग तुम्हाला यश निश्चित मिळेल.

Nandkumar :

It is difficult to think in Marathi.

Teacher :

Not at all. It is a matter of practice. Try to think in Marathi. You will achieve that by practice. Another way is to read Marathi books. Read Marathi newspapers. Lot of good books are there in Marathi. Marathi written by Sane Guruji, Vinoba Bhave is very simple. You will like their books.

Alam :

We find Marathi grammar very difficult.

Techer :

Do not be afraid of grammar. Grammar is nothing else but acquaintance with various constructions. Get to know these constructions. Do not learn these by chanting. Whichever constructions you learn try to use them appropriately while speaking and writing.

Subrahmanyam :

People do not speak to us in Marathi. They use either Hindi or English.

Teacher :

At such times request them to speak with you in Marathi, and insist on this. These friends of yours will listen to you.

Lalitmohan :

We will try to observe your suggestions.

Teacher :

Then you will definitely get success.

📖 GRAMMAR

1. Uses of definite future.

    (a) Definite future or future second is used to express definiteness of happenings. Sometimes the auxiliary verb 'आहे' is dropped which increases the degree of definiteness e.g. (i) तो आज येणार आहे. 'He is going to come today.'

    (ii) तो आज येणार. (I am sure that) 'He will come today.'

    If we want to increase this degree of definiteness we can add the particle 'च' to the verbal form. e.g.

    (iii) तो आज येणारच. 'There is no doubt that he will come today.'

    We come across this very emphatic use of second future in Lokamanya Tilak's famous expression. viz. 'स्वराज्य हा माझा जन्मसिद्ध हक्क आहे आणि तो मी मिळवणारच.'

    (b) R + णार form is used to ask questions also. e.g. (i) तू माझ्याबरोबर येणार का? 'Are you going to come with me?' or 'Will you come with me?' (ii) तो आता कुठे जाणार? 'Where will he go now?' In such questions the auxiliary 'आहे' is understood.

2. In this lesson many idiomatic expression have been used.

    (i) तरी हरकत नाही — 'It does not matter even them.'

Examples :

१. सायकल शिकताना पडशील, तरी हरकत नाही. तू पुन्हा प्रयत्न कर.
    'You are likely to fall down while learning to ride a bicycle. Even then it does not matter. You should try again.'

२. प्रथम तुला लोक हसतील, तरी हरकत नाही. तू मराठीच बोल.
    'People will laugh at you in the beginning. Even then you need not bother. You speak in Marathi only.'

    (ii) म्हणजे could be translated as 'means' but it is used in various senses also.

Equations :

पाहुणे म्हणजे संकटच.	Guests means calamity.
काश्मीर म्हणजे नंदनवन.	Kashmir means Nandanavana. (heaven).

Condition :

तू हे काम कर म्हणजे मी तुला बक्षीस देईन.   You do this work. Then I will give you a reward.

Result :

मराठीत विचार करा म्हणजे तुम्हाला मराठी येईल.   Think in Marathi so that you will know it.

3. Relative pronouns : Relative pronouns viz. जो and तो are used in two separate but interdependent clauses e.g.

जो विद्यार्थी अभ्यास करतो तो पास होतो.   The student who studies, passes.

जो माणूस सर्वांना आवडतो, तो देवालासुद्धा आवडतो.   'The man who is liked by all is liked by God also.

4. न – R + ता construction.

This gives the meaning of ' without doing (certain thing).' e.g.

तू न बोलता काम कर.   'Do your work without speaking.'

आई विश्रांती न घेता काम करते.   'Mother works without taking rest.'

तू न सांगता जाऊ नकोस.   'Don't go without informing' (of your going).

5. समजावून दे.   Explain to others.

समजावून घे.   Understand from some body.

6. R + आयचा प्रयत्न कर.   'To try to do (something)'

तू मराठीत बोलायचा प्रयत्न करतोस.   'You try to speak in Marathi.'

तो डोंगरावर चढायचा प्रयत्न करतो.   'He tries to climb a mountain.'

7. R + आयला शीक. to learn to do (something).

Normally the object of the verb शीक is a noun. e.g. तो फ्रेंच शिकतो. 'He learns French.' But sometimes this object may be some action which is expressed through R + आयला form e.g. ती पोहायला शिकते. She learns to swim! मूला बोलायला शिकतं. 'The child learns to talk.'

✍ DRILLS

(1) **Repeat :**

आज पाऊस येईल.   आज पाऊस येणार आहे.

आज पाऊस येणार.   आज पाऊस येणारच.

आज पाऊस येणार का?   तुम्ही परीक्षेला बसणार का?

तू माझ्याबरोबर सिनेमाला येणार का?

(2) **Rewrite the following sentences using 'तरी हरकत नाही.'**

१. आज पाऊस येणार नाही.   _____

२. तुम्ही नापास व्हाल.   _____

३. शिक्षक सुट्टी देणार नाहीत.   _____

४. त्याला गाडीचं तिकीट मिळणार नाही.   _____

५. तुम्ही चुका कराल.   _____

६. लोक तुम्हाला हसतील.   _____

(3) Substitute the underlined form with the given phrases.

(१) तुम्ही   **विचार करायचा**   प्रयत्न करा

पास हो   _____

मराठी बोल   _____

पत्र लिही   _____

वेळेवर ये   _____

लवकर ऊठ   _____

(२) तुम्ही   **मराठी बोलायला**   शिका

पोह   _____

खरं बोल   _____

काम कर   _____

लोकात मिसळ   _____

सायकल चालव   _____

भरभर लिही   _____

(N.B. लिही + आयचा = लिहायचा; लिही + आयला = लिहायला)

(4) Joint the following into one by using 'न R + ता' pattern.

Model : संकोच करू नका. बोला – संकोच न करता बोला.

Sentences	'न R + ता' pattern
कुणाला भिऊ नका. आपलं काम करा.	
सिगारेट पिऊ नका. व्यायाम करा.	
इकडे तिकडे पाहू नका. सरळ ऑफिसात जा.	
गप्पा मारू नका. काम करा.	
कॉपी करू नका. परीक्षेत पास व्हा.	
उशीर करू नका. लवकर परत या.	
कोणाला फसवू नका. सत्याने वागा.	

(5) Join the following sentences using. 'जो – तो' pattern.

Model : तो अभ्यास करतो. तो पास होतो. – जो अभ्यास करतो तो पास होतो.

Sentences	'जो – तो' pattern
त्याला पैसे मिळतात. त्याला मित्रही मिळतात.	
तो दुसऱ्यावर विश्वास ठेवतो. तो कधी कधी फसतो.	
त्याच्याजवळ दात नाहीत. त्याच्याजवळ चणे आहेत.	
तो कष्ट करतो. त्याला यश मिळते.	

(6) Correct the following sentences if necessary.

मी मुंबईला जाऊ. ______________________

तो अभ्यास करीन. ______________________

ती स्वयंपाक करायची आहे. ______________________

मी तुमचे पैसे लवकर द्यायला प्रयत्न करीन. ______________________

गणपतराव, दिवा बंद करू नका. ______________________

CONVERSATION

(In the Vegetable Market)

आलम : उद्या मी मंडईत जाणार.

व्रजकिशोर : मंडईत जायचं अचानक काय काढलंत?

आलम : सर नेहमी म्हणतात की वेगवेगळ्या ठिकाणी हिंडा. मराठी समाजात मिसळा. मराठी बोलायचा प्रयत्न करा; म्हणजे तुम्हांला मराठी येईल. उद्या मी मंडईत जाणार आणि भाजीवाल्यांशी मराठीत बोलून भाजी आणायचा प्रयत्न करणार.

व्रजकिशोर : भाज्यांची नावं पाठ न करता जाऊ नका. नाही तर तुम्हांला आणायचा असेल पालक आणि तुम्ही घेऊन याल कोथिंबीर.

आलम : अशी गडबड झाली तरी हरकत नाही. मराठी बोलायची सवय तरी होईल. जो प्रयत्न करतो तोच नवी भाषा बोलायला शिकतो.

व्रजकिशोर : एकटेच जाणार का?

आलम : नाही. ललितमोहनला बरोबर घेऊन जाणार आहे. तो बरेच दिवस इथं राहतो. शिवाय तो खूप वेळा मंडईतून भाजी विकत आणतो. त्याला भाज्यांची नावं माहीत असतील. तुम्ही पण या.

व्रजकिशोर : मंडईला कसं जायचं?

आलम : मला नक्की रस्ता माहीत नाही. तुम्ही ललितमोहनकडूनच तो समजावून घ्या.

व्रजकिशोर : छान. म्हणजे ललितमोहन तुमचे मार्गदर्शक आहेत. तर मी सुद्धा उद्या तुमच्याबरोबर येण्याचा प्रयत्न करणार आहे.

आलम : नुसता प्रयत्न करू नका. यायचा निश्चय करा. संध्याकाळी फिरायला न जाता आमच्याबरोबर या.

16. An Accident : अपघात

TEACHING UNITS

1. **Past Tense of Intrasitive Roots**
   (a) Affirmative
   (b) Negative

2. **Some idiomatic phrases**
   ला   शिक्षा हो
   R +   आयला लाग
   ला   अपघात हो
   Past form – की

शिक्षक :

आलम, तुम्हांला आज उशीर का झाला?

आलम :

सर, मी आत्ताच हॉस्पिटलमधून आलो. सुब्रह्मण्यम् हॉस्पिटलमध्ये आहेत.

शिक्षक :

सुब्रह्मण्यम्ना काय झालं? ते या आठवड्यात वर्गात दिसलेच नाहीत. मागच्या शुक्रवारीही ते वर्गात नव्हते.

मुखर्जीबाई :

सर, मागच्याच शुक्रवारी त्यांना अपघात झाला.

Teacher :

Alam, why are you late today?

Alam :

Sir, just now I have come from the hospital. Subrahmanyam is in the hospital.

Teacher :

What happend to Subrahmanyam? He is not seen in the class during this week. He was absent on last Friday also.

Mrs. Mukharji :

Sir, he met with an accident last Friday.

शिक्षक :

अपघात झाला? मला हे कसं कळलं नाही? आत्तापर्यंत मला हे माहीत नव्हतं. कोणीच कसं बोललं नाही?

आलम :

सर, मी सांगायला विसरलो. खरं म्हणजे माझ्यामुळेच हा अपघात झाला.

मुखर्जीबाई :

असं नाही. तुमचा काहीच अपराध नव्हता.

शिक्षक :

मला जरा स्पष्ट सांगा बरं. हा अपघात कसा झाला? कुणामुळे झाला?

आलम :

मी सांगतो सर. मागच्या रविवारी सुब्रह्मण्यम् माझ्याकडे आले. ते मला म्हणाले, ''सिनेमा पहायला चला.'' मग आम्ही दोघे सिनेमा पहायला गेलो आम्ही स्कूटरनी गेलो. सिनेमा संपला. आम्ही परत यायला लागतो. सुब्रह्मण्यम् पुढे होते. मी मागे होतो.

नंदकुमार :

मग काय झालं?

आलम :

इतक्यात समोरून एक म्हैस आली. मी एकदम ओरडलो.

व्रजकिशोर :

तुम्ही का ओरडला? त्यात नवीन काय होतं? पुण्याच्या रस्त्यांवर म्हशी नवीन आहेत का? त्या नेहमीच रस्त्यांवरून फिरत असतात.

आलम :

मी ओरडलो ही माझी चूक झाली. म्हैस बाजूला सरली नाहीच पण सुब्रह्मण्यम् मात्र गडबडले. त्यामुळे आमची स्कूटर घसरली. मी बाजूला पडलो. सुब्रह्मण्यम्चा पाय स्कूटरखाली आला. ते एकदम

Teacher :

Accident? How did not I know about it? I was not knowing it uptill now. How is it that no one mentioned it to me?

Alam :

I forgot to tell you about this, Sir. In fact I am the cause of the accident.

Mrs. Mukharji :

Oh, no. It was not you fault.

Teacher :

Please tell me clearly how the accident occurred and because of whom?

Alam :

I will tell you. Last Sunday Mr. Subrahmanyam came to me. He said, "Let us go for a movie." Then we went for the movie. We went on a scooter. The movie was over. We were coming back. Subrahmanyam was driving. I was on the back seat.

Nandkumar :

What happened then?

Alam :

Suddenly a buffalo came in front. I shouted at once.

Vrajkishor :

Why did you shout? What was new in that? Is buffaloes on Poona streets a new sight? They are always roaming around on the streets.

Alam :

It was my mistake to shout. The buffalo did not move but Mr. Subrahmanyam got confused. That is why the scooter skidded. I fell on the street. Mr. Subrahmanyam's leg came under

जोराने किंचाळले आणि बेशुद्ध पडले.

the scooter. He screamed aloud and was unconscious.

रेड्डीबाई :

पुढे काय झालं? त्यांचा पाय मोडला की काय?

Mrs. Reddy :

What happened next? Was his leg fractured?

आलम :

मी कसाबसा उठलो. इतक्यात लोकही धावत आले. सुब्रह्मण्यम्ही तेवढ्यात सावध झाले. प्रथम त्यांना काही कळलंच नाही. मग लक्षात आलं की पाय मोडला आहे.

Alam :

Some how I got up. By then people around rushed there. By this time Mr. Subrahmanyam was also conscious. He did not know anything initially. Then he became aware that his leg is fractured.

शिक्षक :

मग आता पाय प्लॅस्टरमध्ये आहे का?

Teacher :

Is his leg in the plaster now?

आलम :

हो पाय प्लॅस्टरमध्ये आहे.

Alam :

Yes, it (the leg) is in plaster.

रेड्डीबाई :

त्यांचा कोणता पाय मोडला?

Mrs. Reddy :

Which of his leg is fractured?

आलम :

त्यांचा डावा पाय मोडला आहे.

Alam :

His left leg is fractured.

शिक्षक :

आता त्यांची तब्येत कशी आहे?

Teacher :

How is he now?

मुखर्जीबाई :

त्यांना आता बरं आहे. दोन दिवसांनी डॉक्टर त्यांचं प्लॅस्टर काढणार आहेत. त्यांचं हॉस्पिटल आमच्या घराजवळच आहे. मी दररोज त्यांच्याकडे जात असते. आलम पण येत असतात.

Mrs. Mukharji :

Now he is well. The doctor will remove his plaster after two days. The hospital (where he is admitted) is near our house. I go to see him everyday. Alam also comes.

शिक्षक :

बिचाऱ्यांना विनाकारण शिक्षा झाली. त्यांचं हॉस्पिटल कुठे आहे? मी त्यांना भेटायला जाईन.

Teacher :

The poor fellow is in trouble unnecessarily. Where is the hospital? I will go to see him.

ललितमोहन :

हा तास संपला की आपण सगळेच त्यांच्याकडे जाऊ या. आलम आणि मुखर्जीबाई आपल्याबरोबर येतीलच.

Lalitmohan :

We all will go to see him after this period is over. Alam and Mrs. Mukharji will accompany us.

शिक्षक :	Teacher :
काय आलम, येणार आमच्याबरोबर!	Mr. Alam, will you come with us?
आलम :	Alam :
येईन की !	Oh, certainly.

📖 GRAMMAR

1. In this lesson past tense of the intransitive roots has been introduced. We have learnt many constructions in Marathi so for, and we have seen that in a sentence it is the subject which governs the verbal form. i.e. the verb changes according to the subject. In order to test this we can substitute the subject with other subjects having different numbers, persons or genders and see how this change affects the verbal form. e.g.

सतीश सायकल चालवतो.

शैला सायकल चालवते.

तू सायकल चालवतोस.

तुम्ही सायकल चालवता. etc.

Subjects can be either direct or indirect. We are familiar with the indirect subjects as in the sentences like शेखरला चहा आवडतो. etc. Note that it is only the direct subjects that govern the verbs. The direct subjects are always in straight forms. In order to get the direct subject we can ask the question with 'कोण' to the verb. In the case of verbs like आवड, समज, कळ, हवा, पाहिजे. etc. (i.e. Verbs having indirect subjects) the question with 'काय' also can be asked. e.g.

राम अभ्यास करतो.	कोण?	राम
मुलं दंगा करतात.	कोण?	मुलं
सरिताला फ्रेंच येतं.	काय?	फ्रेंच

Now after deciding the subject of a sentence we can try to find out the object if any. Normally the subject is the doer of the action and the object is the thing or a person affected by that action. The verbs having objects are called the **transitive verbs.** While the verbs having no objects are called the **intransitive verbs.** In order to find out the object in a sentence we ask the question with काय or कुणाला to the main verbs. (Remember that this is to be done only after deciding the subject). e.g.

१)	राम आंबा खातो.	काय?	आंबा.
२)	रमेश मला म्हणतो.	कुणाला?	मला.

Here both आंबा and मला are the objects. The objects in the straight form are called the direct objects and the objects with post positions are called indirect objects or personal objects. Remember the difference between indirect subjects and indirect objects.

रामला दूध आवडतं. (Indirect Subject)

रमेश रामला म्हणतो. (Indirect Object)

Both answer the question कुणाला but there is a difference in their functions. (1) Their order in the sentence is different. (2) Indirect subject stands for the location of the action, while indirect object is the recipient of the action. Indirect objects are called personal objects because only living beings are associated with them.

In most of the Marathi constructions the subjects govern the verbs. We have learnt the following construction of this type so far. (1) Simple Present Tense (2) Continuous Present Tense. (3) Imperative Sentences (4) Future I (indefinite future). (5) Future II (definite future). Simple past tense of the intransitive verbs also can be included in this list. In all these types the verb conjugates with their subject in all persons, numbers and genders. Therefore all these are called conjugational varieties.

With this background, it will be proper to turn to the past tense. In Marathi the letter 'ल' serves the purpose of the past tense marker. This 'ल' is added to the root and then gender, number and person markers are added to it. The structure of the verb is R + ल + Gender Number Person Marker. The full paradigm of the root 'बस' is as follows.

'बस' – Affirmative

Person	Gender	Singular	Plural
1st Pers.	M.	मी बसलो	आम्ही / आपण बसलो.
	F.	मी बसले	
2nd Pers.	M.	तू बसलास	तुम्ही / आपण बसला/बसलात.
	F.	तू बसलीस	
3rd Pers.	M.	तो बसला	ते बसले.
	F.	ती बसली	त्या बसल्या.
	N.	ते बसले	ती बसली.

For negative construction in the past tense, we have to add the word नाही to the affirmative forms. e.g.

तो बसला – तो बसला नाही.

ते बसले – ते बसले नाहीत.

Remember that in second person singular, 'स' of the past tense form is dropped in order to avoid repetition. e.g. तू बसलास – तू बसला नाहीस. The full paradigm of the root बस in negative is as follows.

		'बस' – Negative	
Person	Gender	Singular	Plural
1st Pers.	M.	मी बसलो — नाही	आम्ही — बसलो नाही.
	F.	मी बसले	आपण
2nd Pers.	M.	तू बसला नाहीस	तुम्ही — बसला नाही/नाहीत.
	F.	तू बसली नाहीस	आपण
3rd Pers.	M.	तो बसला नाही.	ते बसले नाहीत.
	F.	ती बसली नाही.	त्या बसल्या नाहीत.
	N.	ते बसलं नाही.	ती बसली नाहीत.

Some roots change their shapes before this past market 'ल' is added. They are to be learnt by heart. They are as follows.

ये	–	आ	=	तो आला.
जा	–	गे	=	ती गेली.
मर	–	मे	=	पुष्कळ माणसं मेली.
पळ	–	पळ/पळा	=	तो पळला/पळाला.
मिळ	–	मिळा	=	मला शंभर रुपये मिळाले.
रहा	–	राहि	=	मुंबईत तू कुठे राहिलास?
हो	–	झा	=	तिला फार आनंद झाला.
उड	–	उड/उडा	=	पक्षी उडाला. the bird flew away.
				पतंग उडाला. the kite flew.

The verbs आहे and नाही have special form in past tense. They are given below.

		आहे	
Person	Gender	Singular	Plural
1st Pers.	M.	मी होतो	आम्ही/आपण होतो.
	F.	मी होते	
2nd Pers.	M.	तू होतास	तुम्ही/आपण होता.
	F.	तू होतीस	
3rd Pers.	M.	तो होता	ते होते.
	F.	ती होती	त्या होत्या.
	N.	ते होतं	ती होती.

नाही

Person	Gender	Singular	Plural
1st Pers.	M.	मी नव्हतो	आम्ही / आपण नव्हतो.
	F.	मी नव्हते.	
2nd Pers.	M.	तू नव्हतास.	तुम्ही / आपण नव्हता.
	F.	तू नव्हतीस	
3rd Pers.	M.	तो नव्हता	ते नव्हते.
	F.	ती नव्हती	त्या नव्हत्या.
	N.	ते नव्हतं	ती नव्हती.

2. Following idiomatic phrases have been introduced in this lesson.

a. N + ला शिक्षा हो —
त्याला शिक्षा झाली. — He is punished.

b. R + आयला लाग —
पाऊस आला. मुलं नाचायला लागली. — Rain came. Children started dancing.

c. N + ला अपघात हो —
आज एका मुलाला अपघात झाला. — Today a child met with an accident.

d. Past form — की = immediately after.
तू घरी आलास की आपण सिनेमाला जाऊ. — We shall go to see a movie immediately after you will come home.

Note : The sentence preceding की is always in past tense.

✍ DRILLS

(1) Repeat -

माझा कालचा दिनक्रम असा होता :

मी काल सकाळी खूप उशिरा उठलो. बायको म्हणाली, ''आज फिरायला जाऊ नका.'' मी तसाच फिरायला गेलो. रस्त्यात माझे मित्र भेटले. मग आम्ही बोलत बसलो. ते माझ्याबरोबर माझ्या घरी आले व चहा पिऊन गेले. या साऱ्यामुळे मला उशीर झाला. मी चिडलो आणि बायकोशी भांडलो. ऑफिसमध्ये उशिरा आल्यामुळे मला साहेब रागावले.

(2) Convert the following sentences in to the past tense-I

तो झपझप चालतो. ____________________

सीता घरी राहते. ____________________

त्या मुंबईला येतील. ____________________

शामराव बसमध्ये झोपतात. ____________________

साहित्य परिषदेजवळ आंब्याचं झाड आहे. ____________________

(3) Change the following sentences into negative. (✋)

काळेसाहेब स्कूटरवर बसले.   _____

सुभाष लवकर उठला.   _____

गाडीत गर्दी होती.   _____

चोर जोराने धावला.   _____

घरातले तांदूळ संपले.   _____

(4) Fill in the gaps with the proper form of the past tense-I of the verbs in the brackets.

(१) काल मी पहाटे _____ (ऊठ)

(२) हॉटेलमध्ये जाऊन लोक पोटभर _____ (जेव)

(३) आम्ही रात्री वेटिंग रुममध्ये _____ (राह)

(४) माधुरीच्या घरी पाहुणे_____ (ये)

(५) वासरू गाईजवळ _____ (जा)

(5) Recognise the tenses of the following sentences.

अरविंद खूप अभ्यास करत असतो.   _____

आज थंडी पडणार आहे.   _____

शिपाई वर्ग झाडतो.   _____

उन्हाळ्यात आंबे येतील.   _____

मी दिल्लीला जाणार नाही आहे.   _____

वर्गात विद्यार्थी मोठ्याने बोलतात.   _____

शिंपी स्वेटर घालणार नाही.   _____

शिंपी कापड चोरत नाहीत.   _____

(6) Rewrite following passage in the past tense-I

गाडी स्टेशनवर थांबते. लोक प्लॅटफॉर्मकडे धावतात. हमालांची गडबड सुरू होते. उतारू गाडीतून खाली उतरतात आणि स्टेशनबाहेर पडतात. ते रिक्शामध्ये बसतात आणि घरी जातात.

(7) Rewrite the following sentences in the past tense.

चोरांना त्यांच्या अपराधाबद्दल शिक्षा होते.   _____

ढग पाहून मोर नाचायला लागतात.   _____

रस्त्यातल्या जनावरांमुळे वाहनांना अपघात होतात.   _____

माकडं भरभर झाडावर चढतात.   _____

मी रात्री लवकर झोपते.   _____

मोहन वेळेवर शाळेत येतो.   _____

(8) Join the two sentences by using the past form + की

Sentences	Past Form + की
तुम्ही काम करा. तुम्हांला पैसे मिळतील.	
रमेश घरी येईल. आम्ही त्याच्याबरोबर बाहेर जाऊ.	
अभ्यास कर. तू पास होशील.	
पाऊस पडेल. पिकं चांगली येतील.	
जुने कपडे फाटतील. नवे कपडे मिळतील.	
तुम्ही मुंबईला जा. शामरावांना भेटा.	

CONVERSATION

(After the Accident)

ह्या संभाषणातील वक्ते कोण?

काल कामतबाई भेटल्या. त्यांनी विचारलं, ''गेलात का तुम्ही मागच्या आठवड्यात मंडईत?'' मी म्हणालो, ''नाही गेलो. मागच्या रविवारी सुब्रह्मण्यम्‌ला ॲक्सिडेंट झाला. आमचा सारा आठवडा याच गडबडीत गेला. म्हणून मला कुठेच जायला जमले नाही.''

सुब्रह्मण्यम्‌ला ॲक्सिडेंट झाल्याचं कामतबाईंना माहीत नव्हतं का?

नाही. त्यांना काहीच माहीत नव्हतं. मग मी सारा घोटाळा त्यांना सांगितला.

कामतबाई काय म्हणाल्या?

त्या म्हणाल्या, ''मी येते तुमच्याबरोबर हॉस्पिटलमध्ये. मला सुब्रह्मण्यम्‌ना बघायचं आहे.'' उशीर झाला होता म्हणून आम्ही रिक्शानं गेलो. वाटेत मुखर्जीबाई भेटल्या. त्या पण आमच्याबरोबर आल्या.

कसे आहेत सुब्रह्मण्यम्?

कामतबाईंना बघून सुब्रह्मण्यम्‌ला खूप बरं वाटलं. तो आमच्याशी खूप बोलला. इतक्यात त्याची जेवणाची वेळ झाली. त्याच्या जेवणाच्या वेळी आम्ही त्याला सोबत केली. तो जेवला. मग आम्ही बाहेर पडलो.

कधी जाणार सुब्रह्मण्यम् घरी?

दोन-तीन दिवसात जाईल. या ॲक्सिडेंटमुळे माझी मात्र सध्या खूप धावपळ चालू आहे. आज सकाळी लवकर उठलो. भरभर कामं आवरली. कोर्टात गेलो आणि संध्याकाळी हॉस्पिटलमध्ये गेलो. रोज असंच चाललं आहे.

17. A Story of a Son-In-Law : गोष्ट जावईबापूंची

TEACHING UNITS

1. Past tense of transitive verbs.

2. Use of जर–तर

3. Some idiomatic phrases.
    चं स्वागत कर
    ला काही हो –
    ची फजिती हो –

शिक्षक :
नंदकुमार, गेल्या मंगळवारी तुम्ही वर्गात नव्हता. तुम्ही वर्गात का आला नाहीत ?

नंदकुमार :
सर, मी सोलापूरला गेलो होतो.

शिक्षक :
सोलापूरला सहजच की काही कामासाठी ?

नंदकुमार :
सोलापूरला माझी सासुरवाडी आहे.

Teacher :
Nandkumar, you were not in the class last Tuesday. Why did you not attend the class?

Nandkumar :
Sir, I had been to Sholapur.

Teacher :
Had you been there just like that or for some work?

Nandkumar :
My in-laws are from Sholapur.

शिक्षक :

अस्सं अस्सं. म्हणजे तुम्ही जावईबापू म्हणून सासुरवाडीला गेला होता. छान ! पण आमच्या गोष्टीतल्या जावईबापूसारखे वागला नाहीत ना?

रेड्डीबाई :

गोष्टीतले जावईबापू? आम्हाला सांगा ना ती गोष्ट.

शिक्षक :

आमच्या मराठीमध्ये जावईबापूंच्या पुष्कळ गोष्टी प्रसिद्ध आहेत. प्रत्येक गोष्टीमध्ये जावईबापूंची फजिती होते. या गोष्टी खूप विनोदी आहेत.

मुखर्जीबाई :

आम्हांला सांगा ना त्यांपैकी एखादी गोष्ट.

शिक्षक :

सांगतो हं. ही गोष्ट एका मराठी न येणाऱ्या जावईबापूंची आहे. ऐका हं. एक होते जावईबापू. त्यांची बायको मराठी बोलणारी होती. जावईबापूंना मराठी येत नव्हतं. ते कन्नड बोलणारे होते. त्यांच्या सासुरवाडीतसुद्धा सगळे मराठीच बोलणारे होते. एकदा काय झालं! जावईबापूंची बायको बाळंत झाली. मुलगा झाला. जावईबापूंना आनंद झाला. जावईबापूंच्या आईला आनंद झाला. त्यांची आई म्हणाली, ''जा रे, सासुरवाडीच्या लोकांना पेढे नेऊन दे.''

व्रजकिशोर :

मग पुढे काय झालं?

शिक्षक :

जावईबापू म्हणाले, ''मी नाही जात सासुरवाडीला. मला त्या लोकांशी नीट बोलता येत नाही. त्यांच्याशी बोलताना माझी पंचाईत होते.'' आई म्हणाली, ''अरे, त्यात काय कठीण आहे? ते लोक प्रश्न विचारतील, त्यांना कधी 'होय' कधी 'नाही' म्हण, म्हणजे झालं.'' अखेर जावईबापू सासुरवाडीला जायला तयार झाले. ते पेढ्यांचा पुडा घेऊन निघाले. सासुरवाडीला पोचले. सासऱ्यांनी त्यांना पाहिलं. सासऱ्यांना आनंद झाला. त्यांनी त्यांचं स्वागत केलं. ते म्हणाले, ''या जावईबापू,

Teacher :

Oh, I see. You had been to Sholapur as a son-in-law. Good! But I hope you did not behave like the son-in-law in our Marathi story.

Mrs. Reddy :

Son-in-law in the story? Please tell us the story.

Teacher :

We have a lot of famous stories about the son-in-law in Marathi. In every story the son-in-law is made fool of. All these stories are humorous.

Mrs. Mukharji :

Tell us one of those stories.

Teacher :

Fine. I will tell you. This story is about a son-in-law who did not know Marathi. Listen. There was a son-in-law. His wife was a Marathi speaker. The son-in-law did not know Marathi. His mother-tongue was Kannad. His in-laws also knew only Marathi. Once his wife delivered a son. He was very happy. His mother was also happy. She said, "go to your in-laws' place and give them sweets" (pedhas).

Vrajkishor :

What happened next?

Teacher :

The son-in-law said, 'I will not go to my in-laws' place. I am not able to speak with them properly. I feel difficult while speaking to them." His Mother said, "What is difficult in that? When they ask you questions, sometimes say, 'Yes' and sometimes say 'No'. It is simple." At last he agreed to go to his in-laws' place. He started off with a box of pedhas. The father-in-law was happy to see him. He welcomed him. He said,

प्रवासात काही त्रास झाला का?'' जावईबापू म्हणाले, ''होय.'' सासरेबुवा म्हणाले, ''अरेरे! बरं घरातले सगळे खुशाल आहेत ना?'' जावईबापू म्हणाले, ''नाही.'' सासरेबुवा म्हणाले, ''कोणी आजारी आहे काय?'' जावईबापू म्हणाले, ''होय.'' जावईबापूंच्या घरी तीन माणसं. एक ते स्वतः, दुसरी त्यांची आई आणि तिसरी त्यांची बायको. तेव्हा सासरेबुवांनी विचारलं. ''म्हणजे तुमच्या आईला काही होतंय का?'' जावईबापूंनी उत्तर दिलं, ''नाही.'' तेव्हा सासरेबुवांनी घाबरून विचारलं, ''म्हणजे आमच्या कमाताईला, म्हणजे तुमच्या बायकोला काही होतंय काय?'' जावईबापूंनी म्हटलं, ''होय.'' सासरेबुवा म्हणाले, ''तिचा आजार साधाच आहे ना?'' जावईबापू म्हणाले, ''नाही.'' सासरेबुवा म्हणाले, ''फार गंभीर आहे का?'' जावईबापू म्हणाले, ''होय.'' मग सासरेबुवांनी विचारलं, ''मग काही औषधपाणी चालू आहे की नाही?'' जावईबापूंनी उत्तर दिलं, ''नाही.'' तेव्हा सासरेबुवांनी घाबरून विचारलं, ''का हो, वैद्यांनी आशा सोडली काय?'' जावईबापू म्हणाले, ''होय.'' सासरेबुवा म्हणाले, ''याचा अर्थ, तुम्ही आम्हांला बोलवायला आला आहात. आता आमची तिची गाठभेट तरी होईल की नाही?'' जावईबापू म्हणाले, ''नाही.''

हे ऐकताच सासरेबुवा रडू लागले. घरातल्या सगळ्या लोकांना कळलं. तेही रडू लागले. जावईबापूंना मात्र काय झालं हे कळलं नाही. ते पेढ्यांचा पुडा हातात घेऊन बावळटासारखे बघत राहिले.

नंदकुमार :
काय सर! मी असला जावईबापू आहे होय?
शिक्षक :
नंदकुमार, गंमत केली. तुम्हांला गोष्ट आवडली ना?

"Welcome, O son-in-law. Did you have any trouble during the journey?" The son-in-law replied, "Yes". The father-in-law said, "How sad! Anyway, is everybody of home fine?" The son-in-law said, "No". The father-in-law inquired, "Is anybody sick?" The son-in-law replied, "Yes". The son-in-laws, family had three members, he himself, his mother and his wife. The father-in-law asked, "Is your mother not well?" The son-in-law replied, "No". The father-in-law anxiously inquired, "Does this mean that our Kamatai, your's wife is suffering from something?". The son-in-law said, "Yes". The father-in-law said, "It is not serious I suppose?" The son-in-law said, "No". The father-in-law asked, "It is very serious then?" The son-in-law said, "Yes". The father-in-law asked, "Is any treatment going on?" The son-in-law said, "No". The father-in-law got scared and enquired, "Is it that the doctor has lost all the hopes?" The son-in-law said, "Yes". The father-in-law said, "It means that you have come to call us. Will we be able to see her?" The son-in-law said, "No."

On hearing this the father in-law started crying. When others in the house came to know this, they also started crying. The son-in-law could not understand what has happened. He stayed there gazing like a fool with the box of pedhas in his hands.

Nandkumar :
Oh! Am I a son-in-law like this, Sir?
Teacher :
Nandkumar, It was just a fun. Did you like the story?

नंदकुमार :	Nandkumar :
आवडली. गोष्टीचा अर्थही कळला. म्हणून तर मी मराठी शिकतो आहे.	Yes. I liked it and also understood the meaning. That is the reason, I am learning Marathi.
शिक्षक :	Teacher :
छान.	Fine.

📖 GRAMMAR

1. This lesson introduces the past tense of the transitive verbs. In the case of the past tense of the transitive verbs their subject takes 'नी' postposition and it is the object that governs the verbs. e.g.

(१)	राम भाजी आणतो.	Rama brings vegetables.
	रामनी भाजी आणली.	Rama brought vegetables.
(२)	सीता कपडे धुते.	Sita washes clothes.
	सीतानी कपडे धुतले.	Sita washed clothes.

As in most of the cases the noun serving as an object in a sentence is generally in the third person. So accordingly we have the conjugations of transitive verbs only in the third person, which are of course adjectival. e.g. they have only six inflexions. e.g.

	Singular		Plural
M.	धुतला	–	धुतले
F.	धुतली	–	धुतल्या
N.	धुतलं	–	धुतली

Though the subject has no ocnnection with the verb, only the second person singular subject i.e. 'तू' holds some sort of influence on the verb. Hence, the verb takes suffix 'स' which is the marker of 2nd pers. singular. e.g. 'तू कपडे धुतलेस' 'you washed clothes.'

It should be noted again that the subjects in the 1st person and 2nd person do not take 'नी' suffix overtly. Yet they behave like the subjects having that suffix. That is to say that suffix नी assumes the alternative form of zero in the case of 1st and 2nd person pronouns. e.g.

मी पुस्तक वाचलं.	I red a book.
आम्ही घोडा पाहिला.	We saw a horse.
तू चित्र काढलंस.	You drew a picture.
तुम्ही पत्र लिहिलं.	You (pl.) wrote a letter.
आपण आंघोळ केली.	You/We took a bath.

As in the case of intransitive verbs, there are a few transitive verbs which change their forms before the past tense marker 'ल'. Such verbs are :

खा	—	खाल्	'to eat'
कर	—	के	'to do'
धू	—	धुत	'to wash'
घाल	—	घाल	'to put'
घे	—	घेत	'to take'
दे	—	दि	'to give'
बघ	—	बघित	'to see'
सांग	—	सांगित	'to tell'
माग	—	मागित	'to demand', to ask for
पहा	—	पाहि	'to see'
वहा	—	वाहि	'to offer'
म्हण	—	म्हट	'to speak'
पी	—	प्याय	'to drink'

There are some verbs which act both as transitive and intransitive in free variation. They are for example. 'नेस' 'to put on', पी (प्याय) 'to drink'. म्हण also comes under this category. But if it is used as transitive, it assumes the form 'म्हट' and if used as intransitive it assumes the form 'म्हणा.'

Besides this there is a special class of verbs in Marathi which are otherwise transitive in meaning. But in past tense they behave like intransitive verbs i.e. Their subjects do not take 'नी' suffix and they govern their verbs. e.g.

मी मराठी भाषा शिकतो	— I learn Marathi language.
मी मराठी भाषा शिकलो	— I learnt Marathi language.

Some of the verbs coming under this category are as follows.

शीक 'to learn'	विसर 'to forget'
म्हण (म्हणा) 'to speak'	बोल 'to speak'
नेस 'to wear'	चूक 'to commit a mistake'
पी (प्याय) 'to drink'	वी (व्याय) 'to deliver', 'to give birth' (in the case of animals only).

Negative construction in this type is similar to that in the intransitive type i.e. we have to add 'नाही' forms to the affirmative sentences. e.g.

तू काम केलंस	-	तू काम केलं नाहीस.
त्यांनी मला पैसे दिले	-	त्यांनी मला पैसे दिले नाहीत.
तिनी गाणं म्हटलं	-	तिनी गाणं म्हटलं नाही.

In written style generally the singular nouns take 'ने' instead of 'नी'. In spoken variety some people use 'नं' in the place of 'नी' for singular nouns. Thus there are three alternative forms of नी viz. नी, ने and नं which are all similar in meaning and function. e.g.

त्यानं काम केलं.
त्यानी काम केलं.
त्याने काम केले.

2. In Marathi the conditional clauses are expessed by the use of 'जर-तर'. The conditional clause is preceded by जर while the main clause is preceded by तर. The clause preceded by जर is mostly in the past tense irrespective of the tense in the main clause. e.g.

जर तू अभ्यास केलास तर पास होशील.	If you study, you will pass.
जर तू वेळेवर आलास तर तुला गाडी मिळेल.	If you come on time, you will get the train.

This clause with 'जर' can be in future tense also as in

जर तू मला मदत करशील तर मी या संकटातून पार पडेन.
'If you will help me, I will get through this calamity.'

But it is never used in the present tense.

3. Some idiomatic expressions should be noted.

(१)	चं स्वागत कर	—	To welcome a person.
	सर्वांनी पुढाऱ्याचं स्वागत केलं	—	All welcomed the leader.
(२)	ला काही/ काय हो	—	Not to feel well.
	तुला काय होतं आहे?	—	What are you suffering from?
	तुला काही होतं आहे का?	—	Are you suffering from any thing? or Are you not feeling well?
(३)	ची फजिती हो	—	To become awkward.
	जावईबापूंची फजिती झाली	—	The son-in-law became awkward.

✍ DRILLS

(1) Repeat

मी काल तुम्हाला धडे शिकवले. मी तुम्हाला गृहपाठसुद्धा सांगितला. तुमच्यापैकी रेड्डींनी फक्त गृहपाठ केला. तुम्ही गृहपाठ केला नाही. तुम्ही अभ्यास केला नाही. तुम्ही अभ्यास केला तरच तुम्हाला चांगले मार्क्स् मिळतील.

(2) Fill in the gaps with the proper past tense forms of the verbs given in the brackets.

(१) मी काल साडी विकत ________ (घे)
(२) मुलांनी आंबे ________ (खा)
(३) मुलांनी चिंच ________ (खा)
(४) रमेशने पेरू ________ (काप)
(५) वसंताने वह्या ________ (फाड)
(६) शिपायानं कामं ________ (कर)
(७) मधुकरराव पुण्याला ________ (ये)
(८) जोशींची बायको अॅक्सिडेंटमध्ये ________ (मर)
(९) अनुराधा रिक्शामधे पुस्तक ________ (विसर)
(१०) भिकाऱ्याने पैसे ________ (माग)

(3) Substitute the bold typed word with those given below.

शामनी पैसे मिळविले.

मी ____________
सीता ____________
गोविंदराव ____________
तुम्ही ____________
सर ____________
आपण ____________
आई ____________
आम्ही ____________

(4) Write the following sentences in the past tense using the proper form of the subject and the verb.

subject	object	verb
(मी)		(खा)
	लाडू	
(गाढव)		(बस)
	जमिनीवर	
(माकड)		(चढ)
	घरावर	
(शारदा)		(सांड)
	दूध	
(जावईबापू)		(ये)
	घरी	

subject	object	verb
(सीमा)		(धू)
	कपडे	
(मुलगा)		(शीक)
	गाणी	
(तू)		(पी)
	चहा	
(धोबी)		(फाडतो)
	कपडे	

(5) Rewrite the following sentences in the past tense.

सुभाषचं पुस्तक टेबलावर आहे. त्याची वही पण टेबलावर आहे. तो टेबलाजवळ जातो. तो पुस्तक घेतो. तो पुस्तकातील धडा वाचतो. तो पुस्तकातील कविता पाठ करतो. तो प्रश्नांची उत्तरं वहीमधे लिहितो. सुभाष खूप अभ्यास करतो. सुभाष चांगले मार्क मिळवितो.

(6) Join the following sentences with जर – तर

Sentences	जर – तर
तू वेळेवर ये. / तुला गाडी मिळेल.	
ती प्रयत्न करते. / तिला यश मिळेल.	
गाडी वेळेवर ये. / आपण वेळेवर पोहोचू.	
तो पत्र लिहितो. / मी पण पत्र लिहीन.	
भारत सामना जिंकेल./ मी तुला चहा देईन.	
माझी बदली रद्द होईल. / मी सर्वांना पार्टी देईन.	
आज पाऊस पडेल. / हवेत गारवा येईल.	

(7) Use the following idiomatic phrases in your own sentences.

Own Sentences		
(–ला)		(हो)
शिक्षा		
(–ला)		(हो)
अपघात		
(–चं)		(कर)
स्वागत		
(–चा)		(कर)
प्रयत्न		
(–ची)		(हो)
फजिती		

(8) Use the following nouns or phrases in the place of the bold typed words below.

तुमच्या आईला काय होतंय?

तुम्ही ____________________

तिचा मुलगा ____________________

तुझे वडील ____________________

गणपतराव ____________________

मोहन ____________________

श्री. भावे ____________________

(9) Change the following sentences into negative. ( )

पोस्टमननी पत्र दिलं. ____________________

सीतानी चहा केला. ____________________

आज मी मुलांना गोष्ट सांगितली. ____________________

गवळ्यानी दूध आणलं. ____________________

व्यापाऱ्यांनी दुकानं उघडली. ____________________

मी त्याला पैसे मागितले. ____________________

आम्ही गप्पा मारल्या. ____________________

CONVERSATION

(Vegetable Market)

आलम : काल आम्ही मंडई बघितली.

नंदकुमार : तुमच्याबरोबर कोण कोण होतं?

आलम : बहुतेक वर्गातले सर्वजण होते. फक्त तुम्ही नव्हता.

नंदकुमार : सुब्रह्मण्यम् पण आले होते का?

आलम : हो, तोसुद्धा होता. त्याचा पाय आता बरा आहे.

नंदकुमार : तुम्ही मला का नाही सांगितलं? मलाही यायचं होतं.

आलम : अहो, आम्ही व्रजकिशोरला तुमच्या घरी पाठवलं. पण त्यावेळी तुम्ही घरात नव्हता. काल सकाळी तुम्ही कुठे गेला होता?

नंदकुमार : बरोबर, काल सकाळी मी माझ्या एका मित्राकडे गेलो होतो. त्याची मुलगी आजारी होती. बरं, तुम्ही काय काय पाहिलंत मंडईत?

आलम	:	मंडईत दुसरं काय पहाणार? कांदे-बटाट्याची दुकानं, पालेभाज्यांचे गाळे, फळभाज्यांचे गाळे, फळांचे गाळे आणि माणसांची गर्दी.
नंदकुमार	:	तुम्ही भाज्या विकत घेतल्या का?
आलम	:	मला भाजी घ्यायची नव्हतीच. मला भाजीवाल्यांशी मराठीत बोलायचं होतं. मी तिथे न घाबरता सर्वांशी मराठीत बोललो. भाजीवाल्यांना पालेभाज्यांची नावं विचारली; फळभाज्यांचे भाव विचारले.
नंदकुमार	:	तुम्हाला मंडई आवडली ना?
आलम	:	मला नाही आवडली. अहो भाजीवाले फार मोठ्याने ओरडत होते. त्या आवाजानी माझं डोकं दुखायला लागलं.
नंदकुमार	:	मग इतरांनी तरी भाज्या घेतल्या की नाही?
आलम	:	कामतबाईंनी आणि रेड्डीबाईंनी भाज्या घेतल्या. त्यांची खरेदी पहाण्यात खूप मजा आली. भाजीवाल्यांशी त्या घासाघीस करत होत्या. ती ऐकताना करमणूक झाली.

(**N.B.** घासाघीस–Bargaining)

18. Colourful Life : विविधरंगी जीवन

TEACHING UNITS

1. **Continuous Past.**

2. **R + णारा — Agent nouns.**

3. **Past base + लेला — past participle.**

4. **R + आवा — लाग**

5. **Causal forms — दाखव, हसव, वाजव, हटव.**

शिक्षक :

मित्रांनो, आज मी तुम्हांला एक काम देणार आहे. तुम्ही इथे मराठीच्या वर्गासाठी येत होता, त्या वेळी वाटेत काय पाहिलं, ते सांगा. सुब्रह्मण्यम्, तुम्ही काय पाहिलं ?

सुब्रह्मण्यम् :

मी बँकेतून ५ वाजता बाहेर पडलो. रस्त्यात नेहमीचीच दृश्यं पाहिली. शाळेतून घराकडे जाणाऱ्या विद्यार्थ्यांची रस्त्यावर खूप मोठी गर्दी होती. ते जाताना दंगामस्ती करत होते. एकमेकांची थट्टा-मस्करी करत होते. मारामाऱ्या करत होते. रस्त्यात पळत होते. त्यांचा मला फार त्रास होत होता. रस्त्यातली सगळी दुकानं

Teacher :

Friends, today I am going to give you an assignment. Tell me what you have seen on the way while coming to this class of Marathi. Subrahmanyam, what have you seen?

Subrahmanyam :

I left the bank at 5 o'clock. On the way I saw the usual sights. There was a big crowd of students on the street, going home from the school. They were clamoring and making fun of each other. They were fighting and running across the streets. It was disturbing me. The

उघडी होती. त्यांमध्ये गिऱ्हाइकांची खूप गर्दी होती. आज मला सगळीकडे गर्दी दिसत होती.

मुखर्जीबाई :

मला सुद्धा गर्दीचा फार त्रास झाला. एका चौकात वाहनांची एवढी गर्दी होती की माझ्या स्कूटरला रस्ताच मिळत नव्हता. मी तशीच कशीबशी आले. वाटेत एक लग्नाची मिरवणूक पाहिली. बँडवर सिनेमाचं गाणं वाजवत होते. आणि काही मुलं बँडसमोर नाचत होती. बँडमागे नवरानवरींची सजवलेली मोटार होती. तिच्यामागे नवे नवे कपडे घातलेले अनेक स्त्री-पुरुष होते.

शिक्षक :

व्रजकिशोर, तुम्ही काय पाहिलं?

व्रजकिशोर :

मी रस्त्याने येत असताना एक मोर्चा पाहिला. कुठल्या तरी कारखान्यातले मजूर मोर्च्यात होते. ते जोरजोराने ओरडत होते. ते काय ओरडत होते, हे मला कळलंच नाही.

शिक्षक :

मोर्च्यात स्त्रिया पण होत्या का?

व्रजकिशोर :

त्या मोर्च्यात स्त्रिया नव्हत्या. या मोर्च्यामुळे आम्हांला मात्र बराच वेळ रस्त्यात थांबावं लागलं. मोर्चा गेला तेव्हाच आम्हांला रस्ता खुला झाला.

रेड्डीबाई :

मला रस्त्यात वेगळं दृश्य दिसलं. रस्त्यात एका बाजूला एक जादूगाराचा खेळ चालू होता. मी तो खेळ जरा वेळ पाहिला. मला तो खूप आवडला. जादूगार नवीन नवीन खेळ दाखवत होता. तो विनोदी होता. त्यामुळे लोकांना सारखा हसवत होता. माझ्याजवळ वेळ नव्हता म्हणून मी तेथून निघाले.

शिक्षक :

नंदकुमार, तुम्ही काय पाहिलं?

shops on the street were open. They were crowded with customers. Today I saw crowds every where.

Mrs. Mukharji :

I too was disturbed by the crowds. The square was so crowded with vehicles that I could not find way for my scooter. Somehow I managed to come. On the way I saw a marriage procession. The band was playing a film tune. Some children were dancing in front of the band. The band was followed by a well decorated car carrying the bride and the bride-groom. Lot of men and women wearing new garments were following the car.

Teacher :

Vrajkishor, what have you seen?

Vrajkishor :

I saw a march of workers from some factory shouting slogans. I could not follow what they were saying.

Teacher :

Were there women in the a march?

Vrajkishor :

There were no women in the a march. This a march detained us for a long time. The road was clear only when the a march went off.

Mrs. Reddy :

I saw a different scene altogether on the street. A magician was playing his tricks on the side of the road. I watched it for a while and I liked it. Every time he was showing new tricks. He was making people laugh by his humourous nature. I left the scene as I had no time.

Teacher :

Nandkumar, what have you seen?

नंदकुमार :

आज माझी मोटारसायकल नादुरुस्त होती म्हणून मी चालत येत होतो. नव्या पुलावर मी खूप फेरीवाले पाहिले. ते मोठमोठ्याने ओरडून आपला माल विकत होते. पुलावर भाजी स्वस्त मिळते म्हणून अनेक लोक तिथे भाजी विकत घेत होते. मी पण थोडी भाजी विकत घेतली. पुलावर एक विचित्र माणूस पाहिला. त्याची उंची फक्त २ फूट होती. चेहरा मात्र फारच मोठा होता. तो चाळीस वर्षांचा होता. रस्त्याच्या कडेला उभा राहून तो भीक मागत होता. काही लोक त्याला पाहून हसत होते. पण त्याला भीक मात्र देत नव्हते. मला त्याची दया आली. मी त्याला काही पैसे दिले आणि मग इकडे आलो.

Nandkumar :

Today my motorcycle was out of order. So I was walking along the street. I saw many hawkers on the New-Bridge. They were shouting and selling their goods. The vegetables are cheaper by the bridge side, hence people gathered there to purchase vegetables. I also purchased a few vegetables there. I saw an abnormal and funny looking man on the bridge. He was only two feet in height. And his face was too broad. He was forty years of age. He was standing on the side of the street and begging. Some people were laughing at him but nobody was giving him anything. I took pity on him, gave him a few coins and came here.

आलम :

मी रस्त्यात एक अपघात पाहिला. एक स्कूटर एका बोळातून आली. त्याच वेळी एक रिक्षवालाही रस्त्यानी जात होता. दोघांची टक्कर झाली. स्कूटरवाला खाली पडला. सुदैवानी कोणी जखमी झालं नाही. पण लोकांची मात्र खूप गर्दी जमली. नंतर पोलीस आले आणि त्यांनी लोकांना हटवलं.

Alam :

I saw an accident on the street. A scooter came from a nearby lane and dashed on a rickshaw passing on the main road. The scooterist fell down. Fortunately nobody was injured. However a large number of people gathered there. After a while the police came and dispersed the crowd.

ललितमोहन :

मी वर्गाची वेळ झाली म्हणून कॉलेजातून निघालो. इतक्यात आमच्या सीनिअरच्या मुलांनी मला गाठलं. त्यांनी माझ्या मराठीबद्दल कौतक केलं. म्हणून त्यांना चहा द्यावा लागला. आम्ही शेजारच्या रेस्टॉरंटमध्ये गेलो. तिथे चहाची ऑर्डर दिली आणि गप्पा मारत बसलो. पोऱ्यानी लवकर चहा आणला नाही म्हणून मॅनेजरबरोबर भांडण करावं लागलं. चहा प्यायलो आणि इकडे आलो.

Lalitmohan :

I started off from the college to attend this class. As I started the senior students (from my class) caught hold of me. They appreciated my Marathi, so I had to treat them with a cup of tea. We went to a nearby restaurant, ordered tea and started chatting. We had to quarrel with the manager as the waiter took long time to bring the tea. After having the tea I came here.

शिक्षक :

मित्रांनो, माझासुद्धा अनुभव असाच विचित्र आहे. मी चालतच येत होतो. वाटेत मी एक प्रतिष्ठित माणूस

Teacher :

Friends, my experience is also equaly strange. As I was walking down I saw a respectable

पाहिला. तो दारू प्यायलेला होता आणि रस्त्यात तो चालताना अडखळत होता. त्याचा तोल जात होता. इतक्यात तो रस्त्यात पडला. तोंडानी तो सारखा बडबडत होता. त्याच्या भोवती लगेच गर्दी जमली. मुलं त्याची टिंगल करायला लागली. तोही चिडून त्यांना शिव्या द्यायला लागला. दारूनी त्याची झालेली दुर्दशा पाहून मला वाईट वाटलं आणि मी पुढे आलो.

मित्रांनो, आपण आठ जण निरनिराळ्या रस्त्यांनी इथे आलो. आपण किती वेगवेगळी दृश्यं पाहिली! जीवन एरवी सारखंच दिसतं; पण त्याकडे जरा जवळून पहा. त्यात किती विविधता आढळते नाही?

person. He was drunk. He was faultering while walking and was unable to balance himself. Suddenly he fell on the street. He was continuously uttering meaningless words. In no time a crowd gathered around him. The kids started fooling him. He too got annoyed and started abusing them. I felt sad for his pitiable condition because of drinks and I left the scene.

Friends, we have reached here by eight different routes. Each one of us has experienced different sights. Life in general appears the same everywhere. But if you observe it carefully, you will see the variety associated with it.

GRAMMAR

1. The continuous past in Marathi is a very regular construction which is formed by adding होता or नव्हता forms to the root + अत forms of the main verb. In this construction the finite verb form agrees with the number, gender and person of the subject only. e.g.

१. सतीश झाडावर चढत होता.	Satish was climbing up a tree.
२. गोविंदराव पुस्तक वाचत होते.	Govindrao was reading a book.
३. तो माणूस बोलत नव्हता.	That man was not talking.
४. ती मुलगी खेळत नव्हती.	That girls was not playing.
५. तो काही काम करत नव्हता.	He was not doing any work.

2. By adding various suffixes directly to the roots or their modified forms we get participles of various tenses in Marathi. Present participle is formed by adding 'ता' suffix to the root. e.g. येता सोमवार – coming Monday. उगवता सूर्य – rising sun, मावळता चंद्र – setting moon, हलतं चित्र – moving picture. This is an adjectival particple i.e. changing according to the noun. Though in theory we can form present participles, from any root actually in practice very few participles of this type are being used. Normally their function is carried on by the future participles, which are formed by adding 'णारा' suffix to the root. This is a very productive suffix and we can form participles from any root. These participles connote two meanings viz. (1) the doer of the action (2) action going to take place in future. They can substitute the present participles mentioned above.

(१) वाचणारा मुलगा....   They boy who reads/is reading.

गाणारी मुलगी.....   The girl who sings/is singing.

पळणारं वासरू.....   The calf which runs/is running.

(२) येणारी वर्षं.....   The years that are going to come.

होणारा कार्यक्रम......   The function that is going to take place.

Like present participles these future participles also are variable adjectives.

3. For forming past participles we have to a 'लेला' suffix to the past form of the root.

कर	—	के	—	केलेला	'Which is done'
मर	—	मे	—	मेलेला	'Which is dead'
पहा	—	पाहि	—	पाहिलेला	'Which is seen'

These also are variable adjectives.

We can join two sentences into one simple sentence by using these participles. e.g.

जी मुलं अभ्यास करतात ती पास होतात.

अभ्यास करणारी मुलं पास होतात.

ती मुलगी गाते आहे. ती देशपांड्यांची मुलगी आहे.

गाणारी मुलगी देशपांड्यांची आहे.

काल मी सिनेमा पाहिला. तो फार छान होता.

काल मी पाहिलेला सिनेमा फार छान होता.

4. Observe the following constructions.

    i.   मी जातो   — I go.

          मला जावं लागतं   — I have to go.

    ii.   तो नोकरी करतो   — He is in service.

          त्याला नोकरी करावी लागते   — He has to be in service.

    iii. तो मुलांना शिकवतो   — He teaches boys.

          त्याला मुलांना शिकवावं लागतं — He has to teach the boys.

Here we get pairs of sentences. The 1st sentence of each pair gives the meaning that the subject is doing the action by himself while the second sentence suggests that the subject is doing that action under obligation.

In order to express this obligatory sense we have to use the following construction.

Indirect Subject — (Object) — R + आवा (varying with the object) — लाग (varying with the object.)

When there is no object in a sentence, the R + आवा form and the form of auxiliary लाग are in neuter singular. e.g.

तिला स्वयंपाक करावा लागतो.   She has to prepare food.

त्यांना लवकर उठावं लागतं.   They have to rise early.

5. Note the causal forms of the following verbs.

पहा	–	दाखव	To see	-	to show.
हस	–	हसव	To laught	-	to make one laugh.
वाज	–	वाजव	To sound	-	to make one sound.
हट	–	हटव	To get aside	-	to remove.

They are normally formed by adding अव to the root. There are of course irregular forms like दाखव.

✍ DRILLS

(1) Repeat the following.

१. राम जात होता.

२. त्या कपडे धूत होत्या.

३. त्याला झोप येत नव्हती.

४. विद्यार्थी वहीत लिहीत होते.

५. मी पाणी पीत होतो.

६. तू भिकाऱ्याला पैसे देत होतास.

७. शिक्षक वर्गात शिकवत होते.

८. कोणीही गप्पा मारत नव्हते.

(2) Change the following sentences into continuous past.

Sentences	Continuous Past
तो गाणं म्हणतो आहे.	
श्री. गोरे टेनिस खेळतात.	
तो सिनेमा पाहील.	
ती भाजी आणणार आहे.	
तुम्ही वर्तमानपत्र वाचलं.	
मुलांनी दंगा केला.	
त्याला लाज वाटली.	
तुला काही कळलं का?	

(3) Change the following sentences into negative. (👎)

तो पुस्तक वाचत होता. _____

सुब्रह्मण्यम् स्कूटरवरून येत होते. _____

आम्ही एकमेकांशी बोलत होतो. _____

तुला त्याचं बोलणं समजत होतं. _____

ती गप्पा मारत होती. _____

आम्हांला मराठी येत होतं. _____

त्याला काही कल्पना सुचत होत्या. _____

ती दार उघडत होती. _____

(4) Join the following sentences with R + णारा forms.

Sentences	R + णारा Form
तो मुलगा काम करतो. / तो सर्वांना आवडतो.	
मुलगी मोटारसायकल चालवते. / मी ती मुलगी पाहिली नाही.	
कारकून ऑफिसात गप्पा मारतात. / ते काही काम करत नाहीत.	
जे विद्यार्थी नोकरी करून शिकतात त्यांना मदत करा.	
जे लोक भविष्यावर विश्वास ठेवतात ते मनाने दुर्बल बनतात.	
साहित्य निर्माण करतात ते साहित्यिक आणि साहित्यावर प्रेम करतात ते रसिक.	
जे लोक सहलीत भाग घेणार आहेत ते आज आले नाहीत.	

(5) Replace the R + णारा forms in the following sentences with separate clauses.

Sentences	Separate Clauses
तो गाणारा मुलगा माझा मित्र आहे.	
खोटं बोलणारी मुलं मला आवडत नाहीत.	
मातीची मडकी बनवणाऱ्या माणसाला कुंभार म्हणतात.	
निवडणुकांच्या वेळी भाषणं करणाऱ्या माणसांना पुढारी म्हणतात.	
उशिरा येणाऱ्या मुलाला मी वर्गात घेणार नाही.	
त्याने काल एका बुडणाऱ्या मुलाला वाचविलं.	
आम्हांला मराठी शिकवणाऱ्या शिक्षकांचं नाव जोशी आहे.	

(6) Join the following sentences with R + लेला participles.

Sentences	R + लेला Participle
आम्ही काम केलं. त्या कामाचे पैसे द्या.	
त्यांनी नाटक पाहिलं. ते चांगलं होतं.	
तुम्ही जे शिकला ते सर्व विसरला.	
तिनी जे ऐकलं ते फार भयंकर होतं.	
आम्ही एक बंगला विकत घेतला. तो फार प्रशस्त होता.	
त्यांनी एक कादंबरी लिहिली. ती लोकांना खूप आवडली.	
मी तुला गोष्ट सांगितली आहे. ती तू लक्षात ठेव.	

(7) Replace the R + लेला forms in the following sentences with separate clauses.

Sentence	Separate Clauses
त्यांनी पाहिलेली मुलगी हुशार होती.	
गोविंदानी घेतलेली गाडी निळ्या रंगाची आहे.	
आम्ही पाठवलेली पत्रं तुम्हांला मिळाली का?	
त्याला रस्त्यात भेटलेल्या एका माणसाने खूप मदत केली.	
मी म्हटलेलं गाणं कुणालाही आवडलं नाही.	
तुम्ही शिकवलेलं सगळं माझ्या लक्षात राहील.	
एक महिन्यापूर्वी मी दिलेले पन्नास रुपये तू मला परत दे.	

(8) Rewrite the following sentences using R + आवा लाग forms.

Sentence	R + आवा लाग Form
अखेर मी छत्री विकत घेतली.	
शिक्षक वर्गाबाहेर गेले.	
मॅनेजरनी नाटक बंद केलं.	
मी घराबाहेर पडलो.	
कंपनीनी त्याला कामावर घेतलं.	
आम्ही वर आलो.	
त्यांनी दार उघडलं.	
रमेशनी सतीशवर दावा केला.	

(N.B. वर दावा कर – to file a a suit against)

(9) Replace the R + ता forms in the following sentences with R + णारा forms.

R + ता Form	R + णारा Form
त्या औद्योगिक प्रदर्शनात मी एक झुलता पूल पाहिला.	
ती हलती चित्रं पाहून आम्हांला आनंद झाला.	
लोक उगवत्या सूर्याला नमस्कार करतात.	
लोक मावळत्या सूर्याकडे पाठ फिरवतात.	
नदीच्या वाहत्या पाण्यात मुलांनी आंघोळी केल्या.	
येत्या सोमवारी मी तास घेणार नाही.	
चालत्या गाडीतून तो उतरला.	
तो उडत्या पक्ष्यांची शिकार करतो.	

(N.B. झुलता पूल – hanging bridge)

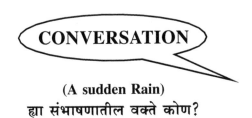

CONVERSATION

(A sudden Rain)

ह्या संभाषणातील वक्ते कोण?

तुम्हाला एक गंमतीची गोष्ट सांगतो.

कोणती?

आपले नंदकुमार आहेत ना, त्यांची फजिती झाली.

काय झालं सांगा की.

नंदकुमार आहेत व्यापारी. त्यांना कामासाठी बाहेर फिरावं लागतं. काल आमचा कारखाना सुटल्यानंतर मी रस्त्यावरच्या बसस्टॉपवर उभा होतो. उन्हाळ्याचे दिवस होते तरी आकाशात ढग जमत होते. बारीक पाऊस येत होता.

फजिती काय झाली ते सांगा ना.

सांगतो ना. समोरच्या कारखान्याच्या फाटकातून नंदकुमार बाहेर येत होते. पाऊस जोरात पडायला लागला आणि तेवढ्यात नंदकुमारची मोटारसायकल बंद पडली.

पुढे काय झालं?

मोटारसायकल सुरू करायचा ते प्रयत्न करत होते पण ती काही सुरू होत नव्हती. शेवटी मोटरसायकल ढकलत नेऊन त्यांनी कारखान्याच्या आवारात ठेवली आणि ते रस्त्यावर आले. रस्त्यातून येणाऱ्या रिक्शांना ते थांबवत होते पण बऱ्याचशा रिक्शा भरलेल्या होत्या. जे रिक्शावाले थांबत होते ते नंदकुमार राहातात त्या भागात यायला तयार नव्हते. एवढ्यात मी त्यांना हाक मारली. ते धावत बसस्टॉपकडे येत होते. येताना रस्त्यात कोणी तरी टाकलेल्या केळीच्या सालीवर त्यांचा पाय पडला आणि ते पडले. बसस्टॉपवर थांबलेले काही लोक हसले. मला त्यांचा राग आला.

काय करणार. आपण पडलो की आपल्याला दुसऱ्याचं हसणं सहन करावं लागतं.

नंदकुमारना लागलं नाही ना?

शेवटी एक रिक्शा मिळाली आणि नंदकुमार घरी गेले.

अचानक पाऊस आला की रिक्शावाले त्रासच देतात.

19. Marriage Ceremony : लग्न समारंभ

TEACHING UNITS

1. **Perfect present.**
2. **Perfect past.**
3. **Joining the two sentences with 'म्हणून', तरी**
4. **Idiomatic phrases like** बरं वाट, चा विरस हो, ची गैरसोय हो, चं स्वागत कर.

शिक्षक :

आज नंदकुमार आले नाहीत का?

ललितमोहन :

सर, त्यांच्या मुलीचं परवा लग्न झालं. त्यांची लग्नाची कामं अजून संपली नाहीत म्हणून ते आले नाहीत.

रेड्डीबाई :

सर, तुही का लग्नाला आला नाहीत? तुम्हांला निमंत्रण पत्रिका मिळाली ना?

शिक्षक :

नंदकुमारनी मला निमंत्रणपत्रिका दिली होती. येण्याबद्दल खूप आग्रह पण केला होता. पण मला ऐनवेळी मुंबईला जावं लागलं. म्हणून मला लग्नाला येता आलं नाही.

Teacher :

Has not Nandkumar come today?

Lalitmohan :

Sir, his daughter got married the day before yesterday. He has not finished various jobs concerned with the marriage. So he is absent.

Mrs. Reddy :

Sir, why did not you attend the marriage? You received the invitation?

Teacher :

Nandkumar did give me the invitation card and had insisted on attending the marriage. But I had to go to Bombay all of a sudden. Hence I could not attend the marriage.

मुखर्जीबाई :

तुम्ही आला नाहीत म्हणून त्यांचा विरस झाला.

शिक्षक :

त्याला नाईलाज आहे. पण मी त्यांना शुभेच्छा देण्यासाठी फोन केला होता.

आलम :

हो. त्यामुळे त्यांना जरा बरंही वाटलं.

शिक्षक :

तुम्ही सर्व जण लग्नाला गेला होता का?

व्रजकिशोर :

हो. आम्ही सर्व जण गेलो होतो.

शिक्षक :

मग लग्न कसं काय झालं?

ललितमोहन :

लग्न खूप थाटात झालं. खूप मोठमोठे लोक लग्नाला आले होते. नंदकुमार व्यापारी असल्यामुळे बरेच लोक लग्नाला आले होते. नवऱ्या मुलाच्या बाजूनेही पुष्कळ लोक आले होते.

शिक्षक :

नंदकुमारांचा जावई काय करतो?

सुब्रह्मण्यम् :

तो डॉक्टर आहे. तिकडे जयपूरला त्याची खूप चांगली प्रॅक्टिस आहे.

शिक्षक :

लग्न कुठे होतं?

मुखर्जीबाई :

सहजीवन कार्यालयात. ते खूप मोठं कार्यालय आहे.

रेड्डीबाई :

तिथली व्यवस्थाही खूप छान होती. सर्व कार्यालय फुलांनी सजवलं होतं. विजेची रोषणाई पण चांगली केली होती.

Mrs. Mukharji :

He was disappointed due to your absence.

Teacher :

That can not be helped. I wished him on the telephone.

Alam :

Yes! and he was happy about it.

Teacher :

Did you all attend the marriage?

Vrajkishor :

Yes. We did attend.

Teacher :

How did the ceremony go?

Lalitmohan :

The marriage ceremony was celebrated in grand style. Lot of big shots attended the marriage. Since Nandkumar is a businessman, lot of people were present for the marriage ceremony. Many people were there from the bride-groom's side also.

Teacher :

What does the son-in-law of Nandkumar do?

Subrahmanyam :

He is a doctor. He is having a flourshing practice in Jaipur.

Teacher :

What was the venue of the marriage?

Mrs. Mukharji :

At Sahajivan Karyalaya. It is a very spacious place.

Mrs. Reddy :

The management was also good. The entire hall was decorated with flowers. The Lighting was also good.

व्रजकिशोर :

सर्व पाहुण्यांना बसण्यासाठी चांगली व्यवस्था होती. भरपूर नोकर होते. ते सर्व प्रकारची मदत करत होते. सगळीकडे स्वच्छता होती.

ललितमोहन :

जेवणाची व्यवस्था पण सुंदर होती. सर्व पदार्थ चविष्ट होते. वाढण्याची व्यवस्था आदर्श होती. एवढी गर्दी होती तरी कोणाची गैरसोय झाली नाही.

शिक्षक :

तुम्ही नंदकुमारला कामात मदत केली की नाही?

आलम :

आम्ही सर्वांनी थोडीफार मदत केली. पण मदत करायला कामं जास्त नव्हतीच. कार्यालयातच सर्व सोयी होत्या.

ललितमोहन :

आम्ही पाहुण्यांचं स्वागत करत होतो.

शिक्षक :

तुम्ही मंगलाष्टकं म्हणालात की नाही?

रेड्डीबाई :

मी एक मंगलाष्टक तयार केलं होतं, मी ते म्हटलं.

शिक्षक :

वा छान ! तुम्ही लग्नात आहेर काय केलात?

व्रजकिशोर :

आम्ही सर्व वर्गातर्फे नंदकुमारना एक टी-सेट दिला. त्यांच्या मुलीला एक साडी दिली.

शिक्षक :

छान केलंत! आता मी एकदोन दिवसांनी नंदकुमारकडे जाईन.

ललितमोहन :

सर, या सर्व लग्नाची व्हिडिओ कॅसेट नंदकुमारनी तयार केली आहे. तुम्ही ती अवश्य पहा.

Vrajkishor :

Sitting arrangement for all the guests was comfortable. There were a lot of servants rendering all kinds of service. There was cleanliness everywhere.

Lalitmohan :

Arrangements for the lunch was also good (and) the food was tasty. The food was served in an orderly fashion. Even with such a big crowd nobody was at inconvenience.

Teacher :

Did you help Nandkumar in any way?

Alam :

We did help him a little. But nothing much was to be done in a way of help. The Karyalaya had all the facilities and amenities.

Lalitmohan :

We were receiving the guests.

Teacher :

Did you recite the 'Mangalashtakas?' (the rhymes recited at the marriage ceremony.)

Mrs. Reddy :

I composed a mangalashtaka. I recited it.

Teacher :

Good! What present did you give on the occassion?

Vrajkishor :

We collectively presented a tea-set to Nandkumar and presented a sari to his daughter.

Teacher :

Good! I will call on Nandkumar in a couple of days.

Lalitmohan :

Sir, Nandkumar has made a vidio cassette of the marriage ceremoney. You do see it.

 **GRAMMAR**

1. - 2. See the following constructions.

१. तो आला.	He came.	तो आला नाही.	He did not come.
२. तो आला आहे.	He has come.	तो आला नाही आहे.	He has not come.
३. तो आला होता.	He had come.	तो आला नव्हता.	He had not come.

The sentences in (1) are constructions of simple past. The sentences in (2) illustrate the constructions of perfect present and those in (3) are the examples of perfect past constructions.

When the action is recently completed we can use the perfect present construction which is formed by adding proper forms of आहे to the simple past construction whether in affirmative or in negative. This is actually a past tense. It may be called as past in the present.

When the action is said to be already accomplished in the past we can use perfect past construction which is formed by adding proper forms of होता or नव्हता to the simple past constructions. Note that in negative नव्हता is added to the affirmative type and not to the negative type. This tense is actually a past in the past.

3. When the two consequent sentences are related by cause and effect relation they can be joined together to form one single compound sentence by using म्हणून conjunction.

e.g.　　१.　तो नापास झाला. तो दुःखी आहे.
　　　　　तो नापास झाला म्हणून दुःखी आहे.
　　　　　He has failed therefore, he is sad.
　　　 २.　मी उशिरा घरी आलो म्हणून वडील मला रागावले.
　　　　　I came home late, therefore my father scolded me.

If between two sentences one sentence is contrasting the other they can be joined by the conjunction तरी. e.g.

　　　　तिथे खूप गर्दी होती, तरी कोणाची गैरसोय झाली नाही.
　　　　There was a crowd, even then nobody had to suffer from any inconvenience.
　　　　त्याने खूप अभ्यास केला तरी तो नापास झाला.
　　　　He studied hard, even then he failed.

4. Note the use of the following idomatic phrases.

　　　　ला बरं वाट　　　—　　to feel better
　　　　तुमची तार पाहून त्याला बरं वाटलं.
　　　　चा विरस हो　　　—　　to be disappointed.
　　　　आमचा मित्र आला नाही म्हणून आमचा विरस झाला.

Our friend did not come therefore we were disappointed.

ची गैरसोय हो   —   to feel inconvenience.

मी आलो म्हणून तुमची गैरसोय झाली नाही ना?

Didn't you feel inconvenient because of my coming?

चं स्वागत कर   —   to welcome.

मुख्याध्यापकांनी सर्व पाहुण्यांचं स्वागत केलं.

The headmaster welcomed all the guests.

✎ DRILLS

(1)   Repeat the following sentences.

    A.   १.   तो गावाहून आला आहे.

            २.   त्यांनी मला त्यांच्याकडे बोलावलं आहे.

            ३.   तू काम केलं नाही आहेस.

            ४.   तिनी स्वयंपाक केला नाही आहे.

            ५.   ते मराठी शिकले आहेत.

            ६.   त्यांना ही गोष्ट समजली आहे.

            ७.   त्यांना मराठी यायला लागलं आहे.

    B.   १.   तो नुकताच ऑफिसला गेला होता.

            २.   माझा मित्र मला भेटला नव्हता.

            ३.   मी ही बातमी वाचली होती.

            ४.   सभेला कोणीही गेलं नव्हतं.

            ५.   त्यांनी माझं बोलणं ऐकलं होतं.

            ६.   ते कोणाशीही बोलले नव्हते.

            ७.   माझ्या घरी पुष्कळ पाहुणे आले होते.

(2)   Change the following sentences into present perfect.

    तो मला भेटला नाही.   _____

    तिनी सुंदर चित्रं काढली.   _____

    मी एक घड्याळ विकत घेतो.   _____

    त्याला हा सिनेमा आवडला नाही.   _____

    त्याला कारखान्यात नोकरी मिळेल.   _____

    तो खूप वाचन करतो.   _____

    माझा भाऊ आज गावाहून येणार आहे.   _____

(3) **Change the following sentences into past perfect.**

त्यांनी मित्राला पत्र लिहिलं. _____

ते मला नोकरी देतील. _____

तो कधी खोटं बोलत नाही. _____

आम्ही एका मित्राकडे जमणार आहोत. _____

मी ते पुस्तक वाचलं. _____

त्यांनी मित्राला फोन केला. _____

तू रेडिओ विकत घे. _____

(4) **Join the following sentences either with म्हणून or तरी.**

Sentences	Sentences Joined with म्हणून or तरी.
त्याला बक्षीस मिळालं. तो खूश आहे.	
तो नापास झाला. तो आनंदात आहे.	
मला उशीर झाला. साहेब मला रागावले.	
उद्या सुट्टी आहे. मी सिनेमाला जाणार आहे.	
त्यांनी अभ्यास केला नाही. तो पास झाला.	
सूर्य उगवला. तो झोपला होता.	
माझी बस चुकली. मी पायी पायी ऑफिसात गेलो.	
माझ्याजवळ पैसे नव्हते. मी रामकडे पैसे मागितले.	
माझ्याजवळ पैसे नव्हते. मी कुणाकडे पैसे मागितले नाहीत.	
मी पुण्यात दहा वर्षे राहतो आहे. अजून मला पुण्याचे रस्ते माहीत नाहीत.	

(5) **Use the following phrases in the sentences given below.**

बरं वाट—	स्वागत कर—	विरस हो—	गैरसोय हो—
लक्षात ये—	निश्चय कर—	फजिती हो—	प्रयत्न कर—

मुलगा पास झाला म्हणून मला _____

पावसात भिजला म्हणून त्याची खूप _____

सभेमध्ये त्याला भाषण आठवले नाही म्हणून त्याची _____

त्याला फोन करायचा मी खूप _____

सर्वांनी त्याच्या सूचनेचं _____

माझा मित्र आला नाही म्हणून माझा _____

उद्यापासून फिरायला जायचा मी _____

तो माणूस आंधळा आहे. हे माझ्या _____

(6) Change the following sentences into negative. ( )

मी गणितं केली होती. ____________________

मुलांनी अभ्यास केला होता. ____________________

त्याला ही बातमी समजली आहे. ____________________

मला नोकरी मिळाली आहे. ____________________

त्याला पत्र आलं होतं. ____________________

तिच्याजवळ पैसे उरले होते. ____________________

तो परदेशात गेला होता. ____________________

(7) Change the following sentences into affirmative. ( )

मला तू हे सांगितलं नव्हतंस. ____________________

तो निवडणुकीला उभा राहिला नाही आहे. ____________________

त्याच्या वडिलांनी त्याला पैसे दिले नव्हते. ____________________

ती मिरवणुकीत सामील झाली नव्हती. ____________________

त्याला नेमणुकीचा हुकूम मिळाला नाही आहे. ____________________

ही इमारत पूर्ण झाली नाही आहे. ____________________

तुला हे माहीत नव्हतं का? ____________________

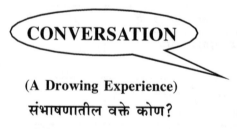

CONVERSATION

(A Drowing Experience)

संभाषणातील वक्ते कोण?

काल व्रजकिशोर नंदकुमारची फजिती कशी झाली ते सांगत होते ना? आज तुम्हाला मी व्रजकिशोरची गंमत सांगते.

सांगा-सांगा.

हल्ली उन्हाळा असल्यामुळे मी दररोज पोहायला जाते.

तरीच तुम्ही हल्ली बारीक झाला आहात.

आलम, तुम्ही मधे-मधे बोलू नका. रेड्डीबाई, व्रजकिशोरची फजिती सांगा.

मी टिळक तलावावर पोहायला जाते. ललितमोहन त्यांच्या मुलांना घेऊन तिथे येतात. काल ललितमोहनबरोबर व्रजकिशोर पण आले होते.

बरं मग?

मी व्रजकिशोरना म्हणाले, ‘या, पोहण्यासाठी पाण्यात उतरा.’ ते म्हणाले, ‘मला पोहता येत नाही. मी काठावरून गंमत बघतो.’ बराच वेळ ते काठावर उभे राहिले होते. नंतर एक पायरी खाली उतरले आणि थोडे पुढे सरकले. इतक्यात त्यांचा पाय घसरला आणि ते पाण्यात पडले. त्यांच्या नाकातोंडात पाणी गेलं होतं म्हणून ते खूप घाबरले होते. ‘मला वाचवा, मी बुडालो, मी मेलो’ असं ते ओरडायला लागले होते. त्यांचं ओरडणं ऐकून मी आणि ललितमोहन तिथं आलो. मी व्रजकिशोरना म्हणाले, ‘भिऊ नका, ओरडू नका. तिथं पाणी अजिबात खोल नाही. सरळ उभे राहा. तुमचे पाय जमिनीला लागतील’ तरी ते ऐकेनात. मग ललितमोहननी त्यांचा हात धरून त्यांना उभं केलं आणि खरोखरच त्यांचे पाय जमिनीला लागले. एव्हाना आम्ही खूप हसायला लागलो होतो. मग व्रजकिशोरनाही धीर आला आणि तेही हसायला लागले. आहे की नाही गंमत?

आहे खरी.

20. Trip to Sinhagad : सिंहगडची सहल

TEACHING UNITS

1. **Present and Past Perfect Continuous Tenses.**
2. **Habitual Past and its Varieties.**
   (1) **R + आयचा forms**
   (2) **R + अत – अस forms.**
   (3) **R + ई forms**
3. **Uses of R + आयचा**
4. **Repetitive verbal adverbs.**
   खात खात, जाता जाता.

ललितमोहन :
सर, आपण सिंहगडची सहल काढायची का ?

शिक्षक :
तुम्ही सिंहगड पाहिला नाही का ?

ललितमोहन :
मी खूप वेळा पाहिला आहे. तरी मला तिथे जायला आवडेल.

नंदकुमार :
तसे आपण दररोज सिंहगड पहातो ना ! थोडंसं पश्चिमेकडे पाहिलं की आपल्याला तो दिसतो.

Lalitmohan :
Sir, shall we arrange a treck to Sinhagad?

Teacher :
Have you not seen Sinhagad before?

Lalitmohan :
I have seen it many a time. Even then I would like to go there.

Nandkumar :
In a way we see Sinhagad everyday. If we look in the west, we can see it.

व्रजकिशोर :

हो, आणखी आता टी.व्ही. टॉवरमुळे आपल्याला तो ओळखता पण येतो.

ललितमोहन :

पण मी त्या अर्थाने पाहिला असं म्हणत नाही आहे. मी सिंहगड अगदी लहानपणापासून पहात आलो आहे. मी तिथे अनेकवेळा गेलो आहे.

आलम :

ते कसं काय?

ललितमोहन :

माझ्या वडिलांना सिंहगड फार आवडायचा. ते नेहमी सुट्टीच्या दिवशी सिंहगडावर जायचे. त्यांच्याबरोबर त्यांचे दोन-तीन मित्र पण असत. सिंहगडासाठी त्यांनी ट्रेकिंगचं सर्व साहित्य पण तयार ठेवलं होतं. सिंहगडला जाणं हा त्यांचा छंदच होता.

सुब्रह्मण्यम् :

तुम्ही पण त्यांच्याबरोबर जायचे का?

ललितमोहन :

आमच्या घरात नेहमी ते एक नाटकच व्हायचं. वडील सिंहगडावर जायला निघाले की मी पण त्यांच्याबरोबर जाण्यासाठी हट्ट धरायचो. आई परवानगी द्यायची नाही. ती मला रागवायची. मग मी रडायला सुरुवात करायचो. शेवटी वडीलच मध्यस्थी करायचे आणि ते मला परवानगी द्यायचे. मग आईचा नाईलाज व्हायचा. मग तिला माझी सगळी तयारी करावी लागे.

रेड्डीबाई :

सिंहगडला तुम्ही कसे जायचा?

ललितमोहन :

वडिलांची मोटारसायकल होती. त्यांच्या मित्रांच्या पण मोटारसायकली होत्या. मी वडिलांच्या मागे बसायचो. आम्ही साधारणपणे सात-साडेसातला निघायचो आणि अर्ध्या-पाऊण तासात सिंहगडच्या पायथ्याशी जायचो. मग मोटारसायकली खाली ठेवून आम्ही चढायला सुरुवात करत असू.

मुखर्जीबाई :

सिंहगड चढायला फार कठीण आहे का?

Vrajkishor :

Yes. And because of the T.V. tower (erected on it) it can be spotted easily.

Lalitmohan :

I did not mean it that way when I say I have seen it. I have been seing Sinhagad since my childhood. I had been there for several times.

Alam :

How is it?

Lalitmohan :

My father used to like Sinhagad very much. On holidays he used to go there always. He was accompanied by a couple of his friends. Even he had also kept the trecking kit ready for Sinhagad. It was his hobby to go to Sinhagad.

Subrahmanyam :

You also used to go along with him?

Lalitmohan :

That used to be a sort of drama in our house. I always would insist on going with him. But mother used to refuse. She would schold me. Then I would start crying. Ultimately my father would interfere and grant me permission. Mother would be helpless. Then she only had to get things ready for me.

Mrs. Reddy :

How would you go to Sinhagad?

Lalitmohan :

My father had a motor-cycle. His friends also had motor-cycles. I used to be the pillion rider with my father. We used to start around seven or seven-thirty, and reach the foot in about half an hour. Then we would park our motorcycles there and start climbing.

Mrs. Mukharji :

Is Sinhagad very difficult to climb?

ललितमोहन :

सिंहगड फार कठीण नाही. पण अगदी सोपाही नाही. आम्ही ९ वाजता चढायला आरंभ करत असू. आणि साधारणत: ११ वाजता वर पोचत असू.

व्रजकिशोर :

तू लहानपणी सिंहगड चढायचास का?

ललितमोहन :

सुरुवातीला मी खूप दमत असे. मग वडील किंवा त्यांचे मित्र मला पाठीवर घ्यायचे. मग माझा प्रवास मजेत व्हायचा. पुढे पुढे मात्र मला सिंहगड चढायची सवय झाली. आम्ही सिंहगड चढत असताना वाटेत दही घ्यायचो. खवा घ्यायचो, पेरू घ्यायचो. ते खाता खाता थकवा जाणवत नसे.

आलम :

सिंहगडावर पहाण्यासारखं काय आहे?

ललितमोहन :

पहायला तिथे फारसं काही नाही. वर मोकळं मैदान आहे. सभोवती उंच उंच कडे आहेत. त्यांच्याखाली दऱ्या आहेत. एका बाजूला तानाजीची समाधी आहे. तेथून थोड्या अंतरावर राजाराम महाराजांची समाधी आहे. आता अलीकडे तिथे टी.व्ही.चा मनोरा झाला आहे. तिथे पाण्याची काही कुंडं आहेत. त्यांना टाकी म्हणतात. देवटाक्यातलं पाणी फार गोड आणि थंड असतं. यापेक्षा आणखी काही नाही.

मुखर्जीबाई :

मग लोक तिथे कशासाठी जातात?

ललितमोहन :

सिंहगडची सहल काही इमारती पहाण्यासाठी करायची नसते. डोंगराळ भागातली निसर्गशोभा पहाण्यातही एक आनंद असतो. त्या आनंदासाठी ती करायची.

रेड्डीबाई :

मग आपण काढू या की सिंहगडची सहल!

शिक्षक :

काही हरकत नाही.

Lalitmohan :

It is neither very difficult nor very easy. We used to start climbing around nine o'clock and reach the top by eleven.

Vrajikishore :

Did you climb Sinhagad in your childhood?

Lalitmohan :

Initially I used to get very tired. Then either my father or his friends would take me on their backs. Then my journey used to be very pleasant. In future, however, I got accustomed to climbing Sinhagad. While climbing Sinhagad, on the way, we used to buy custard cheese, khawa, Peru. While eating these we never experienced tiredness.

Alam :

What is worth seeing on Sinhagad?

Lalitmohan :

Nothing much to see there. There is vast empty land on the top. All around there are high cliffs and below them deep valleys. On one side there is Tanajis' *Samadhi* and just nearby the samadhi of Rajaram. Recently a TV tower has been erected there. There are some water tanks. These are called *'taka's*. Water from tank called Devtaki is very sweat and cool. Well nothing more than this.

Mrs. Mukharji :

Then why do people go there?

Lalitmohan :

The Sinhagad treck is not to see buildings. (but to enjoy). There is a special joy in observing the natural beauty of the hilly area. It is to be undertaken for that joy only.

Mrs. Reddy :

Then we should arrange the Sinhagad treck.

Teacher :

All right.

GRAMMAR

1. (A) Present perfect continuous tense is used to express that someone has been doing a particular action for a long time and is still doing it. As in English in Marathi also it is expressed through the combination of present continuous and present perfect. In this construction the main verb takes R + अत form and the auxiliary verbs 'रहा' or 'ये' take the forms of present perfect. Here the finite verb always agrees with the subject only. e.g.

तो बोलत राहिला आहे.	He has been talking.
तो लहानपणापासून पहात आला आहे.	He has been watching since his childhood.

(B) In the present perfect continuous tense the action is continued upto the present moment. In the past perfect continuous tense the action is continued upto a particular point in the past. The pattern is similar to the present perfect continuous. The only change is that आहे forms in the end are replaced with appropriate होता forms. e.g.

तो बोलत राहिला होता.	He had been talking.
तो पहात आला होता.	He had been watching.

The negatives of both these constructions are made as in regular present and past perfect tenses. e.g.

तो बोलत राहिला नाही आहे.	He has not been talking.
तो बोलत राहिला नव्हता.	He had not been talking.

2. The habitual past in Marathi is expressed in three ways.

Type 1. R + आयचा forms.

The full paradigm is as follows.

R + आयचा Form

Person	Gender	Singular	Plural
1st Pers.	M	मी जायचो	आम्ही जायचो. आपण जायचो.
	F	मी जायची	आपण जायचे, जायच्या.
2nd Pers.	M	तू जायचास	तुम्ही जायचे
	F	तू जायचीस	तुम्ही जायच्या
3rd Pers.	M	तो जायचा	ते जायचे
	F	ती जायची	त्या जायच्या
	N	ते जायचं	ती जायची

The negative is expressed by adding forms of नाही to the affirmative constructions. e.g.

तू जायचा नाहीस,

ते जायचे नाहीत. etc.

Type 2.   R + अत – अस forms.

The paradigm is as follows.

R + अत		
Person	Singular	Plural
1st Pers.	मी जात असे	आपण/आम्ही जात असू. (त)
2nd Pers.	तू जात असस	आपण/तुम्ही जात असा.
3rd Pers.	तो ती जात असे. ते	ते त्या जात असत. ती

There is no gender distinction in this type. The negatives are formed by replacing. 'अस' forms with 'नस' forms. e.g.

तो जात नसे. ते जात नसत.

The paradigms of अस and नस are given below.

	अस		नस	
Person	Singular	Plural	Singular	Plural
1st Pers.	मी असे	आपण/आम्ही असू	मी नसे	आपण/आम्ही नसू
2nd Pers.	तू असस	आपण/तुम्ही असा	तू नसस	आपण/तुम्ही नसा.
3rd Pers.	तो ती असे. ते	ते त्या असत. ती	तो नसे ती नसे ते नसे	ते त्या नसत. ती

There is no gender distinction for both these forms.

Type 3. R + ई (ए) forms.

We don't get a full paradigm of this. This is conjugated only in 1st pers. sing, and 3rd per sing. and 3rd pers. plural. The partial paradigm is given below.

१.   मी जाई   तो/ती/ते जाई   ते/त्या/ती जात.
२.   मी बसे   तो/ती/ते बसे   ते/त्या/ती बसत.

The rules of future-I regarding the ई or ए initial forms are observed here also.

There are no special negative forms of this type. For that negative forms of the second type are used. e.g.

१. तो जात नसे.   ते जात नसत.
२. तो बसत नसे.   ते बसत नसत.

All these three types are used interchangeably in free variation. In English this construction is translated with either 'would + R' or used 'to + R' constructions. e.g.

तो खूप वाचत असे.   He used to read a lot or
                          He would read a lot.

3.   R + आयचा forms are used in many ways.

   (A) Indirect subject (object) – R + आयचा आहे.
       (varying with object)

We already know this pattern which is used to express the intention or the plan of the subject. e.g.

       त्याला स्टेशनवर जायचं आहे.   He has to go to the station.
       तिला गाणं शिकायचं आहे.   She wants to learn vocal music.

   (B) We also know the pattern R + आयचा प्रयत्न कर.

   (C) R + आयचं ठरव – to decide to do certain action.
        तो दररोज व्यायाम करायचं ठरवतो.   He decides to practise physical exercises daily.
        तो नोकरी करायचं ठरवतो.   She decides to join service.
        त्यांनी सिनेमा पहायचं ठरवलं.   They decided to see a movie.

   (D) Imperative sense – The R + आयचा form can be used to express orders or instructions e.g.
        तू दररोज इथे यायचंस.   You are to come here daily.
        मुलांनो, तुम्ही दंगा करायचा नाही.   Boys, you are not to make any noise.
        सर्वांनी वेळेवर यायचं.   All are expected to come on time.

Here the verb agrees with the object and not with the subject. The subject takes नी postposition. In the case of 1st and 2nd pers. This नी suffix becomes a zero suffix. In the case of intransitive roots the verb is always in neuter singular. As in all other tenses the second person singular subject is indicated by 'स' added to the finite verb in this construction also, though it agrees with the object.

       तू आंबे खायचेस, गप्पा मारायच्यास आणि मजेत रहायचंस.
       "You are expected to eat mangoes, enjoy chit-chats and live happily."
       Negative is formed by adding **नाही** forms to such forms. e.g.
       तू इथून हलायचं नाहीस, त्यांनी काही बोलायचं नाही.

(E) To forward a proposal. e.g.

आपण क्रिकेट खेळायचं का?   —   Should we play cricket?

आपण चहा घ्यायचा का?   —   Should we take tea?

This construction is similar in meaning to the already introduced following construction.

viz.

आपण सिनेमा पाहू या का?

The finite verb changes according to the object if any.

(F)   R + आयचा is used in free variation with the gerund R + णं and therefore could be easily substituted for the possessive forms of R + **णं.**

१.   त्याला खेळण्याचं वेड आहे.   He is mad after playing.
     त्याला खेळायचं वेड आहे.

२.   त्याला पुस्तकं वाचण्याची आवड आहे.   He is fond of reading books.
     त्याला पुस्तक वाचायची आवड आहे.

4.   Some participial adverbs.

R + अत R + अत, R + ता R + ता. These are repetitive participal adverbs showing the manner of the actions and the time of the action respecitvely.

तो खात खात म्हणाला,   "He said while eating."

i.e.   When he was involved in the action of eating. and.

तो खाता खाता म्हणाला,   "He said while eating."

i.e.   at the time when the action of eating was going on.

There appears to be a very slight difference between the two, that is why they sometimes could be interchanged but not always.

✍ DRILLS

(1)   Repeat the following sentences.

A.   १.   तो चालत राहिला आहे.   ४.   तो सांगत आला आहे.
        तो चालत राहिला होता.   तो सांगत आला होता.

     २.   तो काम करत राहिला आहे.   ५.   तो शिकवत राहिला आहे.
        तो काम करत राहिला होता.   तो शिकवत राहिला होता.

     ३.   तो ऐकत आला आहे.
        तो ऐकत आला होता.

B. १. तो काम करायचा.
तो काम करत असे.
तो काम करी.

२. ती नृत्य शिकायची.
ती नृत्य शिकत असे.
ती नृत्य शिके.

३. आम्ही खेडेगावात रहायचो.
आम्ही खेडेगावात रहात असू.

४. ते गोष्टी सांगायचे.
ते गोष्टी सांगत असत.
ते गोष्टी सांगत.

५. श्री. भावे फिरायला जायचे.
श्री. भावे फिरायला जात असत.
श्री. भावे फिरायला जात.

६. तुम्ही आम्हाला मराठी शिकवायच्या.
तुम्ही आम्हाला मराठी शिकवत असा.

७. मी कविता लिहायचो.
मी कविता लिहीत असे.
मी कविता लिही.

(2) Change the following sentences into negative. (👎)

तो लोकांना मदत करत असे. ____________________

राजा प्रजेला त्रास देत असे. ____________________

साहेब ऑफिसात वेळेवर यायचे. ____________________

मी तुझ्याबद्दल ऐकलं आहे. ____________________

मी तुझ्याबद्दल ऐकलं होतं. ____________________

तो नुसता नोकरी करत राहिला होता. ____________________

ती पायी पायी जायची. ____________________

(3) Change the following sentences into habitual past. (any type).

तो दररोज ऑफिसात जात असतो. ____________________

तो खूप मेहनत करत असतो. ____________________

ती कधी खोटं बोलत नसते. ____________________

चोर रात्री बाहेर पडत असतात. ____________________

तू कधी दुसऱ्याचा विचार करत नसतोस. ____________________

तुम्ही कधीही पायी जात नसता. ____________________

तू आपल्या नोकरांना पाठवत असतोस. ____________________

(4) Substitute the bold lettered verb with those given below.

ती दररोज ऑफिसात **जायची.**

काम कर. ____________________

पत्र लिही ____________________

गप्पा मार ____________________

डबा खा ____________________

चहा पी ____________________

वर्तमानपत्र वाच _____
स्वेटर वीण _____

(5) **Fill in the blanks with proper pronouns.**

१. _____ गाणं म्हणायची.
२. _____ सिनेमा पहात नसत.
३. _____ मजा करत असू.
४. _____ कोणाशीही भांडत नसत.
५. _____ दररोज काळजी करायचो.
६. _____ फिरायला जायच्या.
७. _____ उड्या मारायचं.

(6) **Change the following sentences into habitual past of 'R + अत − अस' type.**

Sentences	Habitual Past ('R + अत − अस')
मोठी माणसंसुद्धा क्रिकेट खेळायची.	
ती हळूच ऑफिसातून बाहेर जायची.	
ती सर्वांना मदत करायची.	
तो स्टेशनवर जाई.	
ती म्हातारी गाणं म्हणायची.	
तो स्कूटर चालवायचा.	
ती पत्रं लिहायची.	

(7) **Change the following sentences into habitual past of R + आयचा form.**

Sentences	Habitual Past (R + आयचा form)
ते खूप बोलत असत.	
त्या शाळेत शिकवत.	
तुम्ही सांगत असा.	
मुलं झाडाखाली खेळत.	
तो ऑफिसात जाई.	
तू त्याला मारत असत.	
तो पुस्तकं विकत असे.	

(8) **Change the following sentences as directed.**

ते घर बांधतात. (use R + आयचं आहे.) _____

तो सिगारेट सोडणार आहे. (use R + आयचं ठरव.) _____

तू दररोज पोस्टात जा. (use R + आवा – लाग in future I) ____________________

तुम्ही गणवेश घालून या. (use R + आयचा in imperative sense) ____________________

आपण पत्ते खेळू या का? (use R + आयचा) ____________________

त्याला जुगार खेळण्याची सवय आहे. (use R + आयचा) ____________________

त्या मुलांनी चोरी केली. (use R + आयचा प्रयत्न कर.) ____________________

A LETTER

स्नेहसदन
५४७, सदाशिव पेठ,
पुणे - ४११०३०
दि. २१ मार्च १९८५

प्रिय कमाताई,

माझं पत्रं बघून तुम्हांला आश्चर्य वाटेल. त्यातही पुन्हा मराठीत लिहिलेलं पत्र बघून आश्चर्य आणखीच वाढेल. माझी बहीण सुमित्रा धुळ्याला तुमच्या शेजारी राहाते. गेली तीन-चार वर्षे मी महाराष्ट्रात आल्यापासून दर वर्षी उन्हाळ्यात धुळ्याला येते. आपला परिचय असाच वाढला.

सुट्टीत धुळ्याला आल्यानंतर मी तुमच्या घरी खूप वेळा येत असे. तुम्हाला सामाजिक कार्याची आवड आहे. मी तर सोशल वर्करच आहे. साहजिकच आपल्या गप्पा खूप छान होत असत. तुमच्या घरी माझा वेळ मजेत जाई. भाषेची थोडी अडचण असे. तुम्हांला बंगाली येत नसे आणि मला मराठी. मग हिंदी किंवा इंग्रजी भाषेत आपल्याला बोलावं लागत असे. एक दिवस हसत हसत तुम्ही मला म्हणालात, ''शारदा, हे काही खरं नाही. महाराष्ट्रात राहायचं तर मराठी यायलाच पाहिजे. तू स्वत:ला सोशल वर्कर म्हणवतेस. पण ज्या समाजात आपण काम करतो त्या समाजाची भाषा येत नसेल तर लोकांत नीट मिसळता येत नाही. समाजाची नस पकडता येत नाही. लोकांच्या मनात आपलेपणा निर्माण करता येत नाही. पुढच्या वेळी येशील तेव्हा मराठी शिकून यायचं.'' तुमचं ते बोलणं माझ्या मनात घोळत राहिलं.

दोन-तीन दिवसांनी शेतकरी आंदोलनाचे नेते शरद जोशी यांची धुळ्याला सभा होती. आपण दोघी सभेला गेलो. शरद जोशींच्या भाषणाने ऐकणारे प्रभावित झालेले दिसत होते. पण मला मात्र ते काय बोलले ते समजलं नाही. त्या क्षणी मी ठरवून टाकलं की मराठी शिकायचं.

पुण्याला आल्यावर लगेच मराठीच्या वर्गात नाव घातलं. जसं मराठी यायला लागलं तसं मराठी बोलायचं आणि वाचायचं वेड वाढत गेलं. माझं हे पत्र बघून मराठीमधे मी किती प्रगती केली आहे, हे तुमच्या लक्षात येईल. पूर्वी तुमच्या घरी वावरताना मी अवघडून जाई. तुमच्या घरातील माणसं काय बोलतात, कोणते विनोद करतात हे मला समजत नसे. आता मात्र मी तुमच्या घरातील एक होऊन वावरू शकेन.

पुढच्या महिन्यात मी धुळ्याला येणार आहे. येण्यापूर्वी सुमित्राकडे पत्र पाठवीनच. बाकी सारे समक्ष भेटीत. ती. वसंतरावांना नमस्कार. चि. मुलांना अनेक आशीर्वाद.

तुमची,
शारदा मुखर्जी

21. Verul and Ajintha : वेरूळ आणि अजिंठा

TEACHING UNITS

1. **Revision of varieties of past tense.**
2. **Future in the past.**
3. **Probable present, past and future.**
4. **Joining of two sentences with**
   R + ल्यामुळे, R + ल्यावर/ल्यानंतर, R + खेरीज.
5. **Some varbal phrases.**
   R + णं भाग आहे, R + आयला मिळ, चं, आश्चर्य वाट.
6. **R + णं + सारखा, ऐवजी, पेक्षा**

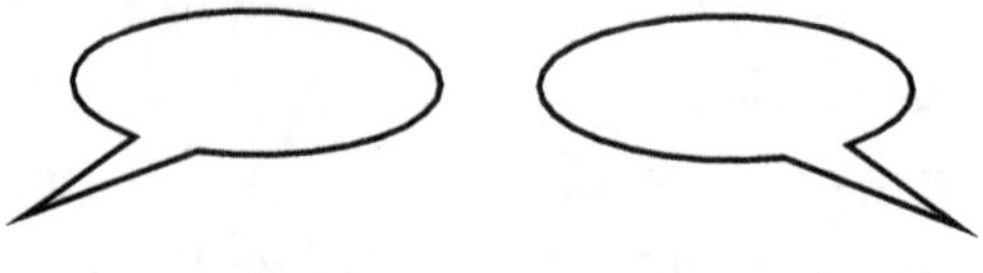

मराठीचा वर्ग संपत आला तेव्हा मराठीच्या वर्गातल्या मित्रांनी वेरूळ-अजिंठ्याच्या सहलीचा एक कार्यक्रम ठरवला. एका रविवारी ते पुण्याहून औरंगाबादला जायला निघाले. रेल्वे स्टेशनजवळच्या एस.टी. स्टँडवर सर्वजण ठीक वेळेवर जमले. एस.टी. बरोबर एक वाजता सुटली. ती जलद बस असल्यामुळे वाटेत जास्त ठिकाणी थांबणार नव्हती. पण तरीही वाटेत एका ठिकाणी टायर पंक्चर झाल्यामुळे एक तास वाया गेला. ती बरोबर ८ वाजता औरंगाबादला पोहोचली. सर्वजण औरंगाबादच्या अशोक हॉटेलमध्ये

Towards the end of Marathi class friends from the class decided a trip to Verul and Ajintha. On one Sunday they started from Pune for Aurangabad. They all gathered on the S.T. stand near the railway station in time. The S.T. bus started exactly at 1.00 p.m. As it was an express bus, it was not to halt at many places on the way. Even then due to one of the tyres getting flat an hour was wasted. The bus reached Aurangabad exactly at 8 p.m. All of

उतरले. हॉटेल प्रशस्त असल्यामुळे सर्वांना फार आवडलं. त्या दिवशी जेवण करून सर्वजण झोपी गेले.

दुसऱ्या दिवशी औरंगाबाद शहर पहायचा कार्यक्रम होता. सकाळी ते औरंगाबादच्या बाजारपेठेत फिरले. तेथे त्यांनी औरंगाबादच्या रेशमी साड्या खरेदी केल्या. दुपार झाल्यावर ते औरंगाबादच्या शिक्षण संस्था पहायला निघाले. त्यांनी सरस्वतीभुवन संस्थेची महाविद्यालयं, मिलिंद महाविद्यालय इ. प्रसिद्ध संस्था पाहिल्या आणि ते मराठवाडा विद्यापीठात गेले. तेथे त्यांनी ग्रंथालय, वस्तुसंग्रहालय, मराठी विभाग इ. ना भेटी दिल्या. नंतर ते जवळच असलेल्या औरंगाबादच्या गुहा पहायला गेले. परत येताना त्यांनी मराठवाडा विद्यापीठाच्या नाट्य-विभागालाही भेट दिली. नाट्यविभागाच्या प्रमुखांनी त्यांचं स्वागत करून त्यांना सर्व माहिती दिली. शेवटी विभागातल्या विद्यार्थ्यांनी काही कार्यक्रमही दाखवले. सर्वांना हे कार्यक्रम खूपच आवडले.

तिसऱ्या दिवशी वेरूळच्या सहलीचा कार्यक्रम होता. या सहलीसाठी सर्वांना सकाळी लवकर उठणं भाग होतं. त्यांना स्टँडवर लवकर जाऊन प्रवासी बसच्या रांगेत उभं रहावं लागलं. ही बस बरोबर आठ वाजता सुटली. बसमध्ये पुष्कळ विदेशी प्रवासी स्त्री-पुरुष होते. या बसमध्ये कंडक्टरऐवजी एक गाईड होता. तो फार विनोदी आणि हुशार होता. सबंध प्रवासभर तो सारखा बडबड करत असे व प्रवाशांना माहिती देत असे. आपल्या सर्व मित्रांनी त्याच्याशी दोस्ती केली. या बसमधून त्यांनी दौलताबादचा किल्ला, घृष्णेश्वरचं मंदिर, वेरूळच्या गुहा, खुलताबादची औरंगजेबाची कबर (समाधी), बीबीका मकबरा आणि पानचक्की अशी सहा प्रसिद्ध ठिकाणं पाहिली.

सर्वात वेरूळच्या गुहा त्यांना फारच आवडल्या.

them stayed at Ashoka hotel at Aurangabad. As the hotel was very spacious every one liked it. That day everybody had a dinner and went to bed.

The next day the programme was to see Aurangabad city. In the morning they roamed around in the shopping area. There they purchased the Aurangabad famous silk sarees. In the afternoon they went to see the educational institutions in Aurangabad. They visited the colleges of Sarswatibhuvan Institute, the Milind College and then they went to the Marathwada University. There they visited the Library, Museum, Marathi department etc. After that they went to see the nearby Aurangabad caves. On their way back they visited the drama department of Marathwada university also. The head of the drama department welcomed them and told them all about the department. In the end the students of the department presented some programmes. These programmes were liked by all.

On the third day the programme was a trip to Verul. For this trip everyone had to get up early in the morning. They were required to reach the bus stand early and stand in a queue for the passanger bus. The bus started at 8.00 hrs. There were a lot of foreigner men and women in the bus. This bus had a guide instead of a conductor. He was very clever and witty. He would talk through out the journey and would give important information to the passangers. All our friends got friendly with him. This bus took them to the six famous places namely– the fort of Daulatabad, the Temple of Ghrishneshwar, the cave of Verul, the tomb (Samadhi) of Aurangjeb at Khultabad, Bibika Makabara and Panchakki.

Of all the places they liked the caves of Verul

तेथील कैलास लेणं म्हणजे शिल्पकलेचा अप्रतिम नमुना आहे. एकाच खडकातून हे अद्भुत मंदिर कसं कोरलं असेल, याचं सर्वांनाच आश्चर्य वाटलं. रात्री तृप्त अंत:करणानी ते परत आले.

चौथ्या दिवशी अजिंठ्याचा कार्यक्रम होता. त्यासाठी रिझर्वेशन केल्याखेरीज प्रवासी-बसमध्ये प्रवेश मिळत नव्हता. त्यांनी लवकर जाऊन रिझर्वेशन केलं आणि बसमध्ये प्रवेश मिळवला. कालचेच विदेशी स्त्री-पुरुष आजही त्यांच्याबरोबर होते. त्यामुळे थोड्याच वेळात त्यांच्याशीही आपल्या मित्रांची ओळख झाली. आजचा गाईड मात्र जरा गंभीर होता. तो फारसा बोलत नव्हता. दोन-अडीच तासात बस अजिंठ्याला पोहोचली. वेरूळपेक्षा अजिंठ्याला निसर्गसौंदर्य पहाण्यासारखं आहे. एका अर्धचंद्राकृती दरीच्या काठावर अजिंठ्याच्या गुहा आहेत. बौद्ध शिल्पकला आणि चित्रकला यांचे सुंदर नमुने अजिंठ्याला पाहायला मिळतात. सर्व मित्रांनी गाईडबरोबर सर्व गुहा पाहिल्या. हजार वर्षांपूर्वीचे रंग अजूनही ताजे दिसतात, हे पाहून त्यांना आश्चर्य वाटलं. गुहा पाहिल्यानंतर ते दरीत उतरले. दरीत एक छोटी नदी आहे. नदीच्या काठावर शासनाने एक सुंदर उद्यान तयार केलं आहे. उद्यानात एक उपाहारगृहही आहे. सर्व मित्रांनी तेथे फराळ केला आणि नदीच्या काठाकाठाने ते परत स्टँडवर आले. स्टँडवर एका सुंदर हॉटेलात जेवण केल्यानंतर ते औरंगाबादला परत आले.

पाचव्या दिवशी सकाळी पुन्हा एकदा औरंगाबाद शहरात त्यांनी फेरफटका मारला. नंतर हॉटेलात येऊन त्यांनी सामानाची बांधाबांध केली. दोन वाजता पुण्याची बस त्यांना मिळाली. रात्री आठ-साडेआठच्या सुमारास ते पुण्याला परत आले. पाच दिवसांच्या प्रवासाने ते थकले होते. पण त्यांची मनं मात्र खूप ताजी झाली होती.

the most. The Kailas Cave is the best example of sculpture. Everyone was amazed as to how this unusual temple had been carved in one single rock. They returned in the night with content hearts.

On the fourth day the programme was to go to Ajintha. It wan't possible to get in the passanger-bus unless they had reserved the seats. Reaching early they reserved the seats and entered in the bus. The same foreigner men and women– accompanying them yestereday, were there today also. So our friends got aquainted with them in a very short time. Today's guide was of a serious nature and was not talking much. In about two and half hours the bus reached Ajintha. Natural beauty is much more worth seeing at Ajintha than at Verul. The caves of Ajintha are situated on the edge of a semicircular glen Beautiful pieces of Budha sculpture and paintings can be seen at Ajintha. With the guide all the friends saw the caves. Everyone was surprised to see the freshness of the paints though thousand years old. After seeing the caves they got into the glen. There is a small river in the glen. The Government has prepared a nice garden on the bank of the river. In the garden there is a restaurant also. All the friends had a slight repast at the restaurant and walking along the bank of the river they returned to the bus stand. After having a full meal at a nice and beautiful restaurant they came back to Aurangabad.

On the fifth day they all had a round of Aurangabad city once again. They then returned to the hotel and packed their Luggage. They got the Pune bus at two O'clock. By eight they returned to Pune. They all were tired after the five days' journey. However they had fresh minds.

📖 GRAMMAR

1. We have learnt all the major varieties of the past tense in Marathi so far. They are revised here.

   (i)   Past of the intransitive verbs. e.g.   सर्व मित्र स्टँडवर जमले.

   (ii) Past of the transitive verbs. e.g.   त्यांनी सहलीचा कार्यक्रम ठरविला.

   (iii) Perfect present e.g.   शासनाने एक उद्यान तयार केले आहे.

   (iv) Perfect past e.g.   सर्वांची मनं खूप ताजी झाली होती.

   (v)   Continuous past. e.g.   गाईड फारसं बोलत नव्हता.

   (vi) Habitual past. e.g.   तो सारखा बडबड करत असे.

2. Besides these, there is one more variety i.e. future in the past. It is expressed through the pattern R + णार – होता forms. This is used when certain action is said to be going to take place in the past. e.g.

   तो पुस्तक वाचणार होता   —   He was going to read a book.

   मी तुझ्याकडे येणार होतो   —   I was going to come to you.

   The finite verb agrees with subject only.

3. The future forms of the root 'अस/नस' indicate probability.

   e.g. तो तेथे असेल   —   'Probably he might be there.'

   These forms are added to the present participles (R + अत), past participles (past base of the root + ला/लेला), and future participles (R + चार) to form probable present, probable past and probable future respectively.

तो तिथे आला असेल.	'He might have come there.'
त्यांनी काम केलं असेल.	'He might have done the work.'
तो पुस्तक वाचत असेल.	'He might be reading a book.'
तो उद्या मुंबईला जाणार असेल.	'He might be going to go to Bombay tomorrow.'
तो मित्राकडे पत्ते खेळणार असेल.	'He might be going to play cards at his friend's.'
तू झोपणार असशील.	'You might be going to sleep.'

   In all these patterns the verb agrees either with subject or with object as in the corresponding non-probable forms.

4. Joining of the two sentences with R + ल्यामुळे, R + ल्यावर / ल्या नंतर, R + ल्या खेरीज/ शिवाय/वाचून.

   The postpositions मुळे, वर, नंतर, खेरीज, शिवाय, and वाचून are added to the oblique forms of the past participles of the roots (past base of the root + ला). They denote the meaning as shown below.

आल्यावर/आल्यानंतर		'after coming.'
आल्यामुळे		'because of one's coming.'
आल्याशिवाय	}	'without one's coming.'
आल्याखेरीज		
आल्यावाचून		

These are used to combine two sentences into one. e.g.

१. तू. ये. मग आपण जाऊ.
तू आल्यावर आपण जाऊ.

२. तो येथून जाईल. त्यानंतर आपण जेवण करू.
तो येथून गेल्यानंतर आपण जेवण करू.

३. तुम्ही मला मदत केली. त्यामुळे मला यश मिळालं.
तुम्ही मला मदत केल्यामुळे मला यश मिळालं.
Because of the fact that you helped me I got the success.

४. तू माझ्याकडे ये. त्याशिवाय मी येणार नाही.
तू माझ्याकडे आल्याशिवाय मी येणार नाही.
I won't come unless you come to me.
शिवाय - खेरीज - वाचून are equivalent in meaning.

5. (1) R + ण भाग आहे.

This is another way of expressing obligatory action. In meaning it is equivalent to R + आबा – लाग construction. Both these constructions require indirect subject. e.g.

१. मला स्टेशनवर जाणं भाग आहे. मला स्टेशनवर जावं लागेल.
I will have to go to the station.

२. त्याला अभ्यास करणं भाग होतं. त्याला अभ्यास करावा लागला.
He had to study.

३. तिला सकाळी उठणं भाग असतं. तिला सकाळी उठावं लागतं.
She has to get up in the morning.

(2) R + आयला मिळ.

This phrase is used to express the meaning of getting a chance to do certain action.

e.g. प्रदर्शनात आपल्याला खूप नवीन वस्तू पहायला मिळतात.
We get a chance to see many new things in a museum.
त्या दुकानात चांगलं आइसक्रीम खायला मिळतं.
(We) get a chance to eat good icecream in that shop.

(३) चं आश्चर्य वाट – to feel surprise.

This takes indirect subject.

त्याला त्याच्या धाडसाचं आश्चर्य वाटलं.

He was surprised at his courage.

आम्हाला त्याच्या कलेचं आश्चर्य वाटलं.

We were surprised to see his art.

6. Remember the uses of the following words.

(1) R + ण्या + सारखा — Worth some action.

पाहण्यासारखा	–	worth seeing
देण्यासारखा	–	worth giving

हे गाणं ऐकण्यासारखं आहे.

This song is worth listening.

(2) ऐवजी – instead of, in the place of

गोविंदाऐवजी तू हे काम कर.   — 'You instead of Govinda, do this work.'

मला पेनऐवजी एक पुस्तक दे.   'Give me one book instead of a pen.'

(3) पेक्षा -- Is used to compare two things.

रामपेक्षा गोविंद उंच आहे.   Govinda is taller than Ram.

✍ DRILLS

1.   Repeat the following sentences.

१. तो सकाळी लवकर उठला.
   ती त्याच्यावर रागावली.
   त्याला तो सिनेमा आवडला.
   तो आपलं काम विसरला.

२. तिनी गाणं म्हटलं.
   तुम्ही शिस्त मोडली.
   तू त्याला निरोप दिलास.

३. तो पास झाला आहे.
   राष्ट्रपतींनी वटहुकूम काढला आहे.

४. सर्वजण वेळेवर जमले होते.
   त्यांनी संप केला होता.

५. तो कुणालाही मदत करत होता.
   तो भरभर चालत होता.

६. महात्माजी नेहमी म्हणत असत.
   विनोबाजी आम्हांला गोष्टी सांगायचे.

७. मी त्या जागेसाठी अर्ज करणार होतो.
   त्या सकाळी लवकर येणार होत्या.

८. ते सभेत भाषण करत असतील.
   तुम्ही विचार करत असाल.
   तो त्या घरात राहिला असेल.
   सीतेनी लवकुशांना शिकवलं असेल.
   उद्याच्या सामन्यात सचिन खेळणार असेल.
   तुम्ही सुट्टीत पोहायला जाणार असाल.

९. आम्हाला मात्र इथेच रहाणं भाग आहे.
   मला त्याला पैसे पाठवणं भाग होतं.

१०. या दुकानात चांगल्या साड्या बघायला मिळतात.
    कोकणात खूप आंबे खायला मिळतात.

2. **Join the following sentences into one using R + ल्यामुळे, R + ल्यानंतर, R + ल्याशिवाय.**

१. शिवाजी महाराज आग्र्याहून सुटले. त्यामुळे सर्व महाराष्ट्राला आनंद झाला.

२. सचिनने शतक केलं. त्यामुळे भारताला विजय मिळाला.

३. भारतानी क्रिकेटचा सामना जिंकला. त्यामुळे प्रेक्षकांनी फटाके वाजवले.

४. तो मला काल भेटला. त्यानंतर मी त्याचं अभिनंदन केलं.

५. आम्ही बाहेर पडलो. त्यावर पाऊस सुरू झाला.

६. तू माझे पैसे दे. त्याशिवाय मी तुला जाऊ देणार नाही.

७. मुलांनो, तुम्ही आधी व्यायाम करा. त्याशिवाय मी तुम्हांला गोष्ट सांगणार नाही.

3. **Substitute the bold lettered words in the following sentences with those given below.**

मला   **स्टेशनवर जाणं**   भाग आहे.

काम कर   _____

पैसे जमव   _____

दुसऱ्यांना मदत कर   _____

वर्तमानपत्र वाच   _____

घराबाहेर पड   _____

नोकरी कर   _____

सकाळी ऊठ   _____

4. **Change the probable present tense in the following sentences into probable future tense.**

तो आता शाळेत जात असेल.   _____

तुम्ही खूप कष्ट करत असाल.   _____

आम्ही उद्या गप्पा मारत असू.   _____

मुलं क्रिकेट खेळत असतील.   _____

तो पुस्तक वाचत असेल.   _____

त्या मुली गाणी म्हणत असतील.   _____

ती मुलांना गोष्टी सांगत असेल.   _____

5. **Change the probable future in the following sentences into probable past.**

तो गावाहून येणार असेल.   _____

त्या भावाला पत्र लिहिणार असतील.   _____

तुम्ही ते काम करणार असाल.   _____

ती कुठेही जाणार नाही.   _____

तो भाजी आणणार असेल.   _____

साहेब आज पार्टी देणार असतील.   _____

तू ते घर विकत घेणार असशील.   _____

6. **Translate the following sentences into Marathi.**

                English   **Marathi**

He was or They were going to call you.   _____

Today the girls were going to dance.   _____

His mother was going to give him a new shirt.   _____

He was going to apply for that post.   _____

He was going to start a new business.   _____

He was going to teach us mathematics.   _____

I was going to buy a new bicycle.   _____

7. **Change the following sentences in R + आवा लाग form.**

Sentences	R + आवा लाग Form
त्याला आज भाषण करणं भाग असेल.	
तिला मैत्रिणीला खोटं सांगणं भाग होतं.	
त्यांना कुठे तरी रहाणं भाग आहे.	
त्याला घर घेणं भाग होतं.	
तुला टायपिंग शिकणं भाग आहे.	
आम्हांला मराठी शिकणं भाग आहे.	
हल्ली प्रत्येकाला पैसा मिळवणं भाग आहे.	

8. **Change the following sentences into R + आवा लाग without changing the tense.**

Sentences	R + आवा लाग
ती गाण्याचा वर्ग चालवते.	
त्याची बायको नोकरी करते.	
तो साहेबांचं बोलणं ऐकून घेतो.	
त्यांनी त्या माणसाला पैसे दिले.	
तू मुंबईला जाशील का?	
त्यांनी त्याच्याकडे पैसे मागितले.	
ती गप्प बसली.	

9. **Change as directed.**

    १.   दुकानात खूप खेळणी आहेत.   (use पहा + आयला मिळ.)

    २.   सिनेमा फार चांगला आहे.   (Replace चांगला with पहा + णं + सारखा)

    ३.   राम हुशार आहे.

          मोहन अधिक हुशार आहे.   } (Make a simple sentence using पेक्षा)

४.	मी राकेशला बोलावणार नाही. मी रोहितला बोलावीन.	(Make a simple sentence using ऐवजी)
५.	तू आल्यामुळे सर्वांना आनंद झाला.	(Make a compound sentence using म्हणून)
६.	आंघोळ केल्यानंतर मी चहा घेईन.	(Make two sentence using नंतर)
७.	या वर्षी मी पास झाल्याखेरीज कपडे शिवणार नाही.	(Make two sentences using त्याखेरीज)

CONVERSATION

(Discussion about a T.V. Play)

आलम : काल दूरदर्शनवर मी एक मराठी नाटक बघितलं. नाटकाचं नाव होतं 'कमला'.

व्रजकिशोर : मग सांगा ना त्याची गोष्ट.

आलम : थांबा. ललितमोहनला आणि मुखर्जीबाईंना येऊ द्या. आम्ही तिघांनी नाटक बघायचं ठरवलं होतं. माझ्यापेक्षा मुखर्जीबाई नाटकाची गोष्ट चांगली सांगतील. ती दोघं आता येतच असतील.

ललितमोहन : काय आलम. कमालच केलीस! टी.व्ही. वरचं मराठी नाटक बघण्यासाठी तुझ्याकडे येणार आहे, अशी नुसती थाप मारलीस, मी खूप वेळ तुझी वाट बघत होतो. काय अडचण आली असेल, याचा विचार करत होतो.

आलम : काल मी तुझ्या घरी यायला निघणार होतो इतक्यात मुखर्जीबाई आल्या. त्या म्हणाल्या, ''ललितमोहनकडे तुम्ही नेहमीच जात असता. त्यांच्याकडे जाण्याऐवजी आज माझ्या घरी या.'' मी म्हणालो, ''ललितमोहन माझी वाट बघत असेल. मला त्याच्याकडे जाणं भाग आहे.'' त्या म्हणाल्या, ''काही बिघडणार नाही. उद्या ललितमोहन भेटले की मी त्यांची समजूत काढेन.''

ललितमोहन : मग बरोबर आहे. त्यांचा आग्रह तुला मोडता आला नसेल.

व्रजकिशोर : नाटक होतं कोणत्या विषयावर?

आलम : समाजव्यवस्थेत स्त्रीवर होणारा अन्याय नाटकात मांडला होता.

व्रजकिशोर : म्हणजे स्त्रीमुक्ती हा विषय होता. हा विषय हल्ली फारच मांडला जायला जात बुवा!

आलम : समाजाला ज्याची गरज असते, असे विषय नाटक-सिनेमात येतात, हे चांगलं आहे.

ललितमोहन : मुखर्जीबाई नाटक संपल्यानंतर स्त्री-मुक्तीवर तावातावानं बोलल्या असतील. तू मुद्दाम विरोधी बोलला असशील.

आलम : अगदी बरोबर. कालची आमची चर्चा खूपच रंगली. नंदकुमारनी असायला हवं होतं. स्त्रियांची आजही गुलामांप्रमाणे होणारी विक्री, ही नाटकातील मध्यवर्ती घटना होती. अश्विनी सरीन नावाच्या पत्रकारानं 'इंडियन एक्सप्रेस'मधून स्त्रियांच्या विक्रीची माहिती पुराव्यासकट प्रसिद्ध केली होती. याच घटनेवर विजय तेंडुलकरांनी नाटक लिहिलं होतं असं मुखर्जीबाई म्हणाल्या. नाटक बघण्यासारखं होतं. व्रजकिशोरनी आणि नंदकुमार असायला हवे होते.

22. Presidential Address : अध्यक्षीय भाषण

> ## TEACHING UNITS
>
> 1. Desiderative i.e. S + नी – Object - R + आवा (V. Obj.) Construction and its negative. S + नी – Object – R + ऊ – नये (V. Obj.)
> 2. जरी – तरी
> 3. R + इ (ए) + ना negative
> 4. Conditional sentences. जर – R + ता, तर – R + ता.
> 5. R + आयचं होतं, R + आयला पाहिजे, R (past base) + ला पाहिजे.
> 6. ची गरज आहे, ची आठवण ठेव, वर प्रेम कर.

शिक्षक :
काय सुब्रह्मण्यम्, आज कोट वगैरे घालून आलात. काही विशेष ?

Teacher :
Mr. Subrahmanyam you are wearing a jacket today. Anything special?

सुब्रह्मण्यम् :
मी एका शाळेच्या स्नेहसंमेलनाचा अध्यक्ष म्हणून गेलो होतो. तिकडून तसाच परस्पर आलो.

Subrahmanyam :
I had been to an annual social of a school as a chairman. I am coming straight from there.

ललितमोहन :
कोणत्या शाळेत गेला होता तुम्ही ?

Lalitmohan :
Which school you had been to?

सुब्रह्मण्यम् :
आमच्याच भागात एक शाळा आहे. तिचे

Subrahmanyam :
There is a school in our area. The Principal

मुख्याध्यापक माझ्याकडे अचानक आले आणि म्हणाले, ‘‘मॅनेजरसाहेब, आमच्या स्नेहसंमेलनाचं अध्यक्षपद तुम्ही स्वीकारावं अशी मी तुम्हांला विनंती करतो.’’ मी नाही म्हटलं तरी ते ऐकेनात. मग मी नाईलाजाने तयार झालो. माझ्यावर मोठी आपत्तीच आली.

व्रजकिशोर :

मग काय तुमची मजाच झाली की! मानसन्मान झाला असेल, हारतुरे मिळाले असतील, मग आपत्ती कसली?

सुब्रह्मण्यम् :

तुम्ही व्हायचं होतं अध्यक्ष म्हणजे कळलं असतं ही आपत्ती की चांगली स्थिती ते! अहो तिथे व्याख्यान द्यायचं होतं मला.

रेड्डीबाई :

काय सांगितलंत हो तुम्ही मुलांना?

सुब्रह्मण्यम् :

मी काहीतरी बोलायला पाहिजे म्हणून बोललो. मी म्हणालो, ‘‘राष्ट्र फार संकटात आहे. राष्ट्राला पैशांची गरज आहे. प्रत्येक नागरिकाने पैशांची बचत करायला पाहिजे. तुम्हीसुद्धा भारताचे नागरिक आहात. तुम्हीसुद्धा आतापासून बचत करायला शिका. प्रत्येकाने आपापला खर्च कमी करावा. पैसे शिल्लक टाकावेत. हे पैसे बँकेत ठेवावेत. कोणीही विनाकारण पैसे खर्च करू नयेत.’’

आलम :

बँकेचे अधिकारी ना तुम्ही! तुम्ही दुसरं काय बोलणार?

मुखर्जीबाई :

आलम, तुम्ही काय सांगितलं असतं हो?

आलम :

मी अध्यक्ष असतो तर माझ्या भाषणात सांगितलं असतं, ‘‘सध्या देशात गुन्हे फार वाढताहेत. दररोजचं वर्तमानपत्र पहा. ते सगळं गुन्ह्यांच्या बातम्यांनीच भरलेलं असतं. गुन्हेगारांना शिक्षा झालीच पाहिजे. पण गुन्हेगारांना शिक्षा करून गुन्हे कमी होत नसतात. मुळात गुन्हेगारी प्रवृत्ती कमी झाली पाहिजे. शाळा हे

of the school came to me all of a sudden and said, "Managersaheb, I request you to be the chairman of our annual social." He would not listen even though I said no. Then very reluctantly I agreed. It was a problem for me.

Vrajkishore :

You must have enjoyed that! You must have been felicitated, you must have received garlands, flowers. O. K. what is the problem in that?

Subrahmanyam :

You would have known the problem if you would have been the chairman! I was supposed to deliver a lecture there.

Mrs. Reddy :

What did you tell the boys?

Subrahmanyam :

As I had to talk something. I said, "The nation is in danger. The nation needs money. Every citizen should save. You are also Indian citizens. You also must save from now. Every one should reduce the expenses. Money should be saved. These should be deposited in the bank. No body should spend unnecessarily."

Alam :

Since you are a bank officer, what else you would talk?

Mrs. Mukherji :

What you would have said, Mr. Alam ?

Alam :

If I were to preside over the function I would have said, "The crimes in the country are on the increase these day. If you see everyday's paper, you would find it to be full of crime news! The criminals must be punished. However only punishment does not help in reducing the crimes. Basically the criminal's attitude should decline.

काम चांगलं करू शकतील. त्यांनी मुलांच्या मनावर चांगले संस्कार करावेत. म्हणजे मुलं जबाबदारीने वागतील. ती देशावर प्रेम करतील. ती गुन्ह्यांकडे वळणार नाहीत.''

Schools can do this job effectively. Schools should imbibe good teachings on the minds of children so that they would behave with responsibility. They would love the nation and they would not turn to crime.

ललितमोहन :

वकिलसाहेबांनी असंच बोलायला पाहिजे.

Lalitmohan :

An advocate must talk like this only.

सुब्रह्मण्यम् :

माझं भाषण झालं आणि लगेच माझ्याभोवती मुलांची गर्दी जमली. त्यांनी त्यांच्या छोट्या वह्या माझ्यापुढे धरल्या. त्यांना माझी सही पाहिजे होती. संदेश पाहिजे होता. मला काही सुचेना. सगळ्यांना काय संदेश देणार?

Subrahmanyam :

Immediately after my lecture, the little kids surrounded me, holding their small note-books infornt of me. They wanted my signature. They wanted a message. I could not think of anything. What message I could give to all?

नंदकुमार :

भाषणात जे बोललात तोच संदेश म्हणून द्यायचा!

Nandkumar :

Whatever you said in your lecture you should have given the same message.

व्रजकिशोर :

तुम्ही काय संदेश दिलेत?

Vrajkishore :

What messages did you give?

सुब्रह्मण्यम् :

मी सगळी सुभाषितं डोळ्यांसमोर आणली आणि लिहीत सुटलो, 'जसे करावे तसे भरावे,' 'देवावर विश्वास ठेवा', 'गरिबांची आठवण ठेवा.'

Subrahmanyam :

I thought of all the sayings I could think of and started writing, "Reap the harvest as you sow", "Trust in God", "Remember the poor."

व्रजकिशोर :

अगदीच पारंपरिक संदेश दिलेत तुम्ही. मी तुमच्या जागी असतो तर सांगितलं असतं, 'दाम करी काम', 'संधी पाहून पुढे सरका', 'प्रथम स्वार्थ मग परमार्थ.'

Vrajkishore :

You have given very traditional messages, If I were in your place I would have told, "Money makes the mare go", "Seize the opportunity and move up", "First preference to self interest then to the spirituality."

सुब्रह्मण्यम् :

अहो हे सगळं मुद्दाम सांगण्याची गरज नाही. प्रत्येकजण हे आपोआपच शिकतो.

Subrahmanyam :

There is no need to tell these things purposely. Everybody learns it by himself.

शिक्षक :

बरोबर आहे. ती हल्ली जगाची रीतच झाली आहे.

Teacher :

That is true. That is how the world moves today.

GRAMMAR

1. Desiderative construction is used to express desires or expectations as expressed in English 'should' constructions. The pattern of this construction is as follows.

   Subject + नी – (object) - R + आवा (varies with the object).

   R + आवा is basically adjectival in character and it changes according to the number, gender and person of the object. In the case of the intransitive verbs it is always in neuter singular. e.g.

सतीशनी आंबा खावा.	सतीशनी आंबे खावे (त).
सीतानी काकडी खावी.	सीतानी काकड्या खाव्या (त).
राकेशनी संत्रं खावं.	राकेशनी संत्री खावी (त).

2. The subjects in 1st person and 2nd person do not take नी postposition and yet they do not govern the verbs. Only in the case of the subject in the 2nd pers. singular the verb takes additional 'स' suffix. e.g.

तू हे पुस्तक वाचावंस.	You should read this book.
तू ही पुस्तकं वाचावीस.	You should read these books.

When the object is in plural, postposition 'त' is added optionally as the additional marker of the plural.

त्यांनी आंबे खावे or खावेत.	'He should eat mangoes.'

Remember R + आवा forms of the following verbs.

दे — द्यावा	लिही — लिहावा	वीक — विकावा
घे — घ्यावा	धू — धुवावा	लूट — लुटावा
पी — प्यावा	ये — यावा	सूट — सुटावा

The negative pattern is as follows.

Subject + नी — (Object) — R + ऊ – नये (varies according to object)

e.g.	मुलांनी दंगा करू नये.	'The boys should not make noise.'
	तुम्ही ही फळं खाऊ नयेत.	'You should not eat these fruits.'
	तू तक्रार करू नयेस.	'You should not complain.'

If the subject is in 2nd pers. singular the verb takes 'स' as in affirmative. If the objects are in plural the verb takes 'त' necessarily. The 'नये' form does not have gender distincion.

3. We have already learnt the constructions with जर-तर which express conditions. The construction with जरी - तरी express adverb clauses of contrast. e.g.

   जरी तो खूप मेहनत करतो तरी त्याला यश येत नाही.

Even though he does a lot of efforts, he does not get success.

जरी तू अर्ज केलास तरी तुला ही नोकरी मिळणार नाही.

Even though you apply, you are not going to get this job.

Even though there is no hard and fast rule about the tense of the antecedent clause, it may be in the past tense irrespective of the tense of the consequent clause. e.g.

तू पैसे मागितलेस तरी मी देणार नाही.

Even though you demand money, I am not going to give it.

मी किती ही काम केलं तरी साहेबांचं समाधान होत नाही.

However much I work, (my) boss is not satisfied.

मी साहेबांना खरं कारण सांगितलं तरी त्यांचा विश्वास बसला नाही.

Even though I told the true reason, the boss did not believe in it.

Note : That many a time the word 'जरी' in the antecedent clause may be dropped without affecting the meaning.

4. Regular negative of the habitual past is expressed through R + अत−नसे, or R + आयचा नाही. But there is a typical negative in the habitual past which is different from these. viz. R + ई (ए) + ना.

The full paradigm of this is as follows.

R + ई (ए) + ना		
Person	Singular	Plural
1st Pers.	मी जाईना	आम्ही जाईनात
2nd Pers.	तू जाईनात	तुम्ही जाईनात
3rd Pers.	तो/ती/ते जाईना	ते/त्या/ती जाईनात

The difference between the negatives referred to above and this one is that the former are habitual negatives in real sense. While the latter could be translated as "He won't go as much against the expectations." That means the subject was doing some action before was expected or to do some action, but he left or gave up doing that from a particular moment (specified or unspecified) which was against the expections. e.g.

त्या दिवसापासून राणी कुणाशी बोलेना.

Right from that day the Queen left speaking to anybody, which was not expected. In Marathi it could be paraphrased as :

त्या दिवसापासून राणीनी (कुणाशीही) बोलणं सोडून दिलं.

Remember that the rules of ई initiating suffixes as in future. I are applicable here also i.e. Vowel ending roots take 'ई' while consonant ending suffixes take 'ए' forms.

5.　The conditional sentences expressing unaccomplished conditions and their possible results, take the following pattern जर....... असता तर...... असता. The paradigm of the conditional forms of the verb (R + ता) is given below.

(R + ता)			
Person	Gender	Singular	Plural
1st Pers.	M	मी असतो	आम्ही असतो
	F	मी असते	
2nd Pers.	M	तू असतास	तुम्ही असता
	F	तू असतीस	
3rd Pers.	M	तो असता	ते असते
	F	ती असती	त्या असत्या
	N	ते असतं	ती असती

Note : that these forms are similar to the forms of simple present. But still there is a slight difference i.e. in 2nd per. sing. M and F, 3rd pers. sing M and F and 3rd per. plural.

Many a time the अस forms are used as auxiliaries and they are added to the past forms of the main verbs. In that case the conditional forms agree with the past form of the main verb in number, gender and person. e.g.

तू आला असतास तर बरं झालं असतं.
Had you come (there) it would have been better.

तो मला भेटला असता तर मी त्याला सांगितलं असतं.
Had he met me I would have told him.

ती उशिरा आली असती तर तिची गाडी चुकली असती.
Had she come late, she would have missed her train.

The negative is expressed by the form of नस **which** are very much similar to those of अस.

तू आला नसतास तर तुला मी भेटलो नसतो.
Had you not come, I would have not met you. etc.

If we want to remove the conditional forms the affirmative sentences become negative and vice versa. e.g.

तू आलास म्हणून मी तुला भेटलो.

6. Some usages.

(A) R + आयचं होतं – This also expresses unaccomplished actions, but it is not conditional. It simply states that 'one should have done the action' (which he has not). e.g.

तू काल माझ्याकडं यायचं होतंस.   You should have come to me yesterday.

त्यांनी बाजारात जायचं होतं.   They should have gone to the bazar.

Subject always takes नी which becomes zero in the case of 1st person and 2nd person pronouns. The forms of होता change with the objects. For negation the forms of नव्हता are used in the place of होता forms.

(B) R + आयला पाहिजे.

This construction expresses expectations. In this construction the subject takes नी and he verb agrees with the object.

त्यानी आंबा खाल्ला पाहिजे.   He should eat a mango.

त्यानी आंबे खायला/खाल्ले पाहिजेत. He should eat mangoes.

N.B. खायला and खाल्ले both are correct.

The negative of this pattern is formed by inserting नाही before पाहिजे forms. e.g.

तू चहा घ्यायला नाही पाहिजेस.   You should not take tea.

(C) R + past form + पाहिजे –

This is slightly different in meaning. It expresses insistence on doing certain action. e.g.

त्यानी गेलं पाहिजे.   —   He must go.

तू आलं पाहिजेस.   —   You must come.

तू सिनेमा पाहिला पाहिजेस. —   You must sea this movie.

Here also the subject takes नी and the verbal form agrees with the object. The negative of this pattern is formed by inserting नाही before पाहिजे forms. e.g.

त्यानी गेलं नाही पाहिजे.   He must not go.

7. Remember the idiomatic expressions given below.

ची गरज आहे.   to be in need of

मला एका टायपिस्टची गरज आहे. I am in need of one typist.

ची आठवण ठेव.   To keep in memory.

आम्ही या प्रसंगाची आठवण ठेवू. We shall keep this occasion in our memory.

वर प्रेम कर.   To love some body.

सर्वांनी आपल्या देशावर प्रेम करावं. All should love their country.

✍ DRILLS

1.   Repeat the following.

(A)   १. सर्व मुलांनी शाळेत वेळेवर यावं.

२. सर्व कर्मचाऱ्यांनी प्रथम हजेरीपटावर सही करावी.

३. सर्वांनी रांगेत उभं रहावं.

४. कोणीही रांग सोडू नये.

५. बसमधून प्रवास करताना हात बाहेर काढू नये.

६. कृपया सुट्टे पैसे द्यावेत.

७. येथे जाहिराती लावू नयेत.

(B)   १. आज पाऊस पडला तरी पुष्कळ उकडतंय.

२. मी त्याला पुष्कळ सांगितलं तरी त्याने माझं ऐकलंच नाही.

३. नुकताच पगार झाला तरी त्याच्याजवळ पैसे नाहीत.

४. मी उशिरा गेलो तरी मला कोणी काही बोलत नाहीत.

५. तू हजार रुपये दिलेस तरी मी हे काम करणार नाही.

६. तू कितीही शिकलास तरी तुला फार मोठी नोकरी मिळणार नाही.

७. तो नापास झाला तरी आनंदात असतो.

८. साहेब त्याला एवढं बोलतात तरी तो त्यांच्या पुढे पुढे करतो.

(C)   १. तो ऑफिसला जाईना, कोणाशी बोलेना.

२. राणी काही खाईना, काही पिईना.

३. राजाला चैन पडेना, शिकारीत त्याचं मन रमेना.

४. मुलं त्याच्याकडे येईनात, त्याच्याशी बोलेनात.

५. तू लवकर उठेनास, अभ्यास करीनास.

६. तो चांगलं काम करीना म्हणून त्याची बदली केली.

७. दुकान चांगलं चालेना म्हणून बंद केलं.

(D)   १. मी पंतप्रधान असतो तर सर्व कारकुनांना साहेब केलं असतं.

२. मी जर राष्ट्रपती असतो तर मी तुला माझा अंगरक्षक बनवलं असतं.

३. माझ्याजवळ लाख रुपये असते तर मी ते घर विकत घेतलं असतं.

४. त्याचे वडील जिवंत असते तर त्यांनी त्याचं खूप कौतुक केलं असतं.

५. नवरा जिवंत असता तर तिला नोकरी करावी लागली नसती.

६. आत्याबाईला मिशा असत्या तर काका म्हटलं असतं. (proverb)

७. तू मदत केली नसतीस तर माझी फार गैरसोय झाली असती.

(E)   १. सर्वांनी वेळेवर यायला पाहिजे.

२. त्यांनी हे काम केलं पाहिजे.

३. तुम्ही लवकर उठायचं होतं.

४. तुम्ही मला फोन करायचा होता.
५. तू त्याचे पैसे द्यायचे होतेस.
६. तू त्याचे पैसे द्यायला पाहिजेस.
७. तू त्याचे पैसे दिले पाहिजेस.
८. सर्वांनी कर्तव्याची आठवण ठेवावी.
९. सर्वांनी स्वदेशावर प्रेम करावं.
१०. देशाला स्वार्थत्यागी तरुणांची गरज आहे.

2. Change the following sentences into R + आवा or R + ऊ नये constructions.

(१) राम, तू स्टेशनवर जा.
(२) सीता, हे कपडे धू.
(३) मित्रहो, देशासाठी रक्तदान करा.
(४) मुलांनो, तुम्ही गरिबांना मदत करा.
(५) सरिता, तू मोटार चालवायला शीक.
(६) गोविंदराव, तुम्ही आज माझ्याकडे येऊ नका.
(७) अनिल, तू लोकांना थापा मारू नकोस.

3. Change the following sentences into R + आयला पाहिजे pattern.

Sentences	R + आयला पाहिजे
सर्वांनी स्वच्छता ठेवावी.	
तुम्ही असं बोलू नये.	
तिनी गाणं शिकावं.	
मुलांनी दररोज व्यायाम करावा.	
तू मराठी शिकावंस.	
त्यानी बायकोला त्रास देऊ नये.	
तुम्ही तुमचे अनुभव लिहून काढावेत.	

4. Change the following sentences into R + आवा or R + ऊ नये constructions.

(१) तू रमेशच्या लग्नाला आलं पाहिजेस.
(२) तू त्याच्याबद्दल असं बोललं नाही पाहिजेस.
(३) तुम्ही त्याला मदत केली पाहिजे.
(४) तुम्ही मराठी बोललं पाहिजे.
(५) तिनी वडलांवर विश्वास ठेवला पाहिजे.
(६) त्यांनी लोकांना वाईट माल दिला नाही पाहिजे.
(७) आपण उशीर केला नाही पाहिजे.

5. **Substitute the bold lettered word with those given below.**

रमेशनी मला **पैसे** द्यावेत.

पेन	_____
वही	_____
पुस्तकं	_____
पेन्सिली	_____
सायकल	_____
शर्ट (Pl.)	_____
टेबललँप	_____

6. **Change the following sentences into जर – R + ता तर – R + ता.**

Model : *त्यांनी आळस केला नाही म्हणून त्यांना चांगले दिवस आले. – त्यांनी आळस केला असता तर त्याला चांगले दिवस आले नसते.*

(१) माझ्याजवळ पैसे नव्हते, म्हणून मी तुला मदत केली नाही.

(२) ती वेळेवर आली नाही, म्हणून तिची गाडी चुकली.

(३) मी शिकलो नाही, म्हणून मला चांगली नोकरी मिळाली नाही.

(४) मुलं चांगलं खेळली नाहीत, म्हणून आपण सामना हरलो.

(५) तुम्ही अभ्यास केला नाहीत, म्हणून नापास झाला.

(६) तू स्पर्धेत भाग घेतला नाहीस, म्हणून तुला बक्षीस मिळालं नाही.

(७) तो सकाळी लवकर उठला नाही, म्हणून ऑफिसात वेळेवर जाऊ शकला नाही.

7. **Substitute the bold lettered phrase in the following sentence with the conditional forms of the phrases given below.**

तू मला **मदत केली असतीस**

पैसे दे	_____
काम सांग	_____
रागाव–	_____
बोल–	_____
बोलाव–	_____
पैसे माग–	_____
सिनेमा दाखव–	_____
हसव–	_____

8. Substitute the bold lettered phrase with the phrases given below using their R + आयच होता forms.

तू काल   **माझ्याकडे यायचं होतंस.**

मला हकीकत सांग	_____
मला पैसे दे	_____
ते काम कर	_____
पत्र लिही	_____
नाटक पहा	_____
माझं भाषण ऐक	_____
औषध घे	_____
बाजारात जा	_____

9. Rewrite the following sentences using the phrases given in the brackets.

सर्वांना पैसा लागतो. (गरज आहे)	_____
मला देशाची आठवण आहे. (आठवण ठेव)	_____
माझं देशावर प्रेम आहे. (प्रेम कर)	_____
तिला बागकाम आवडतं. (आवड आहे)	_____
तो निराश झाला. (विरस हो)	_____
माझं समाधान झालं. (बरं वाट)	_____
तुला खूप त्रास झाला. (गैरसोय हो)	_____

10. Rewrite the following sentences using the R + ई + ना negative. (☞)

Sentences	R + ई + ना Form
त्यांनी माझ्याशी बोलणं सोडून दिलं.	
मुलांनी अभ्यास करणं सोडून दिलं.	
मोटार घेतल्यापासून तू चालणं सोडून दिलंस.	
लग्न झाल्यापासून मुलानी आपल्याला विचारणं सोडून दिलं.	
नापास झाल्यापासून त्यानी बाहेर जाणं सोडून दिलं.	
यांनी सिनेमा पहाणं सोडून दिलं.	
लग्न झाल्यापासून तिनी मैत्रिणींना भेटणं सोडून दिलं.	

CONVERSATION

(Reporting of a Lecture)
संभाषणातील व्यक्ती कोण?

काल तुम्ही एका शाळेत अध्यक्ष म्हणून गेला होतात म्हणे?

हो ना. शाळेच्या मुख्याध्यापकांनी फारच आग्रह केला. मग माझा नाइलाज झाला.

पण त्यामुळे तुम्ही एका फार चांगल्या कार्यक्रमाला मुकलात. काल दुपारी आम्ही कामतबाईंबरोबर अनुताई वाघांच्या सत्काराला गेलो होतो. कामतबाईंच्या ओळखीचे एक प्राध्यापक आहेत. त्यांच्या घरी हा कार्यक्रम होता.

काय करतात अनुताई?

त्या महाराष्ट्रातल्या प्रसिद्ध समाजसेविका आहेत. मुंबईजवळ असलेल्या बोर्डी आणि कोसबाड या गावात त्या आदिवासींसाठी बालवाड्या, पाळणाघरं आणि आश्रम-शाळा चालवतात. प्रौढ-शिक्षणाचे वर्गही त्यांच्या संस्थेतर्फे चालवले जातात.

काय बोलल्या अनुताई?

ते व्याख्यान नव्हतं. जमलेल्या लोकांशी त्यांनी गप्पा मारल्या. आपले अनुभव सांगितले. दरिद्री आणि शोषित आदिवासी मुलांच्या आयुष्यात आनंदाचे क्षण यावेत, त्यांचा आत्मविश्वास वाढावा, जीवनावर त्यांनी प्रेम करावं, या निःस्वार्थी हेतूनं अनुताईंनी चाळीस वर्षं आदिवासींमधे काम केलं. आदिवासींची गरज ओळखून त्या आपल्या शिक्षणपद्धती ठरवायच्या. अनौपचारिक पद्धतीनं शिक्षण द्यायच्या. त्यामुळे त्यांचं काम प्रभावी ठरलं.

जर माझा कार्यक्रम नसता तर मी नक्की आलो असतो अनुताईंच्या सत्काराला.

सत्तर वर्षांच्या त्या ध्येयवादी स्त्रीला बघून समाधान वाटलं. माणसांवर प्रेम करायला शिका, असा अप्रत्यक्ष संदेश मला त्यांच्या भेटीतून मिळाला. अशा माणसांची आज गरज आहे. समाजानं त्यांची उपेक्षा करू नये.

23. Valediction : निरोप

TEACHING UNITS

1. Active and Passive Voice in Marathi.
2. Benedictory Mood. आशीर्वादार्थ
3. R + ई पर्यंत
4. Causal construction with R + आयला लाव.
5. नसल्यास, आल्यास.
6. ला खंड नाही, चं कौतुक कर, चा फायदा घे.

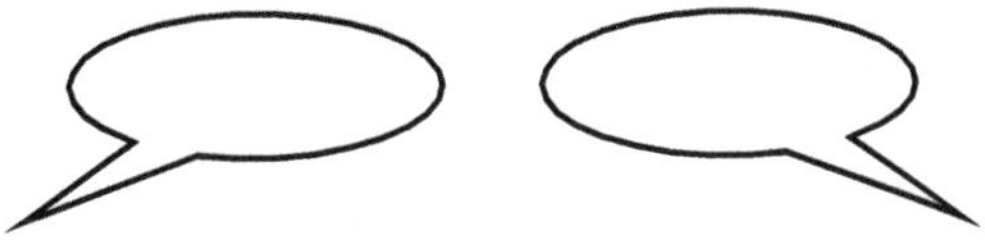

मित्रांनो, आज हा आपला शेवटचा तास. आजपर्यंत आपण वर्गात जमत होतो. मराठीचे धडे शिकत होतो. तो अभ्यासक्रम आज पूर्ण झाला आहे. आता आपण थांबायला पाहिजे. पुढच्या महिन्यात तुमची परीक्षा आहे. या परीक्षेसाठी तुम्ही सर्वजण चांगली तयारी करत असाल. तुम्ही सगळे चांगल्या गुणांनी पास व्हाल. याबद्दल माझ्या मनात काही संदेह नाही. तुम्हा सर्वांना चांगलं यश मिळो.

वर्गाच्या चार भिंतीत राहून तुम्ही फक्त भाषेचा सांगाडा शिकलात. भाषेचं व्याकरण शिकलात. पण एवढ्याने भाषा येत नाही. भाषा प्रत्यक्ष बोलता आली पाहिजे. भरभर बोलता आली पाहिजे. न चुकता, न

Friends, today's is our last period. Till today we were gathering in the class. We were learning the Marathi lessons. Today the syllabus is completed. Now we should stop here. Next month you are having examinations. You must be preparing well for this examination. I have no doubt that you all will pass the examination with good marks. Wish you all the success.

Within the four walls of the classroom you have learnt only the structure of the language, the grammar of the language. But you do not learn the language merely by this. You must be

अडखळता बोलता आली पाहिजे. तशी ती येईपर्यंत एखाद्याला भाषा आली असं म्हणता येत नाही. तुम्हांला मराठी भाषा चांगली बोलता यायला हवी.

पण तुमचा मराठीचा अभ्यास इथे थांबत नाही. भाषा समाजात वापरली जाते. ती समाजाच्या संदर्भातच शिकायला हवी. जवळजवळ ११ कोटी लोक मराठी भाषा बोलतात. त्यांच्या बोलण्यात कितीतरी विविधता आहे. ते वेगवेगळ्या प्रदेशात रहातात. त्यांच्यात भिन्न सामाजिक स्तर आहेत. आर्थिक स्तर आहेत. त्यांच्या चालीरीती, त्यांची वस्त्रप्रावरणं, त्यांचे सणवार, त्यांच्या समजुती आणि श्रद्धा, त्यांचे व्यवसाय, त्यांच्या ऐतिहासिक परंपरा या सर्वांचा त्यांच्या भाषेवर ठसा उमटलेला आहे. या सर्व गोष्टी माहीत असल्याखेरीज भाषेचं शिक्षण पूर्ण होत नाही. तुम्हाला हे ज्ञान मिळवायचं असेल तर तुमचे डोळे, तुमचे कान सतत उघडे ठेवा. लोकांमध्ये मिसळा. त्यांना विचारा. लोकात मिसळण्याचं हे साधन आम्ही तुमच्या हातात दिलं आहे. त्याचा भरपूर उपयोग करा.

मराठीचं साहित्यही विपुल आणि चांगलं आहे. ज्ञानेश्वर-तुकारामांची नावं तुम्ही ऐकली असतीलच. मराठीचं संतवाङ्मय खूप समृद्ध आहे. मराठी नाटकांची परंपरा अशीच मोठी आहे. तुम्हीही काही नाटकं आतापर्यंत पाहिली असतीलच. त्याचप्रमाणे कथा, कादंबरी, निबंध या सर्व प्रकारात मराठीनं लक्षणीय प्रगती केलेली आहे. तुम्ही हे साहित्य वाचा. तुमच्या भाषेतल्या साहित्याशी तुलना करून पहा. अनेक गोष्टी नवीन आढळतील. कित्येक गोष्टी समान आढळतील. त्यामुळे तुम्हाला हे साहित्य वाचताना वेगळा आनंद मिळेल. मराठीत जे दलित साहित्य निर्माण होत आहे ते तुम्ही अवश्य वाचा. ते सर्वांनाच अंतर्मुख व्हायला लावणारं आहे.

able to speak the language. You should be able to speak fluently. You should be able to speak without mistakes, without faltering. Until such time, one can not say that he has learnt the language. You must be able to speak Marathi language well.

However, your study of Marathi does not stop here. Language is used in the society. It should be learnt in the context of the society. Nearly 11 crore people speak Marathi. There is plenty of variety in their speaking. They stay in different regions. They have different social and economical strata. Their customs, their clothing, their festive days; their beliefs and faiths, their trades and business, their historical and cultural heritage, all leave an impression on their language. The learning of a language is not complete unless all these things are known. If you want to gain this knowledge keep your eyes and ears always open. Mix with the people. Converse with them. We have given you the tool of mixing with the people. Make maximum use of that.

Marathi literature is also plenty and rich. You must have heard of Dyneshwar-Tukaram. The santa literature in Marathi is also rich. Similarly the Marathi dramas have great tradition. By now you must have seen some of the dramas. Equally striding progress is done by Marathi in the fields of stories, novels and essays. You read all this literature. Compare it with the literature in your language. You would discover a lot of new things. You would find many similarities. You would experience an altogether different pleasure while reading this. Do read the literature that is being created by the downtrodden. That will make you contemplative.

तुम्ही पुण्यात राहता. पुण्यात सांस्कृतिक कार्यक्रमांची नित्य गर्दी असते. सभा, संमेलनं, चर्चासत्रं, परिसंवाद, व्याख्यानं यांसारख्या बौद्धिक कार्यक्रमांना पुण्यात खंड नाही. त्याबरोबरच कीर्तनं, प्रवचनं, काव्यवाचन, काव्यगायन, कथाकथन, नाट्यवाचन या प्रकारचे कार्यक्रमही होत असतात. पुणं हे उत्सवप्रिय शहर आहे. गणपती उत्सव, शिवजयंती, सवाई गंधर्व पुण्यतिथीचा उत्सव, चतुःश्रृंगीची जत्रा असं काही ना काही चालू असतं. तुम्ही या सर्व कार्यक्रमांचा फायदा घ्या. आता ते तुम्हांला समजू लागतील.

मराठी शिकण्यामागे तुमचे सर्वांचे हेतू वेगवेगळे असतील. कदाचित व्यवसायातील काही फायदे तुम्हांला मिळणार असतील. ते सर्व फायदे तुम्हांला मिळोत. पण एक नवीन भाषा तुम्ही शिकलात हा फायदा लहान नाही. तुम्ही आता तुमच्या मित्र-मंडळीत मराठी बोलायला सुरुवातही केली असेल. तुमचे मित्र तुमच्या मराठीचं कौतुक करत असतील. तुम्हांला ही नवीन भाषा वापरताना खूप आनंद होत असेल. हा फायदा लहान नाही.

वर्ग संपला तरी आपण नेहमी भेटत राहूच. तुम्हांला तुमच्या सर्व उपक्रमात चांगलं यश मिळो ही सदिच्छा व्यक्त करतो.

You all are staying in Pune. Pune is always crowded with cultural programmes. There is no break in the intellectual activities like meetings, gatherings, seminars, symposia lectures etc. Along with them programmes like keertans, religious sermons, poetry presentations, poetry recitals, story telling, play reading etc. are always going on. Pune is a festivity-loving city. Something like Ganesh festival, Birth anniversary of Shivaji, Death anniversary of Sawai Gandharva. The fair of Chaturshringi are the events going on. Take advantage of all such activities. Now you will be able to follow them. (lit. you would start following them).

You might be having different motivations in learning Marathi. Perhaps you are likely to get some benefits in your professions. May you get all those benefits. But it is not a small achievement (lit. benefit) that you have learnt an altogether new language. You must have started conversing with your friends in Marathi. Your friends must be admiring you for your Marathi. You also must be enjoying yourselves while using the new language. This is a great advantage.

Even though the class is over we will keep on meeting regularly. I wish you all the best in your ventures.

📖 GRAMMAR

1. Passive voice : Passive voice in Marathi is formed the following way.
   Subject + कडून – object – R (past base) + ला – जा forms (V–obj.)
   लोक प्रसाद वाटतात.   People distribute the holy food.

This is an active sentence since the agent is actually active or taking initiative in doing the action. When the agent is passive in the action, that is indicated by the passive construction, which is arrived at by the above mentioned pattern. e.g.

लोकांकडून प्रसाद वाटला जातो.

Another pattern of the passive is as follows.

Subject + कडून – object –R + ण्यात – ये forms (varies with the object). e.g.

लोकांकडून प्रसाद वाटण्यात येतो.

If there is indirect object (i.e. taking ला post position) or no object, the verbal forms in the above patterns are in neuter singular.

रामाकडून रावणाला मारलं गेलं.

रामाकडून रावणाला मारण्यात आलं.

त्याच्याकडून सांगण्यात आलं.

Very often the (subject + कडून) is dropped to make the construction impersonal. e.g.

ध्वज उभारला गेला/ उभारण्यात आला.

Flag was hoisted.

2.   Benedictory sentences : If a person gives blessings to others he expresses it through benedictory sentences. These benedictory sentences are used only in 3rd person. The benedictory verbs are formed by adding ओ and ओत to the root for singular and plural respectively. e.g.

(१) तुला यश मिळो.   May success come to you.
(२) तुला पैसे मिळोत.   May you get money.
(३) हे वर्ष तुम्हांला सुखाचे जावो. May this year pass in happiness for you.
(४) देव तुझं भलं करो.   May God bless you.

The negative is formed by just inserting, 'न' before the verb. e.g.

तुला त्रास न होवो.   'May you not get any trouble.'

3.   R + ई (ए) – पर्यंत – Till doing something.

You can join the two sentences into one with R + ई (ए) पर्यंत if one sentence is dependent in time upon the other. e.g.

१.   मी आंघोळ करतो. तोपर्यंत तू वर्तमानपत्र वाच.
     I shall take a bath. Till then you read a newspaper.
     मी आंघोळ करीपर्यंत तू वर्तमानपत्र वाच.

२.   तो आला. तोपर्यंत मी थांबलो.
     तो येईपर्यंत मी थांबलो.
     I waited till he came.

Regarding adding ई or ए to the verb the rules of the 1st future are applicable. So जाईपर्यंत, खाईपर्यंत but बसेपर्यंत, मिळेपर्यंत.

4. There are many varieties of causal constructions in Marathi. Instead of going into details let us discuss one very regular and productive type. The others are obvious from their meanings only. If the agent does the action by himself the sentence is non-causal. But if somebody causes the agent to do some action then the sentence is said to be causal. The pattern of the causal sentence is :

    1.   Subject I + Verb – noncausal.

    2.   Subject II + Subject I (Indirect form) + R + आयला लाव forms (agreeing with the subject.)

    १.   तो स्टेशनवर जातो.

    २.   मी त्याला स्टेशनवर जायला लावतो.

        I cause him to go to the station.

        राम अभ्यास करतो.

        आई रामला अभ्यास करायला लावते.

        Mother makes Rama study.

The causal constructions may be used in any tense, or mood.

5. We have learnt conditional sentences with जर – तर. They can be turned into simple sentence by contracting the conditional clause into R (pastform) + ल्यास Construction. e.g.

    १.   तो आला असेल तर मला सांग.

        तो आला असल्यास मला सांग.

    २.   जर तो गावाला गेला नसेल तर मला सांग.

        तो गावाला गेला नसल्यास मला सांग.

    ३.   तुला पैशांची गरज पडली तर माझ्याकडे माग.

        तुला पैशांची गरज पडल्यास माझ्याकडे माग.

6. Note the uses of the following phrases.

(A)	ला खंड नाही.	to have no break in.
१.	त्याच्या अडचणींना खंड नाही.	His troubles do not have any break.
२.	तुमच्या मागण्यांना खंड नाही.	You demands have no end.
(B)	चं कौतुक कर.	Appreciate.
	सर्वजण त्याच्या यशाचं कौतुक करतात.	All appreciate his success.
(C)	चा फायदा घे.	to get the advantage of.
	या संधीचा फायदा घे. or करून घे.	Take the advantage of this opportunity.

✍ DRILLS

1. **Repeat the following sentences.**

(A) १. लोकांनी त्याचा सत्कार केला.
   लोकांकडून त्याचा सत्कार करण्यात आला.

२. सर्वांनी त्याला धन्यवाद दिले.
   सर्वांकडून त्याला धन्यवाद देण्यात आले.

३. लोकांनी गाडी थांबवली.
   लोकांकडून गाडी थांबवली गेली.

४. कामगारांनी संप पुकारला.
   कामगारांकडून संप पुकारला गेला.

५. साहेबांनी पेढे वाटले.
   साहेबांकडून पेढे वाटले गेले.

६. मुलींनी रांगोळ्या काढल्या.
   मुलींकडून रांगोळ्या काढण्यात आल्या.

७. मुलांनी त्यांचे फोटो काढले.
   मुलांकडून त्यांचे फोटो काढले गेले.

(B) १. देव तुमचं भलं करो.
२. देव तुम्हाला सद्बुद्धी देवो.
३. या वर्षी चांगला पाऊस पडो.
४. या वर्षी पिकं चांगली पिकोत.
५. तुला भरपूर गुण मिळोत.
६. भारतात कुठेही दंगे न होवोत.
७. महागाई न वाढो.

(C) १. तू जाऊन येईपर्यंत मी येथे थांबतो.
२. तुम्ही पोहोचेपर्यंत बस येईल.
३. सकाळ होईपर्यंत आम्ही गप्पा मारल्या.
४. मी बारा वाजेपर्यंत येतो.
५. मी कंटाळा येईपर्यंत काम केलं.
६. पैसे मिळेपर्यंत मी परत जाणार नाही.
७. स्वयंपाक होईपर्यंत मी माझी इतर कामं करतो.

(D) १. तू हा सिनेमा पाहिला नसल्यास अवश्य पहा.
२. तुमच्याकडे पाहुणे आल्यास मला मदतीला बोलाव.
३. तुझं काम झालं असल्यास सांग.
४. तुझी इच्छा असल्यास आपण फिरायला जाऊ.
५. तुझी हरकत नसल्यास मी तुला काही प्रश्न विचारतो.
६. तुम्ही अभ्यास केला असल्यास परीक्षेला बसा.
७. तुला समजलं असल्यास प्रश्नांची उत्तरं देशील.
८. मला पैसे मिळाल्यास मी तुला देईन.

2. **Change the following sentences into passive voice (in both ways).**
   १. तो चोराला पकडतो.
   २. राजाने गरीब माणसाला बोलावलं.
   ३. आम्ही अर्ज भरला.
   ४. मी एक अद्भुत दृश्य पाहिलं.
   ५. आमच्या ट्रस्टनी एक मदतकेंद्र चालवलं.
   ६. लोकांनी खूप देणग्या मिळवल्या.
   ७. मुलींनी गाणी म्हटली.

3. **Change the following sentences into active voice.**

(नागरिकांकडून) त्याचा सत्कार करण्यात आला. _____

तिच्या हस्ते ही कोनशिला बसवली गेली. _____

(शासनाकडून) तरुणांना नोकऱ्या देण्यात आल्या. _____

विद्यार्थ्यांकडून त्याचे आव्हान स्वीकारण्यात आले. _____

मंत्र्यांच्या हस्ते इमारतीचं उद्घाटन करण्यात आलं. _____

तुमच्याकडून आम्हांला मदत करण्यात यावी. _____

आपणांकडून हुशार विद्यार्थ्यांचं कौतुक केलं जावं. _____

4. **Rewrite the following sentences using R + ई पर्यंत.**

Sentences	R + ई पर्यंत
मी जाऊन येतो. तोपर्यंत तू इथे थांब.	
मी पत्र लिहितो. तोपर्यंत तू रेडिओ ऐक.	
मी त्याला बोलवायला गेलो. तोपर्यंत तो निघून गेला होता.	
माझं शिक्षण पूर्ण होऊ दे. तोपर्यंत तुला त्रास होईल.	
ऑफिस सुटलं. तोपर्यंत तो बाहेर थांबला होता.	
सुट्टी संपेल. तोपर्यंत मी इथे राहणार आहे.	
त्याची बदली होईल. तोपर्यंत तो प्रयत्न करत रहाणार आहे.	

5. **Rewrite the following sentences using R (past base) + ल्यास.**

Sentences	R (past base) + ल्यास.
तो घरी आला असेल तर मला सांग.	
तुझं काम होणार नसेल तर तू त्याच्याकडे जाऊ नकोस.	
तुला वस्तुस्थिती कळली तर मला सांग.	
तुला गरज पडेल तर माझ्याकडे ये.	
मला वाटलं तर मी मुंबईला जाईन.	
वडिलांनी मला सिगारेट ओढताना पाहिलं तर त्यांना वाईट वाटेल.	
तुला पैसे मिळाले तर मला कळव.	

6. **Change the following sentences into causal.**

Sentences	Causal.
मी पत्ते खेळलो.	मित्रांनी मला पत्ते खेळायला लावलं.
मुलं उड्या मारतात.	
सर्व लोक कामं करतात.	
सर्वांनी अर्ज केला.	
आजीनी गोष्ट सांगितली.	
मी टी.व्ही. विकत घेतला.	
सीतानी गाणं म्हटलं.	
त्यानी ते पत्र पुन्हा लिहिलं.	
आम्ही पैसे भरले.	

7. **Use the proper forms of the phrases given in the brackets in the following sentences.**

१. तो माझी आज्ञा पाळत नाही. (चं ऐक)

२. त्याच्या तक्रारी थांबत नाहीत. (खंड नाही)

३. सर्व जणांनी त्याच्या गाडीची प्रशंसा केली. (कौतुक कर)

४. तुम्ही या संधीचा योग्य उपयोग करा. (फायदा घे)

५. तिनी पुस्तकं वाचायला सुरुवात केली. (R + आयला लाग किंवा R + ऊ लाग)

६. त्याच्या वागण्यावर पाश्चिमात्य राहणीचा परिणाम झालेला आहे. (ठसा उमट)

७. तुम्हांला भाषा भरभर बोलता आली पाहिजे. (R + आयला हवा)

8. **Change the following sentences into benedictory mood.**

त्याला यश मिळतं. _____

त्याचे वडील त्याला भेटतात. _____

त्याला वाईट सवय लागू नये. _____

त्याला इंटरव्ह्यूचं बोलावणं येतं. _____

त्यांना मुलगा होतो. _____

त्याच्या अडचणी दूर होतात. _____

त्यांची बदली होऊ नये. _____

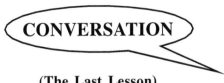

CONVERSATION

(The Last Lesson)

संभाषणातील व्यक्ती कोण?

आज आपल्या मराठी वर्गाचा शेवटचा तास झाला. उद्यापासून आपण इथे येणार नाही. सर येईपर्यंत गप्पा मारत बसणार नाही, याचं मला फार वाईट वाटतंय.

सरांनाही आज वाईट वाटलं असावं. रोज आपल्याशी ते गप्पा मारत असत. आज त्यांनी खूप मोठं व्याख्यान दिलं.

मला आज शाळेच्या पाठ्यपुस्तकात वाचलेल्या एका धड्याची आठवण झाली. 'शेवटचा तास' असे त्याचे नाव होते. जर्मनीकडून फ्रान्सला हरवण्यात आलं होतं. जर्मनीने जिंकलेल्या प्रदेशात फ्रेंचऐवजी जर्मन भाषा शिकवली जाईल, असा हुकूम निघाला होता. अशा वेळी एका फ्रेंच शिक्षकानं खिन्न मनानं घेतलेल्या फ्रेंच भाषेच्या शेवटच्या तासाचं वर्णन त्या धड्यात करण्यात आलं होतं.

आपली सर्वांची मन:स्थिती आज खिन्नच आहे. पण थोडा फरक आहे. शेवटचा तास घेतल्यानंतर धड्यातील शिक्षकाला फ्रेंच भाषा बोलता येणार नव्हती. आपलं मात्र तसं नाही. आपल्याकडून आता मराठीचा जास्त वापर झाला पाहिजे.

मराठी बोलण्यामधे खंड पडू द्यायचा नाही असं मी ठरवलं आहे.

ज्या भागात आपण राहातो, त्या भागातली भाषा येत नसेल तर अडचण होते. आता अशी अडचण येणार नाही.

मी आता माझ्या घरच्या माणसांनाही मराठी बोलायला लावणार आहे.

मराठी वर्गाचा आपण खूप फायदा घेतला. आपल्याकडून वर्गातील आनंदाचे प्रसंग विसरले न जावोत.

ANSWERS : उत्तरे

(To the drills given at the end of each lesson)

1. Introducing Persons : ओळख (Pages 4 to 7)

II.   (अ) हे टेबल आहे.   ही खुर्ची आहे.   ही खिडकी आहे.
           हे पेन आहे.   ही वही आहे.

     (आ) ते जाकीट आहे.   ते छत आहे.   ती खिडकी आहे.
           तो रेडिओ आहे.   ती गाय आहे.

III.   (अ) हा डोळा आहे का?   हे नाक आहे का?   हा ओठ आहे का?
           हे डोकं आहे का?   ही मान आहे का?   ही जीभ आहे का?

     (आ) ते पेन आहे का?   ते टेबल आहे का?   ती खुर्ची आहे का?
           ते स्टूल आहे का?   तो पंखा आहे का?

     (इ) हा चहा आहे ना?   ही कॉफी आहे ना?   हे दूध आहे ना?
           ही पिशवी आहे ना?   हा फळा आहे ना?

     (उ) तो रेडिओ आहे ना?   तो टी.व्ही. आहे ना?   ती भिंत आहे ना?
           ते दार आहे ना?   तो कोपरा आहे ना?

IV.   हो, हे टेबल आहे.   हो, हा चहा आहे.   हो, ही मुलगी आहे.
       हो, हा माणूस आहे.   हो, माझं नाव सुब्रह्मण्यम् आहे.
                                हो, माझं नाव शारदा मुखर्जी आहे.

V.   नाही, ती साडी नाही.   नाही, ते पेन नाही.   नाही, माझं नाव ललितमोहन पांडेनाही.
       नाही, माझं नाव व्रजकिशोर नाही.नाही, हा रेडिओ नाही.   नाही, तो कागद नाही.

VI.   (अ) हे घड्याळ नाही   (आ) तो बैल नाही.
           ही वही नाही.   ती म्हैस नाही.
           ही कॉफी नाही.   ते बनियन नाही.
           हा डास नाही.   ती पँट नाही.
           हे पेन नाही.   तो टी.व्ही. नाही.

VII.   (अ) हा टी.व्ही. आहे.   हा पंखा आहे.   हे घड्याळ आहे.
           हे टेबल आहे.   ही खुर्ची आहे.

     (आ) ते दार आहे.   ती भिंत आहे.   तो कोपरा आहे.
           ती पेटी आहे.   तो फळा आहे.

VIII. हा शर्ट आहे.   ही पेन्सिल आहे.   हे जाकीट आहे.
     हा पंखा आहे.   ही खुर्ची आहे.

IX. तो माणूस आहे.   ती बाई आहे.   ते पेन आहे.
    तो कागद आहे.   ती भिंत आहे.

X. माझं नाव मोहन जोशी.
   माझं नाव सुषमा कामत.

XI. (१) कागद (२) कॉफी (३) पेन (४) ब्लाऊज (५) वही (६) फुलपाखरू.

XII. १. ते २. ती ३. तो ४. ती   ५. तो.

XIII. १. हा २. हा ३. हा ४. हा   ५. ही.

XIV. (अ) १. खडू – masculine.   २. पाणी – neuter.   ३. खोली – feminine.
         ४. जमीन – feminine.   ५. छत – neuter.   ६. डस्टर – neuter.
         ७. पेला – masculine.

     (आ) १. शेळी – feminine.   २. रस्ता – masculine. ३. सायकल – feminine.
         ४. चंद्र – masculine. ५. सूर्य – masculine.   ६. आकाश – neuter.
         ७. इमारत – feminine.

2. One and Many : एक आणि अनेक (pages 14 to 18)

	(अ)	(आ)	(इ)
2.	हे डास आहेत.	ह्या माशा आहेत.	ही लिंबं आहेत.
	हे खडू आहेत.	ह्या सायकली आहेत.	ही स्टुलं आहेत.
	ही मुलं आहेत.	ह्या गायी आहेत.	ही घड्याळं आहेत.
	हे हत्ती आहेत.	ह्या मुली आहेत.	ही टेबलं आहेत.
	हे रेडिओ आहेत.	ह्या माळा आहेत.	ही कपाटं आहेत.

3. हे घोडे नाहीत. ही झाडं नाहीत. ह्या मुली नाहीत. हे दिवे नाहीत. ह्या मोटारी नाहीत.
   ही पिल्लं नाहीत. ते पेले नाहीत. त्या बैलगाड्या नाहीत. ती पेनं नाहीत.

4. हे किती डोळे आहेत?   त्या किती खिडक्या आहेत?
   ह्या किती गायी आहेत?   ह्या किती भिंती आहेत?
   ते किती डास आहेत?   ही किती घड्याळं आहेत?
   त्या किती खुर्च्या आहेत?   हे किती शर्ट्स आहेत?
   हे किती चष्मे आहेत?   त्या किती फायली आहेत?

5. ते चार हत्ती आहेत का?   तो पक्षी नाही ना?   त्याचं नाव काय?
   तुमचं नाव काय?   हे काय आहे?   ते किती विद्यार्थी आहेत?

6. ते पेन आहे.   माझं नाव मोहन आहे.   ही पाच बोटं आहेत.

ह्या पेन्सिली आहेत.   ते खडू आहेत.   ती पर्स आहे.
हा वर्ग आहे.

7. (१) ह्या   (२) हा   (३) ह्या   (४) हे   (५) ही
   (६) हे   (७) हा   (८) ह्या   (९) हे   (१०) ही.

8. हा इथे घोडा आहे. ह्या इथे माळा आहेत. ही इथे ऊ आहे. ह्या इथे बैलगाड्या आहेत. ही इथे पर्स आहे. ही इथे स्टेनो आहे. ह्या इथे पाली आहेत. हे इथे फोटो आहेत. ही इथे वासरं आहेत. ही इथे मूर्ती आहे. ही इथे जमीन आहे.

9. (१) तुमचं (२) ही (३) एक (४) काय (५) माळा (६) आहेत (७) नाहीत (८) संत्री.

10. (१) हा रुपया आहे.   (२) ते पुस्तक आहे.   (३) ही मुलगी आहे.
    (४) ती पाल आहे.   (५) तो पंखा आहे.   (६) हे संत्रं आहे.
    (७) तो घोडा आहे.   (८) हा माणूस आहे.   (९) ही फाईल नाही.   (१०) हा शर्ट नाही.

3. What Are You ? : तुम्ही काय करता? (Pages 22 to 24)

III. हे कोण आहेत?   श्री. पोतदार कोण आहेत?   ह्या कोण आहेत?
     काळकरबाई कोण आहेत?   हा कोण आहे?   महादेव कोण आहे?

IV. पुस्तकं कुठे आहेत?   विद्यार्थी कुठे आहेत?   झाड कुठे आहे?
    विहीर कुठे आहे?   शाळा कुठे आहे?   मैदान कुठे आहे?

V. (१) आहेत   (२) आहोत   (३) आहे   (४) नाही   (५) आहेस   (६) आहोत.

VI. (१) गोविंद विद्यार्थी नाही.   (२) श्री. माटे प्राध्यापक नाहीत. (३) तू विद्यार्थिनी नाहीस.
    (४) सुब्रह्मण्यम् सोशल वर्कर नाहीत. (५) नंदकुमार डॉक्टर नाहीत.   (६) तो व्यापारी नाही.

4. Let Us Prepare Tea : आपण चहा करू या (Pages 28 to 30)

II. (१) महादेव, केर काढू नकोस.   (२) जोशीसाहेब, पुस्तकं विकत घेऊ नका.
    (३) तुम्ही हे कापड घेऊ नका.   (४) रोज सकाळी दूध पिऊ नका.
    (५) मुलांनो, पोहायला जाऊ नका.   (६) सीताबाई, काम करू नका.

III. (१) गोपाळ आणि मोहन, आपण खेळू या.   (२) ललितमोहन, आपण पत्ते खेळू या.
     (३) सुब्रह्मण्यम्, आपण टी.व्ही. बघू या.   (४) रेड्डीबाई, आपण गाणं म्हणू या.
     (५) गोविंद, आपण चहा करू या.   (६) आलम, आपण बाहेर जाऊ या.
     (७) नंदकुमार, आपण रेडिओ ऐकू या.

IV. (१) लीटर   (२) डझन   (३) किलो   (४) मीटर   (५) ग्रॅम.

V. ती किती मुलं आहेत?   त्या किती मुली आहेत?   ही किती साखर आहे?
   ती किती सफरचंद आहेत?   ते किती दूध आहे?   ह्या किती गायी आहेत?
   इकडे किती पुस्तकं आहेत?   तिकडे किती कपाटं आहेत?

VI. (१) हो, तू आरसा पूस. (२) आपण चहा करू या. (३) तू तिकडे बस.
(४) तुम्ही पुस्तक वाचा. (५) आपण बिस्किटं खाऊ या.

5. Where ? : कुठे ? (Pages 38 to 40)

2. कागदावर पुस्तक आहे. वहीवर पुस्तक आहे. बाकावर पुस्तक आहे. पेटीवर पुस्तक आहे. काचेवर पुस्तक आहे. आरशावर पुस्तक आहे.
3. (अ) घरांवर पत्रे आहेत. खोक्यात संत्री आहेत. दुकानात नोकर आहेत. वर्गात विद्यार्थी आहेत. वासरांसमोर गाय आहे.
   (ब) शाळांत विद्यार्थी आहेत. पिशव्यांत कागद आहेत. बागांत मुलं आहेत. नद्यांत पाणी आहे. मुलींजवळ पैसे आहेत. इमारतींत दुकानं आहेत. मोटारींत माणसं आहेत. आगगाड्यांत लोक आहेत.
4. कागदाजवळ पेन्सिली आहेत. झाडावर पक्षी आहेत. बागेत फुलं आहेत. हॉटेलात लोक आहेत. घोड्यावर सैनिक आहे. खुर्चीवर साहेब आहेत. बँकेमध्ये गर्दी आहे.
   खिडकीत दिवे आहेत. वर्गात विद्यार्थी आहेत. रस्त्यावर माणसं आहेत. दुकानात खोकी आहेत. मुलाजवळ पैसे आहेत, टेबलावर फायली आहेत.
5. टोपीखाली डोकं आहे. सायकलपुढे मोटार आहे. नदीवर पूल आहे. पुस्तकाखाली कागद आहे. वासरासमोर गाय आहे.
6. (१) पैसे खिशात आहेत. (२) शाळा टिळक रस्त्यावर आहे. (३) श्री. खन्ना बँकेत आहेत. (४) आई घरात आहे. (५) वाचनालय व्यायामशाळेजवळ आहे. (६) टोपी डोक्यावर आहे.
7. कारखान्यात स्टेशनात बागेत रेडिओवर झाडांवर
   घोड्यांवर पेल्यात दुकानात आकाशात विद्यापीठात
8. (१) त (२) कडे (३) खाली (४) ला (५) समोर (६) वर (७) त (८) पुढे.

6. A Trip : सहल (Pages 49 to 51)

2. हे तुझं घर आहे. हे आपलं घर आहे. हे त्याचं घर आहे. हे त्यांचं घर आहे. हे तुमचं घर आहे. हे आमचं घर आहे. हे त्यांचं घर आहे. हे त्यांचं घर आहे.
3. ही आमची नवी शाळा. हा आमचा नवा रेडिओ. हे आमचे नवे शिक्षक. ही आमची नवी गाडी. ही आमची नवी स्टेनो. ही आमची नवी जागा. हे आमचं नवं कपाट.
4. (१) म्हणा, खेळा (२) सांगा, काढा (३) खा, प्या (४) जा, जा (५) आणा, आणा.
5. लहान. सुंदर. जुनं. मोठी. छोटी. मोठी. खोडकर. उंच. रंगीत. मोठं.
6. (१) मोठ्या घरात (२) उंच झाडाखाली (३) आमच्या शाळेजवळ
   (४) गरीब शेतकऱ्यासमोर (५) मऊ गवतावर (६) मोहनच्या आईकडे
   (७) तुमच्या ऑफिसमधे.

7. त्या माणसाकडे गाडी आहे. त्या बाईकडे गाडी आहे. ह्या मुलीकडे गाडी आहे. माझ्याकडे गाडी आहे. आपल्याकडे गाडी आहे. आमच्याकडे गाडी आहे. त्यांच्याकडे गाडी आहे. माझ्या मित्राकडे गाडी आहे.

8. माझ्या शाळेत. माझ्या मोठ्या शाळेत. माझ्या मोठ्या नव्या शाळेत. ह्या माझ्या मोठ्या नव्या शाळेत.

9. मी सावलीत बसू का? मी गाणं म्हणू का? आम्ही आत येऊ का?
मी नदीत पोहू का? मी झाडावर चढू का? आम्ही पायी पायी जाऊ का?
मी मोटार चालवू का?

10. झाड उंच आहे. उंच झाडाला झोके बांधतात.
मुलगी सुंदर आहे. त्या सुंदर मुलीचं नाव रेखा आहे.
सतीश शहाणा आहे. शहाणी मुलं सगळ्यांना आवडतात.
घोडा चपळ आहे. चपळ घोडे रेसमध्ये धावतात.
फूल पांढरं आहे. पांढऱ्या फुलांचा गजरा करतात.

7. Cleaning the Classroom : वर्गाची स्वच्छता (Pages 57 to 59)

2. (१) मकरंद, जरा तो टॉवेल दे.
(२) सीमा, जरा मकरंदला मदत कर.
(३) रावसाहेब, जरा थोडं तिकडे सरका.
(४) बाई, जरा हळू बोला.
(५) अशोकराव, जरा ते स्टेटमेंट टाईप करा.
(६) गुप्तासाहेब, जरा मराठीत बोला.

3. सीता, जरा पत्र लिहितेस का?
अविनाश, जरा फळा पुसतोस का?
माटेसाहेब, जरा इकडे बसता का?
बशीरभाई, जरा पुस्तक वाचता का?
चौधरी, जरा सगळ्या सभासदांना ही गोष्ट कळवता का?

4. (१) ठाकरे आमच्या बँकेत नोकरी करत नाही.
(२) मॅनेजरसाहेब वेळेवर येत नाहीत.
(३) आम्ही दररोज मराठी बोलत नाही.
(४) आपण माझ्या घरी येत नाही.
(५) तू जलद टायपिंग करत नाहीस.
(६) मी चव्हाणसाहेबांशी बोलत नाही.
(७) हा गृहस्थ चांगलं ड्राफ्टिंग करत नाही.
(८) तो खोली झाडत नाही.

5. (१) ती नोटीस वाचते.
(२) हा दुकानदार भाव कमी करतो.
(३) ते या लोकांना मदत करतात.
(४) विद्यार्थी मराठी शिकतात.
(५) पुणे विद्यापीठात जपानी शिकवतात.
(६) तुम्ही मराठीत बोलता.
(७) मी सभेत भाषण करतो.
(८) आज मी वर्ग घेतो.

6. सरिता नोकरी करते. श्यामराव नोकरी करतात. रेड्डीबाई नोकरी करतात. तू नोकरी करतेस–करतोस. आपण नोकरी करता. सगळे नोकरी करतात. त्याची बायको नोकरी करते. त्या नोकरी करतात.

7. माझी. त्यांची. तिचे. त्याचा. तुमची. त्यांच्या.

8. Party : पार्टी (Pages 67 to 70)

2. (A) सुरेखाला दुकानाची पाटी दिसते. सुरेखाला दुकानाचा मालक दिसतो. सुरेखाला साड्या दिसतात. सुरेखाला वाहनं दिसतात. सुरेखाला पुष्कळ लोक दिसतात. सुरेखाला आम्ही दिसतो. सुरेखाला तुम्ही दिसता. सुरेखाला तू दिसतेस.

(B) त्यांना रजा पाहिजे. आपल्याला रजा पाहिजे. श्री. सान्यांना रजा पाहिजे. गोविंदरावांना रजा पाहिजे. प्रमिलाताईंना रजा पाहिजे. तुला रजा पाहिजे. त्यांना रजा पाहिजे. त्याला रजा पाहिजे. तिला रजा पाहिजे. आम्हांला रजा पाहिजे. तुम्हांला रजा पाहिजे.

3. त्याला संस्कृत येत नाही. आम्हांला आमच्या मुलांची काळजी वाटत नाही. मला लहानपणच्या कविता आठवत नाहीत. वाचनालयात ते मला दररोज भेटत नाहीत. त्याला व्यवहार कळत नाही. मला कॉफी कडक लागत नाही. सुरेशला रशियन समजत नाही. अविनाशला खूप पैसे मिळत नाहीत. त्याला दूध नको. तिला दुःख होत नाही. तुम्हांला उकडत नाही का?

4. त्याला गावाला जायचं आहे. अमिताभला खूप मोठं व्हायचं आहे. आम्हांला खूप पोहायचं आहे. तिला काहीतरी सांगायचं आहे. मला हे पुस्तक वाचायचं आहे. सीताला पुष्कळ स्वेटर विणायचे आहेत. मला लवकर उठायचं आहे. आम्हाला गोष्ट ऐकायची आहे.

5. तो खूप काम करतो. रमेश ऑफिसर होतो. आम्ही सिंहगड पाहतो. तू अनुप जलोटाची भजनं ऐकतोस/ऐकतेस. ते/त्या क्रिकेट खेळतात. सीता स्वयंपाक करते. आपण बँकेत पैसे भरता. तुम्ही कुठे जाता? तो लग्न करत नाही. मी डॉक्टरला पैसे देतो/देते.

6. मला गोष्टीची पुस्तकं हवीत. तुम्हाला वर्तमानपत्र हवं का? त्याला दहा रुपये हवेत. अशोकला सरकारी नोकरीच हवी. श्री. सान्यांना मोठं घर हवं. सीमाला साड्या हव्यात. श्रीमती कुलकर्णींना एक छानसा फ्लॅट हवा.

7. सीताला पुस्तक आवडतं. त्याला जर्मन कळतं. तो साप पाहातो. ते/त्या काळजी करतात. तुम्हाला कविता आठवते. मी जेवणानंतर विश्रांती घेतो/घेते. मला मांसाहारी जेवण हवं. त्याला खूप कामं मिळतात. तुम्ही ही सायकल विकत घेता/घेत नाही. सतीश पश्चात्ताप करतो.

8. हा गूळ गोड **आहे**. आज हवा छान **आहे**. इथे हवा नेहमी छान **असते**. संभाजी पार्कमध्ये नेहमी खूप गर्दी **असते**. आज सिनेमाला गर्दी **नाही**. तुमच्याजवळ पाच रुपये **आहेत** का? त्रिकोणाला तीन कोन **असतात**. डिसेंबरमध्ये माथेरानला नेहमी थंडी **असते**.

9. दोघी. दोघं चौघे चौघेजण/चारजण
सहाजणी तिघं तिघांना/तिघींना दोघींबरोबर.

9. Programme of Viewing a Movie : सिनेमाचा कार्यक्रम (Pages 77 to 79)

2. रमेश मोटार चालवतो आहे.
त्या मुली क्रिकेट खेळताहेत.
मी फोनवरून बोलते आहे.
आई स्वयंपाक करते आहे.
तुम्ही खोटं बोलताहात.
आम्ही सहलीला जातो आहोत.
गोपाळराव मुलांना शिकवताहेत.

3. ते मूल रडतं आहे.
तुम्ही कामं करताहात.
ती वर्तमानपत्रं वाचते आहे.
तुला हे गणित कळतं आहे का?
आम्ही दिल्लीला जातो आहोत.
तो उद्या इथे येतो आहे.
त्याला कविता समजते आहे.

4. ती आनंदाने नाचतेय.   आम्ही तुला सांगतोय.
   काय गोपाळराव, काय करताय?   तू बाजारात जातोयस का?
   मीनाताई टायपिंग शिकतायत.   आपण गंमत पहातोय.
   तुम्ही या देशात रहाताय.

5. सुहास चेंडू खेळतो आहे.   सुहास अभ्यास करतो आहे.
   सुहास फोनवर बोलतो आहे.   सुहास कपडे धुतो आहे.
   सुहास वहीत लिहितो आहे.   सुहास जेवण करतो आहे.
   सुहास गाणं म्हणतो आहे.

6. तू रेडिओ ऐकतो आहेस.   सुरेश रेडिओ ऐकतो आहे.
   सुरेखाताई रेडिओ ऐकताहेत.   वसंतराव रेडिओ ऐकताहेत.
   आम्ही रेडिओ ऐकतो आहोत.   आपण रेडिओ ऐकतो आहोत.
   तुम्ही रेडिओ ऐकताहात.   मी रेडिओ ऐकते आहे.

7. मी उठतो आहे.   मी उभी राहाते आहे.
   मी फाईल आणते आहे.   आम्ही पाहुण्यांचं स्वागत करतो आहोत.
   आम्ही पाहुण्यांना ऑफिस दाखवतो आहोत.   मी फोनवर बोलतो आहे.

8. तो सर्वांना **विचारतो आहे.**   मोहिनी नृत्य **शिकते आहे.**
   त्या स्वेटर **विणताहेत.**   सरिताबाई फ्रेंच **शिकताहेत.**
   तू खोटं **बोलतो आहेस.**   आम्ही आता बाहेर **जातो आहोत.**
   ते पाखरू सारखं **ओरडतं आहे.**   श्री. आपटे मोटार **चालवताहेत.**
   संध्या आणि शीला हॉकी **खेळताहेत.**   तुम्ही नाटकात काम **करताहात.**

9. **तो** कपड्यांना इस्त्री करतो आहे.   **ती** स्वयंपाक करते आहे.
   त्या सिनेमा पहाताहेत.   **तो** गिऱ्हाइकाशी बोलतो आहे.
   तू काम चांगलं करत नाही आहेस.   **तुम्ही** गाडी चांगली चालवताहात.
   तू ऑफिसात पुस्तकं वाचतो आहेस.   **ते** आकाशात उडतं आहे.
   तुम्ही चहा पीत नाही आहात.   **तू** कपाट उघडते आहेस.

10. Morning Walk : सकाळचं फिरणं (Pages 86 to 90)

2. तो झाडावर चढत असतो.   तू गाणं म्हणत असतोस.
   ती कामं करत नसते.   तो व्हॉलिबॉल खेळत असतो.
   आम्ही कपडे धूत नसतो.   तुम्ही मराठी शिकत असता.
   आपण पर्वतीला जात असतो.

3. मी दुकानात वस्तू विकत घ्यायला जातो.   ती मैत्रिणीकडे गप्पा मारायला जाते.
   तो नदीवर पोहायला जातो.   आपण वाचनालयात पुस्तकं वाचायला जातो.
   तुम्ही बागेत पेरू खायला जाता.   भाविक लोक देवळात देवाचं दर्शन घ्यायला जातात.
   आम्ही इथे मराठी शिकायला येतो.

4. (१) धुवायला.   (२) पहायला   (३) शिकायला   (४) प्यायला
   (५) आणायला   (६) घ्यायला/ करायला.   (७) घ्यायला.

5. ते नदीवर फिरायला जात नसतात.   आम्ही शाळेत दंगा करायला जात नसतो.
   मी परीक्षेत यश मिळवण्यासाठी अभ्यास करत नसतो.   काही लोक काम करत नसतात.
   टिळकरोडवर दुपारी गर्दी नसते.   आमचा कुत्रा चावत नसतो.
   आम्ही वर्गाबाहेर मराठी बोलत नसतो.

6. मला सतार ऐकायला आवडतं.   तिला गाणं म्हणायला आवडतं.
   तुम्हांला स्वयंपाक करायला आवडतं.   त्यांना चप्पलशिवाय फिरायला आवडतं.
   मुलांना पावसात खेळायला आवडतं.   बाबांना थंड पाण्याने आंघोळ करायला आवडतं.
   त्याला फॅशनेबल कपडे घालायला आवडतं.

7. तिला कॉलेजात शिकायचं आहे.   त्याला इंजिनिअर व्हायचं आहे.
   मला बटाटे विकत घ्यायचे आहेत.   माझ्या आईला काशीयात्रेला जायचं आहे.
   आमच्या साहेबांना माझं घर पहायचं आहे.   मला तुम्हांला माझ्या घरी बोलवायचं आहे.
   भारताला पुष्कळ प्रगती करायची आहे.

8. आमच्या शिपायाला पाच रुपये पाहिजे/हवे आहेत.
   त्याला खिडकी उघडायची आहे.
   तिला म्हातार्‍या बायकांशी/ or वृद्ध स्त्रियांशी बोलायला आवडतं.
   त्याला लहान मुलांबरोबर खेळायला आवडतं.
   सतीशला जर्मन शिकायचं आहे.   शिक्षक फळ्यावर लिहायला लागतात.
   शेतकर्‍याला शेतात काम करायला आवडतं.   मला माझ्या मित्राला पत्र लिहायचं आहे.
   तो उद्या परत येणार आहे/यायचा आहे.   आम्हांला आमच्या परीक्षेची तयारी करायची आहे.

9. माझ्याजवळचे पैसे   आमच्या घराजवळची बाग.
   तिच्या आईकडची पुष्कळ चित्रं.   शाळेसमोरचा मोठा रस्ता.
   देवळातल्या घंटा.   आमच्या विहिरीतलं गोड पाणी.
   झाडाखालची एक गाय.   इमारतीवरचा एक कावळा.

10. मी खिशातून पैसे देतो.   तो टेबलावरून पुस्तक उघडतो.
    ती टेबलाखालून स्टूल बाहेर ओढते.   मी कपाटातून कपडे बाहेर टाकतो.
    आम्ही व्यापार्‍याकडून सामान विकत घेतो.   मी मंडईतून भाजी आणतो.
    साहेब पुढून फाईल बाजूला सारतात.   रिक्षा मोटारीजवळून जाते.

11. House : घर (Pages 97 to 99)

2. शुक्राची चांदणी,   आकाशाचा रंग,   शेतकर्‍याचं शेत,   पुस्तकाचा लेखक,
   घराचा दरवाजा,   दिव्याचा प्रकाश,   सूटकेसची किंमत,   फूटबॉलचं मैदान.

3. रमेशला सिनेमाची आवड आहे.   तिला गाण्यांची आवड आहे.

माझ्या आईला स्वच्छतेची आवड आहे.

त्यांना इंग्लिश साहित्याची आवड आहे.

तुम्हांला गोष्टींची आवड आहे.

मला नाटकांची आवड नाही.

काही लोकांना गप्पांची फार आवड असते.

4. माझ्या बहिणीला तीन मुलं आहेत.

घोड्याला शिगं नसतात.

माझ्याकडे फक्त पंचवीस रुपये आहेत.

या बसला फक्त एक दरवाजा आहे.

त्रिकोणाला तीन बाजू असतात.

मला हा सिनेमा आवडत नाही.

त्याला क्रिकेट आवडत नाही.

5. सूर्य छान दिसतो आहे.

तुमचं घर खूप मोठं आहे.

त्यांना संगीत कळत नाही, हे शक्य नाही.

हे चित्र खूप सुंदर आहे.

तुम्ही खूप भरभर बोलता.

त्यांचे डोळे खूप सुंदर आहेत.

आम्ही खूप काम करतो आहोत.

6. तिला विणकाम करायला आवडतं.

मला मराठी शिकायला आवडतं.

आम्हांला सकाळी फुलं वेचायला आवडतं.

त्यांना कविता शिकवायला आवडतं.

श्री. भाव्यांना सर्वांना उपदेश करायला आवडतं.

त्याला स्वत:चे कपडे स्वत: धुवायला आवडतं.

तुला ऑफिसला पायी पायी जायला आवडतं.

त्याला गप्पा मारत जेवण करायला आवडतं.

7. तो काय करतो आहे?

आम्ही अभ्यास करतो आहोत.

ती गावाला जाते आहे.

तुम्ही काय बोलताहात?

त्या पत्र लिहिताहेत.

मी पुस्तक वाचतो आहे.

तू माझ्याबरोबर येतो आहेस का?

12. Clever Farmer : हुशार शेतकरी (Pages 105 to 107)

1. १. टेबलावरचा   २. झाडाखालची   ३. तेथली   ४. माझ्याजवळची

   ५. पिशवीतल्या   ६. ऑफिसमधले   ७. गावाकडची   ८. नेहमीचं.

2. रमेश झाडावर चढायचा प्रयत्न करतो.

   सीता स्वेटर विणायचा प्रयत्न करते.

   मी मराठी बोलायचा प्रयत्न करतो.

   तो बायकोला फोन करायचा प्रयत्न करतो.

   तुम्ही विम्याचे हप्ते भरायचा प्रयत्न करा.

   त्या मुली गाणं शिकायचा प्रयत्न करतात.

   केशवराव परीक्षेला बसायचा प्रयत्न करतात.

   तो मुलावर रागवायचा प्रयत्न करतो.

3. रतनचंदांना गावाला जाऊ दे.

   तिला स्वयंपाक करू दे.

   आम्हांला बागेत खेळू द्या.

   शीलाताईंना सभेत बोलू द्या.

   तुम्हांला पैसे मिळू देत.

   सैनिकांना देशासाठी लढू द्या.

   तिला चांगले मार्क्स मिळू देत.

   मला गणितं येऊ देत.

4. त्यांना इंग्रजी बोलता येतं.

   आम्हांला हे काम करता येतं.

   तिला गाणं म्हणता येत नाही.

   त्यांना भरभर चालता येत नाही.

   त्याला मोटार ड्रायव्हिंग करता येत.

   साहेबांनाच अशी भाषा वापरता येते.

   तुम्हांला मराठी शिकवता येतं काय?

5. आपण सायकलवर बसू शकता.   तुम्ही नदीत पोहू शकता.

   गोपाळ इंग्रजी बोलू शकतो.   मी फोटो काढू शकतो.

   तो योगासनं करू शकतो.   रायचौधरी सगळीकडे जाऊ शकतात.

   आम्ही स्त्रिया या गोष्टी बोलू शकत नाही.

6. मला शंभर रुपये नकोत.   तुम्ही त्याला हे पुस्तक देऊ नका.

   तिला जाऊ देऊ नका.   मला विश्रांती नको.

   त्याला सायकल येत नाही.   तो मुलगा झाडावर चढत नाही आहे.

   दहा ते पाच मी घरात नसतो.   माझ्याजवळ तुझी पुस्तकं नाहीत.

   डॉक्टर रोग्याला तपासत नाहीत.   तो तुरुंगातून सुटायचा प्रयत्न करत नाही.

13. Revevie of a Poor Man : मनोराज्याची गोष्ट (Pages 113 to 115)

2. आम्ही सिनेमाला जाऊ.   श्री. काटे पत्र लिहितात.

   तू माझ्याबरोबर येशील का ?   ती परीक्षेला बसेल.

   मोहनराव पाहुण्यांचे स्वागत करतील.   मी फोटो काढीन.

   तुम्ही नाटकाची तिकिटं घ्याल.   त्या दोघी गप्पा मारतील.

3. आज पाऊस पडणार नाही.   गोपाळ आज संध्याकाळी येणार नाही.

   धोबी कपडे धुणार नाही.   इथे पुस्तकं मिळणार नाहीत.

   मी मोहनला फोन करणार नाही.   तू पास होणार नाहीस.

   सौ. सोहोनी गाणं म्हणणार नाहीत.   आम्ही फ्रेंच भाषा शिकणार नाही.

   तुम्ही भाजी आणणार नाही.

4. (१) देतील   (२) होईल   (३) देतील   (४) करू

   (५) घ्याल   (६) करील   (७) येतील   (८) सांगेन.

5. मला सिनेमा पहायचा आहे — पत्र लिहायचं आहे — भाजी आणायची आहे — पुस्तक वाचायचं आहे — स्टेशनवर जायचं आहे — विश्रांती घ्यायची आहे — मित्राला भेटायचं आहे.

6. काही लोक आपल्याला मदत करतील.   तुम्हांला हे काम जमेल.

   आम्ही या बाबतीत बोलू.   आज गोविंदराव ऑफिसात येतील.

   तू माझं काम करशील का ?   या वर्षी कामगारांना बोनस मिळेल.

   ही वस्तू बाजारात मिळेल.   तुमच्या शेतात कापूस उगवेल.

7. मला रजा मिळेल. रजेच्या काळात मी प्रसिद्ध ठिकाणं पाहीन. माझी पत्नी, माझी मुलं पण माझ्याबरोबर येतील. आम्ही बहुतेक प्रवास रेल्वेने करू. आम्ही शक्यतो हॉटेलमध्ये उतरू. जिथे हॉटेलची सोय नसेल, तिथे आम्ही धर्मशाळेत अथवा मंदिरात उतरू. मला या प्रवासात खूप खर्च येईल. म्हणून मी प्रवासात फारशी खरेदी करणार नाही.

8. सीता --- करील! गोपाळराव --- करतील! मी --- करीन! आम्ही --- करू! तुम्ही --- कराल! श्रीमती फाळके ---करतील. तू --- करशील.

9. मोहन आंघोळ करून ऑफिसात जातो.   सीता पत्र लिहून पोस्टात टाकते.

   घड्याळ खाली पडून फुटतं.   मी पुस्तक वाचून खूप हसतो.

   राणी सिनेमा पाहून घरी येते.   साहेब त्याला बोलावून खूप रागावतात.

   तुम्ही चहा पिऊन कामाला लागता.   तू खूप शिकून मोठा हो.

10. तो गाणं ऐकताना स्वत:शी गाणं म्हणतो.   ते भाषण करताना विनोदी चुटके सांगतात.

    ती स्वयंपाक करताना आनंदात असते.   तो बाजारात जाताना मित्राच्या घरी जातो.

    तो पर्वती चढताना थकत नाही.   गोरेसाहेब ऑफिसात असताना खूप गंभीर वाटतात.

    अपर्णा पुस्तक वाचताना स्वत:ला विसरते.

14. A Trip to Forts : किल्ल्यांची सहल (Pages 121 to 123)

2. (अ) राम आज येणार आहे.   सीता नाटकात काम करणार आहे.

       आही तुला बक्षीस देणार आहोत.   ते संध्याकाळी माझ्याकडे येणार आहेत.

       त्या गाणं म्हणणार आहेत.

   (आ) मी खूप बोलणार आहे.   तुम्ही स्टेशनवर जाणार आहात का?

       ती नोकरी करणार आहे.   आम्ही काम करणार आहोत.

       तू मराठी शिकणार आहेस.

3. आज पाऊस पडणार नाही आहे.   ते आज हा धडा शिकवणार नाही आहेत.

   सुरेश पोहायला शिकणार नाही आहे.   रमेश रमी खेळायला जाणार नाही आहे.

   तुम्ही आज सभेत बोलणार नाही आहात.   आम्ही स्पॅनिश शिकणार नाही आहोत.

4. त्याला गावाला जायचं आहे.   तिला चहा घ्यायचा आहे.

   त्यांना साहेबांना भेटायचं आहे.   मुलांना हॉकी खेळायचं आहे.

   तिला स्नेहसंमेलनात गाणं म्हणायचं आहे.

5. (१) करणार आहेत.   (२) उघडणार आहे.   (३) पहाणार आहात.

   (४) धुणार आहेस.   (५) रहाणार आहे.

6. आकाशात ढग जमायला लागतील. थंडगार वारा सुटेल, मग जोरात पाऊस पडेल. मुलं पाण्यात खेळतील. पाण्यात भिजताना ती गाणी म्हणतील. पाण्यात कागदाच्या नावा सोडतील. ती पाण्यात पूर्ण भिजतील. त्यानंतर मात्र ती घरात जातील. सगळीकडे पाणीच पाणी होईल, शेतकरी आनंदित होतील.

7. (१) जर आज पाऊस पडेल तर लोकांना आनंद होईल.

   (२) जर माझा भाऊ आज येईल तर मी तुझ्याबद्दल विचारीन.

   (३) जर विद्यार्थी खूप अभ्यास करतील तर ते परीक्षेत पास होतील.

   (४) जर तू हा सिनेमा पहाशील तर तुला तो आवडेल.

   (५) जर तू हळूहळू काम करशील, तर तुझी बस चुकेल.

   (६) जर तू मराठीत बोलशील तर लोकसुद्धा मराठीत बोलतील.

   (७) जर तू इंग्रजीत बोलशील तर लोकही इंग्रजीत बोलतील.

   (८) जर तू मला पाचशे रुपये देशील तर मी एक ट्रॅन्झिस्टर विकत घेईन.

15. Speak Marathi : मराठी बोला (Pages 128 to 130)

2. १. आज पाऊस आला तरी हरकत नाही. २. तुम्ही नापास झाला तरी हरकत नाही.
३. शिक्षकांनी सुट्टी दिली नाही तरी हरकत नाही. ४. त्याला गाडीचं तिकीट मिळालं नाही तरी हरकत नाही.
५. तुम्ही चुका केल्या तरी हरकत नाही. ६. लोक तुम्हाला हसले तरी हरकत नाही.

3. १. पास व्हायचा – मराठी बोलायचा – पत्र लिहायचा – वेळेवर यायचा – लवकर उठायचा.
२. पोहायला – खरं बोलायला – काम करायला – लोकात मिसळायला – सायकल चालवायला – भरभर लिहायला.

4. कुणाला न भिता आपलं काम करा. सिगारेट न पिता व्यायाम करा.
इकडे तिकडे न पाहता सरळ ऑफिसात जा. गप्पा न मारता काम करा.
कॉपी न करता परीक्षेत पास व्हा. उशीर न करता लवकर परत या.
कोणाला न फसवता सत्याने वागा.

5. ज्याला पैसे मिळतात त्याला मित्रही मिळतात.
जो दुसऱ्यावर विश्वास ठेवतो तो कधी कधी फसतो.
ज्याच्याजवळ दात नाहीत त्याच्याजवळ चणे आहेत.
जो कष्ट करतो त्याला यश मिळते.

6. मी मुंबईला जाईन. तो अभ्यास करील.
तिला स्वयंपाक करायचा आहे. मी तुमचे पैसे लवकर द्यायचा प्रयत्न करीन.
गणपतराव, दिवा बंद करू नका.

16. An Accident : अपघात (Pages 137 to 139)

2. तो झपझप चालला. सीता घरी राहिली. त्या मुंबईला आल्या.
शामराव बसमध्ये झोपले. साहित्य परिषदेजवळ आंब्याचं झाड होतं.

3. काळेसाहेब स्कूटरवर बसले नाहीत. सुभाष लवकर उठला नाही.
गाडीत गर्दी नव्हती. चोर जोराने धावला नाही.
घरातले तांदूळ संपले नाहीत.

4. (१) उठलो/ उठले. (२) जेवले. (३) राहिलो. (४) आले. (५) गेलं.

5. Habitual present Future II Simple present Future I
Future II Simple present Future I Simple present.

6. गाडी स्टेशनवर थांबली. लोक प्लॅटफॉर्मकडे धावले. हमालांची गडबड सुरू झाली. उतारू गाडीतून खाली उतरले आणि स्टेशनबाहेर पडले. ते रिक्शामध्ये बसले आणि घरी गेले.

7. चोरांना त्यांच्या अपराधाबद्दल शिक्षा झाली. ढग पाहून मोर नाचायला लागले.
रस्त्यातल्या जनावरांमुळे वाहनांना अपघात झाले. माकडं भरभर झाडावर चढली.
मी रात्री लवकर झोपले. मोहन वेळेवर शाळेत आला.

8. तुम्ही काय केलं की तुम्हांला पैसे मिळतील.

रमेश घरी आला की आम्ही त्याच्याबरोबर बाहेर जाऊ.

अभ्यास केलास की तू पास होशील.   पाऊस पडला की पिकं चांगली येतील.

जुने कपडे फाटले की नवे कपडे मिळतील.   तुम्ही मुंबईला गेलात की शामरावांना भेटा.

17. A Story of a Son-In-Law : गोष्ट जावईबापूंची (Pages 145 to 148)

2. (१) घेतली.   (२) खाल्ले.   (३) खाल्ली.   (४) कापले.   (५) फाटल्या.
   (६) केली.   (७) आले.   (८) मेली.   (९) विसरली.   (१०) मागितले.

3. मी, सीतानी, गोविंदरावांनी, तुम्ही, सरांनी, आपण, आईनी, आम्ही.

4. मी लाडू खाल्ला/खाल्ले.   सीमाने कपडे धुतले.   गाढव जमिनीवर बसलं.
   मुलगा गाणी शिकला.   माकड घरावर चढलं.   तू चहा प्यायलास/ प्यायलीस.
   शारदानी दूध सांडलं.   धोब्यानी कपडे फाडले.   जावईबापू घरी आले.

5. सुभाषचं पुस्तक टेबलावर होतं. त्याची वही पण टेबलावर होती. तो टेबलाजवळ गेला. त्यानी पुस्तक घेतलं. त्यानी पुस्तकातील धडा वाचला. त्यानी पुस्तकातील कविता पाठ केली. त्यानी प्रश्नांची उत्तरं वहीमध्ये लिहिली. सुभाषनी खूप अभ्यास केला. सुभाषनी चांगले मार्क्स मिळवले.

6. जर तू वेळेवर आलास तर तुला गाडी मिळेल.
   जर तिनी प्रयत्न केला तर तिला यश मिळेल.
   जर गाडी वेळेवर आली तर आपण वेळेवर पोहोचू.
   जर त्यानी पत्र लिहिलं तर मी पण पत्र लिहीन.
   जर भारतानी सामना जिंकला तर मी तुला चहा देईन.
   जर माझी बदली रद्द झाली तर मी सर्वांना पार्टी देईन.
   जर आज पाऊस पडला तर हवेत गारवा येईल.

7. त्या चोराला चांगली (खूप मोठी) शिक्षा झाली.   आमच्या गाडीला अपघात झाला.
   पुण्याच्या महापौरांनी पंतप्रधान राजीव गांधींचं स्वागत केलं.
   तुम्ही मराठी बोलण्याचा/बोलायचा प्रयत्न करा.   जावईबापूंची खूप फजिती झाली.

8. तुम्हांला काय होतंय? तिच्या मुलांना काय होतंय? तुझ्या वडलांना काय होतंय? गणपतरावांना काय होतंय? मोहनला काय होतंय? श्री. भाव्यांना काय होतंय?

9. पोस्टमननी पत्र दिलं नाही.   सीतानी चहा केला नाही.
   आज मी मुलांना गोष्ट सांगितली नाही.   गवळ्यांनी दूध आणलं नाही.
   व्यापाऱ्यांनी दुकानं उघडली नाहीत.   मी त्याला पैसे मागितले नाहीत.
   आम्ही गप्पा मारल्या नाहीत.

18. Colourful Life : विविधरंगी जीवन (Pages 155 to 158)

2. तो गाणं म्हणत होता.   श्री. गोरे टेनिस खेळत होते.   तो सिनेमा पाहात होता.
   ती भाजी आणत होती.   तुम्ही वर्तमानपत्र वाचत होता.   मुलं दंगा करत होती.
   त्याला लाज वाटत होती.   तुला काही कळत होतं का?

3. तो पुस्तक वाचत नव्हता.   सुब्रह्मण्यम् स्कूटरवरून येत नव्हते.

आम्ही एकमेकांशी बोलत नव्हतो.   तुला त्याचं बोलणं समजत नव्हतं.

ती गप्पा मारत नव्हती.   आम्हांला मराठी येत नव्हतं.

त्याला काही कल्पना सुचत नव्हत्या.   ती दार उघडत नव्हती.

4. काम करणारा मुलगा सर्वांना आवडतो.

मोटारसायकल चालवणारी ती मुलगी मी पाहिली नाही.

ऑफिसात गप्पा मारणारे कारकून काही काम करत नाहीत.

नोकरी करून शिकणाऱ्या विद्यार्थ्यांना मदत करा.

भविष्यावर विश्वास ठेवणारे लोक मनाने दुर्बल बनतात.

साहित्य निर्माण करणारे ते साहित्यिक आणि साहित्यावर प्रेम करणारे ते रसिक.

सहलीत भाग घेणारे लोक आज आले नाहीत.

5. तो मुलगा गातो. तो माझा मित्र आहे.

ती मुलं खोटं बोलतात. ती मला आवडत नाहीत.

जो माणूस मातीची मडकी बनवतो, त्याला कुंभार म्हणतात.

जी माणसं निवडणुकांच्या वेळी भाषण करतात त्यांना पुढारी म्हणतात.

जो मुलगा उशिरा येईल त्याला मी वर्गात घेणार नाही.

काल एक मुलगा बुडत होता. त्याने त्या मुलाला वाचवलं.

आम्हांला जे शिक्षक मराठी शिकवतात त्यांचं नाव जोशी आहे.

6. आम्ही केलेल्या कामाचे पैसे द्या.   त्यांनी पाहिलेलं नाटक चांगलं होतं.

तुम्ही शिकलेलं सर्व विसरला.   तिनी ऐकलेलं फार भयंकर होतं.

आम्ही विकत घेतलेला बंगला फार प्रशस्त होता.

त्यांनी लिहिलेली कादंबरी लोकांना खूप आवडली.   मी तुला सांगितलेली गोष्ट तू लक्षात ठेव.

7. त्यांनी जी मुलगी पाहिली ती हुशार होती.

गोविंदनी जी गाडी घेतली ती निळ्या रंगाची आहे.

आम्ही जी पत्रं पाठवली ती तुम्हांला मिळाली का?

त्याला जो माणूस रस्त्यात भेटला त्या माणसाने त्याला खूप मदत केली.

मी जे गाणं म्हटलं ते कुणालाही आवडलं नाही.

तुम्ही जे शिकवलं ते सगळं माझ्या लक्षात राहील.

मी एक महिन्यापूर्वी तुला पन्नास रुपये दिले होते, ते तू मला परत दे.

8. अखेर मला छत्री विकत घ्यावी लागली.   शिक्षकांना वर्गाबाहेर जावं लागलं.

मॅनेजरना नाटक बंद करावं लागलं.   मला घराबाहेर पडावं लागलं.

कंपनीला त्याला कामावर घ्यावं लागलं.   आम्हांला वर यावं लागलं.

त्यांना दार उघडावं लागलं.   रमेशला सतीशवर दावा करावा लागला.

9. झुलणारा   हलणारी   उगवणाऱ्या   मावळणाऱ्या

वाहणाऱ्या   येणाऱ्या   चालणाऱ्या   उडणाऱ्या

19. Marriage Ceremony : लग्न समारंभ (Pages 164 to 166)

2. तो मला भेटला नाही आहे.
मी एक घड्याळ विकत घेतलं आहे.
त्याला कारखान्यात नोकरी मिळाली आहे.
माझा भाऊ आज गावाहून आला आहे.

तिनी सुंदर चित्रं काढली आहेत.
त्याला हा सिनेमा आवडला नाही आहे.
त्यानी खूप वाचन केलं आहे.

3. त्यांनी मित्राला पत्र लिहिलं होतं.
तो कधी खोटं बोलला नव्हता.
मी ते पुस्तक वाचलं होतं.
तू रेडिओ विकत घेतला होतास.

त्यांनी मला नोकरी दिली होती.
आम्ही एका मित्राकडे जमलो होतो.
त्यानी मित्राला फोन केला होता.

4. त्याला बक्षीस मिळालं म्हणून तो खूश आहे.
तो नापास झाला तरी तो आनंदात आहे.
मला उशीर झाला म्हणून साहेब रागावले.
उद्या सुट्टी आहे म्हणून मी सिनेमाला जाणार आहे.
त्यानी अभ्यास केला नाही तरी तो पास झाला.
सूर्य उगवला तरी तो झोपला होता.
माझी बस चुकली म्हणून पायी पायी ऑफिसात गेलो.
माझ्याजवळ पैसे नव्हते म्हणून मी रामकडे पैसे मागितले.
माझ्याजवळ पैसे नव्हते तरी मी कुणाकडे पैसे मागितले नाहीत.
मी पुण्यात दहा वर्षे राहातो आहे तरी अजून मला पुण्याचे रस्ते माहीत नाहीत.

5. बरं वाटलं. गैरसोय झाली. फजिती झाली. प्रयत्न केला.
स्वागत केलं. विरस झाला. निश्चय केला. लक्षात आलं.

6. मी गणितं केली नव्हती.
त्याला ही बातमी समजली नाही आहे.
त्याला पत्र आलं नव्हतं.
तो परदेशात गेला नव्हता.

मुलांनी अभ्यास केला नव्हता.
मला नोकरी मिळाली नाही आहे.
तिच्याजवळ पैसे उरले नव्हते.

7. मला तू हे सांगितलं होतंस.
त्याच्या वडलांनी त्याला पैसे दिले होते.
त्याला नेमणुकीचा हुकूम मिळाला आहे.
तुला हे माहीत होतं का?

तो निवडणुकीला उभा राहिला.
ती मिरवणुकीत सामील झाली होती.
ही इमारत पूर्ण झाली आहे.

20. Trip to Sinhagad : सिंहगडची सहल (Pages 174 to 177)

2. तो लोकांना मदत करत नसे.
साहेब ऑफिसात वेळेवर यायचे नाहीत.
मी तुझ्याबद्दल ऐकलं नव्हतं.
तो दररोज वर्तमानपत्र वाचायचा नाही.

राजा प्रजेला त्रास देत नसे.
मी तुझ्याबद्दल ऐकलं नाही आहे.
तो नुसता नोकरी करत राहिला नव्हता.
ती पायी पायी जायची नाही.

3. तो दररोज ऑफिसात जायचा/ जात असे/ जाई.
तो खूप मेहनत करायचा/करत असे/करी.
ती कधी खोटं बोलायची नाही/बोलत नसे.
चोर रात्री बाहेर पडायचे/पडत असत/पडत.
तू कधी दुसऱ्याचा विचार करायचा नाहीस/करत नसत.
तुम्ही कधीही पायी जायचे/जायच्या नाहीत/जात नसा.
तू आपल्या नोकरांना पाठवायचास/पाठवत असत.

4. ती दररोज ऑफिसात काम करायची - पत्रं लिहायची - गप्पा मारायची - डबा खायची - चहा प्यायची - वर्तमानपत्र वाचायची - स्वेटर विणायची.

5. १. ती./मी.(F) २. ते/त्या/ती. ३. आम्ही/आपण. ४. ते/त्या/ती.
५. आम्ही/आपण/मी.(M) ६. तुम्ही/आपण/त्या. ७. ते

6. मोठी माणसंसुद्धा क्रिकेट खेळत असत.
ती सर्वांना मदत करत असे.
ती म्हातारी गाणं म्हणत असे.
ती पत्रं लिहीत असे.
ती हळूच ऑफिसातून बाहेर जात असे.
ती स्टेशनवर जात असे.
तो स्कूटर चालवत असे.

7. ते खूप बोलायचे.
तुम्ही सांगायचे/सांगायच्या.
तो ऑफिसात जायचा.
तो पुस्तकं विकायचा.
त्या शाळेत शिकवायच्या.
मुलं झाडाखाली खेळायची.
तू त्याला मारायचास/ मारायचीस.

8. त्यांना घर बांधायचं आहे.
तुला दररोज पोस्टात जावं लागेल.
आपण पत्ते खेळायचे का?
त्या मुलांनी चोरी करायचा प्रयत्न केला.
तो सिगारेट सोडायचं ठरवतो.
तुम्ही गणवेश घालून यायचं.
तो जुगार खेळायचा.

21. Verul and Ajintha : वेरूळ आणि अजिंठा (Pages 183 to 186)

2. १. शिवाजी महाराज आग्र्याहून सुटल्यामुळे सर्व महाराष्ट्राला आनंद झाला.
२. सचिनने शतक केल्यामुळे भारताला विजय मिळाला.
३. भारतानी क्रिकेटचा सामना जिंकल्यामुळे प्रेक्षकांनी फटाके वाजवले.
४. तो मला काल भेटल्यानंतर मी त्याचं अभिनंदन केलं.
५. आम्ही बाहेर पडल्यावर पाऊस सुरू झाला.
६. तू माझे पैसे दिल्याशिवाय मी तुला जाऊ देणार नाही.
७. मुलांनो, तुम्ही आधी व्यायाम केल्याशिवाय मी तुम्हांला गोष्ट सांगणार नाही.

3. काम करणं - पैसे जमवणं - दुसऱ्यांना मदत करणं - वर्तमानपत्र वाचणं - घराबाहेर पडणं - नोकरी करणं - सकाळी उठणं.

4. तो आता शाळेत जाणार असेल.
आम्ही उद्या गप्पा मारणार असू.
तो पुस्तक वाचणार असेल.
ती मुलांना गोष्टी सांगणार असेल.
तुम्ही खूप कष्ट करणार असाल.
मुलं क्रिकेट खेळणार असतील.
त्या मुली गाणी म्हणणार असतील.

5. तो गावाहून आला असेल.
तुम्ही ते काम केलं असेल.
त्यांनी भाजी आणली असेल.
तू ते घर विकत घेतलं असेल.
त्यांनी भावाला पत्र लिहिलं असेल.
ती कुठेही गेली नसेल.
साहेबांनी आज पार्टी दिली असेल.

6. ते तुला बोलावणार होते.
त्याची आई त्याला (एक) नवा शर्ट देणार होती.
तो नवीन व्यवसाय सुरू करणार होता.
मी एक नवीन सायकल विकत घेणार होतो.
आज (त्या) मुली नाचणार होत्या.
तो त्या जागेसाठी अर्ज करणार होता.
तो आम्हांला गणित शिकवणार होता.

7. त्याला आज भाषण करावं लागेल.
त्यांना कुठे तरी रहावं लागतं.
तुला टायपिंग शिकावं लागतं.
हल्ली प्रत्येकाला पैसा मिळवावा लागतो.
तिला मैत्रिणीला खोटं सांगावं लागलं.
त्याला घर घ्यावं लागलं.
आम्हांला मराठी शिकावं लागतं.

8. तिला गाण्याचा वर्ग चालवावा लागतो.
त्याला साहेबांचं बोलणं ऐकून घ्यावं लागतं.
तुला मुंबईला जावं लागेल का?
तिला गप्प बसावं लागलं.
त्याच्या बायकोला नोकरी करावी लागते.
त्यांना त्या माणसाला पैसे द्यावे लागले.
त्यांना त्याच्याकडे पैसे मागावे लागले.

9. १. दुकानात खूप खेळणी पहायला मिळतात.
२. सिनेमा फार पहाण्यासारखा आहे.
३. मोहन रामपेक्षा अधिक हुशार आहे.
४. मी राकेशऐवजी रोहितला बोलावीन.
५. तू आलास म्हणून सर्वांना आनंद झाला.
६. मी आंघोळ करीन. नंतर मी चहा घेईन.
७. या वर्षी मी पास होईन. त्याखेरीज कपडे शिवणार नाही.

22. Presidential Address : अध्यक्षीय भाषण (Pages 194 to 197)

२. १. राम, तू स्टेशनवर जावंस.
२. सीता, तू हे कपडे धुवावेस (सीतानी हे कपडे धुवावेत.)
३. मित्रहो, (तुम्ही) देशासाठी रक्तदान करावे.
४. मुलांनो, तुम्ही गरिबांना मदत करावी.
५. सरिता, तू मोटार चालवायला शिकावंस.
६. गोविंदराव, तुम्ही आज माझ्याकडे येऊ नये.
७. अनिल, तू लोकांना थापा मारू नयेस.

3. सर्वांनी स्वच्छता ठेवायला पाहिजे.
तिनी गाणं शिकायला पाहिजे.
तू मराठी शिकायला पाहिजेस.
तुम्ही तुमचे अनुभव लिहून काढायला पाहिजेत.
तुम्ही असं बोलायला नाही पाहिजे.
मुलांनी दररोज व्यायाम करायला पाहिजे.
त्यानी बायकोला त्रास द्यायला नाही पाहिजे.

4. १. तू रमेशच्या लग्नाला यावंस.
२. तू त्याच्याबद्दल असं बोलू नयेस.

३. तुम्ही त्याला मदत करावी.   ४. तुम्ही मराठी बोलावं.

५. तिनी वडलांवर विश्वास ठेवावा.   ६. त्यांनी लोकांना वाईट माल देऊ नये.

७. आपण उशीर करू नये.

5. रमेशनी मला पेन द्यावं – वही द्यावी – पुस्तकं द्यावीत – पेन्सिली द्याव्यात – सायकल द्यावी – शर्ट द्यावेत – टेबललँप द्यावा.

6. १. माझ्याजवळ पैसे असते तर मी तुला मदत केली असती.

   २. ती वेळेवर आली असती तर तिची गाडी चुकली नसती.

   ३. मी शिकलो असतो तर मला चांगली नोकरी मिळाली असती.

   ४. मुलं चांगलं खेळली असती तर आपण सामना हरलो नसतो.

   ५. तुम्ही अभ्यास केला असता तर नापास झाला नसता.

   ६. तू स्पर्धेत भाग घेतला असता तर तुला बक्षीस मिळालं असतं.

   ७. तो सकाळी लवकर उठला असता तर ऑफिसात वेळेवर जाऊ शकला असता.

7. तू मला पैसे दिले असतेस — काम सांगितलं असतंस — रागावला असतास — बोलला असतास — बोलावलं असतंस — पैसे मागितले असतेस — सिनेमा दाखवला असतास — हसवलं असतंस.

8. तू मला हकीकत सांगायची होतीस – मला पैसे द्यायचे होतेस – ते काम करायचं होतंस – पत्र लिहायचं होतंस – नाटक पहायचं होतंस – माझं भाषण ऐकायचं होतंस – औषध घ्यायचं होतंस – बाजारात जायचं होतंस.

9. सर्वांना पैशाची गरज आहे.   मी देशाची आठवण ठेवतो.

   मी देशावर प्रेम करतो.   तिला बागकामाची आवड आहे.

   त्याचा विरस झाला.   मला बरं वाटलं.

   तुझी खूप गैरसोय झाली.

10. ते माझ्याशी बोलेनात.   मुलं अभ्यास करीनात.

   मोटर घेतल्यापासून तू चालेनास.   लग्न झाल्यापासून मुलगा आपल्याला विचारीना.

   नापास झाल्यापासून तो बाहेर जाईना.   ते सिनेमा पाहीनात.

   लग्न झाल्यापासून ती मैत्रिणीला भेटेना.

23. Valediction : निरोप (Pages 204 to 207)

2. १. त्याच्याकडून चोर पकडला जातो – पकडण्यात येतो.

   २. राजाकडून गरीब माणसाला बोलावलं गेलं – बोलावण्यात आलं.

   ३. आमच्याकडून अर्ज भरला गेला – भरण्यात आला.

   ४. माझ्याकडून एक अद्भुत दृश्य पाहिलं गेलं – पाहण्यात आलं.

   ५. आमच्या ट्रस्टकडून एक मदतकेंद्र चालवलं गेलं – चालवण्यात आलं.

   ६. लोकांकडून खूप देणग्या मिळवल्या गेल्या – मिळवण्यात आल्या.

   ७. मुलींकडून गाणी म्हटली गेली – म्हणण्यात आली.

3. नागरिकांनी त्याचा सत्कार केला.
शासनाने तरुणांना नोकऱ्या दिल्या.
मंत्र्यांनी इमारतीचं उद्घाटन केलं.
आपण हुशार विद्यार्थ्यांचं कौतुक करावं.
तिनी ही कोनशिला बसवली.
विद्यार्थ्यांनी त्याचे आव्हान स्वीकारले.
तुम्ही आम्हांला मदत करावी.

4. मी जाऊन येईपर्यंत तू इथे थांब.
मी पत्र लिहीपर्यंत तू रेडिओ ऐक.
मी त्याला बोलवायला जाईपर्यंत तो निघून गेला.
माझं शिक्षण पूर्ण होईपर्यंत तुला त्रास होईल.
ऑफिस सुटेपर्यंत तो बाहेर थांबला होता.
सुट्टी संपेपर्यंत मी इथे रहाणार आहे.
त्याची बदली होईपर्यंत तो प्रयत्न करत रहाणार आहे.

5. तो घरी आला असल्यास मला सांग.
तुझं काम होणार नसल्यास तू त्याच्याकडे जाऊ नकोस.
तुला वस्तुस्थिती कळल्यास मला सांग.
तुला गरज पडल्यास माझ्याकडे ये.
मला वाटल्यास मी मुंबईला जाईन.
वडिलांनी मला सिगारेट ओढताना पाहिल्यास त्यांना वाईट वाटेल.
तुला पैसे मिळाल्यास मला कळव.

6. शिक्षकांनी मुलांना उड्या मारायला लावलं.
राजा सर्व लोकांना कामं करायला लावतो.
मी सर्वांना अर्ज करायला लावलं.
मुलांनी आजीला गोष्ट सांगायला लावलं.
बायकोनी मला टी.व्ही. विकत घ्यायला लावलं.
मैत्रिणींनी सीताला गाणं म्हणायला लावलं.
अधिकाऱ्यांनी त्याला ते पत्र पुन्हा लिहायला लावलं.
कारकुनानी आम्हांला पैसे भरायला लावले.

7. १. तो माझं ऐकत नाही.
२. त्याच्या तक्रारींना खंड नाही.
३. सर्व जणांनी त्याच्या गाडीचं कौतुक केलं.
४. तुम्ही या संधीचा फायदा घ्या.
५. ती पुस्तकं वाचायला लागली/वाचू लागली.
६. त्याच्या राहणीवर पाश्चिमात्य राहणीचा ठसा उमटलेला आहे.
७. तुम्हांला भाषा भरभर बोलायला यायला हवी.

8. त्याला यश मिळो.
त्याला वाईट सवय न लागो.
त्यांना मुलगा होवो.
त्यांची बदली न होवो.
त्याचे वडील त्याला भेटोत.
त्याला इंटरव्ह्यूचं बोलावणं येवो.
त्याच्या अडचणी दूर होवोत.

APPENDIX A

मराठी अंक : Numerals in Marathi

(A) Cardinals

१	एक	One
२	दोन	Two
३	तीन	Three
४	चार	Four
५	पाच	Five
६	सहा	Six
७	सात	Seven
८	आठ	Eight
९	नऊ	Nine
१०	दहा	Ten
११	अकरा	Eleven
१२	बारा	Twelve
१३	तेरा	Thirteen
१४	चौदा	Fourteen
१५	पंधरा	Fifteen
१६	सोळा	Sixteen
१७	सतरा	Seventeen
१८	अठरा	Eighteen
१९	एकोणीस	Nineteen
२०	वीस	Twenty
२१	एकवीस	Twenty-one
२२	बावीस	Twenty-two
२३	तेवीस	Twenty-three
२४	चोवीस	Twenty-four
२५	पंचवीस	Twenty-five
२६	सव्वीस	Twenty-six
२७	सत्तावीस	Twenty-seven
२८	अठ्ठावीस	Twenty-eight
२९	एकोणतीस	Twenty-nine
३०	तीस	Thirty
३१	एकतीस	Thirty-one
३२	बत्तीस	Thirty-two

(B) Ordinals

पहिला	First
दुसरा	Second
तिसरा	Third
चौथा	Fourth
पाचवा	Fifth
सहावा	Sixth
सातवा	Seventh
आठवा	Eighth
नववा	Ninth
दहावा	Tenth
अकरावा	Eleventh
बारावा	Twelfth
तेरावा	Thirteenth
चौदावा	Fourteenth
पंधरावा	Fifteenth
सोळावा	Sixteenth
सतरावा	Seventeenth
अठरावा	Eighteenth
एकोणिसावा	Nineteenth
विसावा	Twentieth
	onwards as above upto 78
एकोणऐंशीवा	Seventy-ninth
ऐंशीवा	Eightieth etc. upto 88
एकोणनव्वदावा	Eighty-ninth etc. upto 100.
एकशेएक	Hundred & one
एकशेदोन	Hundred & two
दोनशे	Two Hundred
तीनशे	Three Hundred
चारशे	Four Hundred
पाचशे	Five Hundred
हजारा etc.	One Thousand

३३	तेहतीस	Thirty-three
३४	चौतीस	Thirty-four
३५	पस्तीस	Thirty-five
३६	छत्तीस	Thirty-six
३७	सदोतीस	Thirty-seven
३८	अडोतीस	Thirty-eight
३९	एकोणचाळीस	Thirty-nine
४०	चाळीस	Fourty
४१	एक्केचाळीस	Fourty-one
४२	बेचाळीस	Fourty-two
४३	त्रेचाळीस	Fourty-three
४४	चव्वेचाळीस	Fourty-four
४५	पंचेचाळीस	Fourty-five
४६	सेहेचाळीस	Fourty-six
४७	सत्तेचाळीस	Fourty-seven
४८	अठ्ठेचाळीस	Fourty-eight
४९	एकोणपन्नास	Fourty-nine
५०	पन्नास	Fifty
५१	एकावन	Fifty-one
५२	बावन	Fifty-two
५३	त्रेपन	Fifty-three
५४	चोपन	Fifty-four
५५	पंचावन	Fifty-five
५६	छप्पन	Fifty-six
५७	सत्तावन	Fifty-seven
५८	अठ्ठावन	Fifty-eight
५९	एकोणसाठ	Fifty-nine
६०	साठ	Sixty
६१	एकसष्ट	Sixty-one
६२	बासष्ट	Sixty-two
६३	त्रेसष्ट	Sixty-three
६४	चौसष्ट	Sixty-four
६५	पासष्ट	Sixty-five
६६	सहासष्ट	Sixty-six
६७	सदुसष्ट	Sixty-seven
६८	अडुसष्ट	Sixty-eight
६९	एकोणसत्तर	Sixty-nine
७०	सत्तर	Seventy
७१	एकाहत्तर	Seventy-one
७२	बाहत्तर	Seventy-two
७३	त्र्याहत्तर	Seventy-three
७४	चौऱ्याहत्तर	Seventy-four
७५	पंचाहत्तर	Seventy-five
७६	शहात्तर	Seventy-six
७७	सत्त्याहत्तर	Seventy-seven
७८	अठ्ठ्याहत्तर	Seventy-eight
७९	एकोणऐंशी	Seventy-nine
८०	ऐंशी	Eighty
८१	एक्याऐंशी	Eighty-one
८२	ब्याऐंशी	Eighty-two
८३	त्र्याऐंशी	Eighty-three
८४	चौऱ्याऐंशी	Eighty-four
८५	पंचाऐंशी	Eighty-five
८६	शहाऐंशी	Eighty-six
८७	सत्त्याऐंशी	Eighty-seven
८८	अठ्ठ्याऐंशी	Eighty-eight
८९	एकोणनव्वद	Eighty-nine
९०	नव्वद	Ninety
९१	एक्याण्णव	Ninety-one
९२	ब्याण्णव	Ninety-two
९३	त्र्याण्णव	Ninety-three
९४	चौऱ्याण्णव	Ninety-four
९५	पंचाण्णव	Ninety-five
९६	शहाण्णव	Ninety-six
९७	सत्त्याण्णव	Ninety-seven
९८	अठ्ठ्याण्णव	Ninety-eight
९९	नव्याण्णव	Ninety-nine
१००	शंभर	Hundred

१०१	एकशेएक	Hundred & one
१०२	एकशेदोन	Hundred & two
२००	दोनशे	Two Hundred
३००	तीनशे	Three Hundred
४००	चारशे	Four Hundred
५००	पाचशे	Five Hundred
१०००	हजार	One thousand

(C) Fractions

$\frac{1}{4}$	पाव	Quarter
$\frac{1}{2}$	अर्धा/निम्मा	Half
$\frac{3}{4}$	पाऊण	Three-fourth
$1\frac{1}{4}$	सव्वा	One & a quarter
$1\frac{1}{2}$	दीड	One & a half
$1\frac{3}{4}$	पावणेदोन	One & three quarters
$2\frac{1}{4}$	सव्वादोन	Two & a quarter
$2\frac{1}{2}$	अडीच	Two & a half
$2\frac{3}{4}$	पावणेतीन	Two & three quarters
$3\frac{1}{4}$	सव्वातीन	Three & a quarter
$3\frac{1}{2}$	साडेतीन	Three & half
$3\frac{3}{4}$	पावणेचार	Three & three quarters & onwards as above

APPENDIX B

आठवड्याचे दिवस : Names of the week days

रविवार	Sunday
सोमवार	Monday
मंगळवार	Tuesday
बुधवार	Wednesday
गुरुवार	Thursday
शुक्रवार	Friday
शनिवार	Saturday

APPENDIX C

काही भाज्या व फळांची नावे : Marathi names of some vegetables and fruits

भाज्या : Vegetables

अळू	Sykes
आलं	Ginger
करडई	Safflower
कांदा	Onion
काकडी	Cucumber
कारलं	Bitter gourd
कोथिंबीर	Coriander
कोबी	Cabbage
गवार	Gowari
गाजर	Carrot
घेवडा	Bean
चवळी	Blackeyed peas
चाकवत	Goose foot
चुका	Sorrel
टोमॅटो	Tomato
तोंडली	The creeperivy gourd
दोडका	
पडवळ	Snake gourd
पालक	Spinach
पावटा	
फरसबी	Beens
फ्लॉवर	Coliflower
बटाटा	Potato
भेंडी	Lady's finger
भोपळा	Gourd
मटार	Green peas
मिरची	Chilie
मुळा	Radish
मेथी	Fenugreek
लिंबू	Lemon
वांगं	Brinjal
शेवग्याची शेंग	A pod of
सुरण	Horse radish

फळे : Fruits

अंजीर	Fig	पेरू	Guava
आंबा	Mango	मोसंबं	Sweet lime
केळं	Banana	संत्रं	Orange
चिक्कू	Chiku	सफरचंद	Apple
द्राक्षं	Grapes		

(**Note** : Untranslated items should be learnt in the market only.)

APPENDIX D

शब्दसूची : Vocabulary

(List of the words used in this course book)

अ

अक्कल	n.f.	sense
अगदी	ad.	altogether, very much
अगोदर	ad.	first, before
अचानक	ad.	all of a sudden
अच्छा	interj.	well, o.k.
अजिबात	ad.	altogether, at all
अजून	ad.	still
अट	n.f.	condition, term
अडखळ	v.intr.	to stumble
अडचण	n.f.	difficulty, trouble
अद्भुत	adj.	wonderful
अधिक	adj.	more, additional
अधिकारी	n.mas.	officer
अध्यक्ष	n.mas.	chairman
अध्यक्षपद	n.neu.	chairmanship
अनुभव	n.mas.	experience
अनेक	adj.	many
अनौपचारिक	adj.	informal
अन्न	n. neu.	food
अन्याय	n. mas.	injustice
अपघात	n. mas.	accident
अपराध	n. mas.	offence, fault
अप्रतिम	adj.	matchless, incomparable.

अभिनंदन	n. neu.	congratulation, greeting
अभ्यास	n. mas.	study
अभ्यासक्रम	n. mas.	syllabus, curriculum
अर्ज	n. mas.	application
अर्ज कर	comp. verb.	to apply
अर्थ	n. mas.	meaning
अर्धवेळ	adj.	part-time
अलीकडे	adv.	recently
अवघड	adj.	difficult
अवघड	v.intr.	to be awkwardly situated
अवघडून जा	comp. v.	to feel awkward
अवश्य	adv.	of course, certainly, surely
अस–	v. intr.	to be
असं	interj.	I see
असा	adj.	such, like this
अस्वच्छ	adj.	dirty, unclean.
अहेर	n. mas.	presents on festive occasions
अहो	particle	a respectful indeclinable of address
अक्षय	adj.	imperishable, inexhaustible

अंगण	n. neu.	court yard
अंगरक्षक	n. mas.	body guard
अंघोळ	n. fem.	bathing
अंडं	n. neu.	egg
अंतर	n. neu.	distance
अंतरपाट	n. mas.	a cloth used as a screen between a bride and a bridegroom at the time of wedding
अंतर्मुख	adj.	contemplative
अंतर्मुख हो-	comp. v.	to introspect
अंत:करण	n. neu.	heart

आ

आई	n. fem.	mother
आकर्षक	adj.	attractive
आकाश	n. neu.	sky
आकृती	n. fem.	figure
आखूड	adj.	shrot in length
आगगाडी	n. fem.	train
आग्रह कर-	comp. v.	solicit earnestly, persuade, convince
आज	adv.	today, presently
आजार	n. mas.	illness
आजारी	adj.	ill
आजी	n. fem.	grandmother
आट-	v. intr.	to dry out, to shrink
आठव-	v. intr.	to remember, to recollect
आठवडा	n. mas.	week
आठवण	n. fem.	memory, remembrance
आढळ-	v. intr.	to find, to come across
आण-	v. tra.	to bring, to fetch
आणखी	adj.	more, additional
आणि	conj.	and
आत	ad., prep.	in
आता	ad.	now
आत्या	n. fem.	father's sister
आदर्श	adj.	ideal
आदिवासी	n. mas.	tribal man
आनंद	n. mas.	pleasure, happiness
आनंदी	adj.	happy
आत्मविश्वास	n. mas.	confidence
आपण	pron.	1st pers. pl. (inclusive), 2nd per. pl. (exclu.)
आपत्ती	n. fem.	calamity, trouble, distress
आपलेपणा	n. mas.	affinity
आपोआप	ad.	automatically, of one's own accord
आभार	n. mas.	thanks
आभार मान-	comp. v.	to thank
आयुष्य	n. neu.	life span
आरसा	n. mas.	mirror
आरास	n. fem.	decoration
आर्थिक	adj.	financial
आवड	n. fem.	liking
आवड-	v. intr.	to like, to be fond of
आवर-	v. tra.	to pack up
आवार	n. mas.	enclosure, premises, compound
आव्हान	n. neu.	challenge
आशा	n. fem.	hope
आश्चर्य	n. neu.	wonder, surprise
आश्रमशाळा	n. fem.	residential school for the tribal children
आहे	v. intr.	present 1st pers. & 3rd pers. sing. of 'to be'
आळस	n. mas.	laziness
आळशी	adj.	lazy
आज्ञा	n. fem.	order
आंदोलन	n. neu.	agitation
आंबट	adj.	sour
आंबा	n. mas.	mango

इ

इकडे	ad.	in this direction, to this side
इच्छा	n. fem.	desire, wish
इतका	adj.	this much, so much
इतक्यात	ad.	all of a sudden
इतर	adj.	other, rest
इथे	ad.	here
इमारत	n. fem.	building
इस्त्री	n. fem.	iron-press
इंद्रधनुष्य	n. neu.	rainbow

उ

उकड–	v. intr.	to feel hot, perspring
उकळ–	v. tra.	to boil
उकाडा	n. mas.	sultriness
उगव–	v. intr.	to rise (in the case of celestial stars) to shoot up
उघड–	v. tr.	to open
उघडा	adj.	open
उठ–	v. intr.	to get up
उड–	v. intr.	to fly
उडी	n. fem.	a jump
उडी मार–	comp. v.	to jump
उतर–	v. intr.	to climb down
उत्तम	adj.	best
उत्तर	n. neu.	answer
उत्तरपत्रिका	n. fem.	answer-book
उत्सव	n. mas.	festival
उद्घाटन	n. neu.	inauguration
उद्या	ad.	tomorrow
उद्यान	n. neu.	garden
उद्योग	n. mas.	occupancy
उद्योगी	adj.	diligent, industrious
उन्हाळा	n. mas.	summer
उपक्रम	n. mas.	activity
उपदेश	n. mas.	advice
उपयोग	n. mas.	use
उपाहारगृह	n. neu.	restaurant
उपासमार	n. fem.	starvation
उपेक्षा कर	comp. v.	to neglect
उभा रहा–	comp. v.	to stand up, to contest an election
उलट	ad.	on the contrary, reverse
उशिरा	ad.	late
उशीर	n. mas.	delay
उंच	adj.	high, tall
उंची	n. fem.	height
उंदीर	n. mas.	mouse

ऊ

ऊ	n. fem.	louse
ऊस	n. mas.	sugar cane

ऋ

ऋतू	n. mas.	season

ए

एकटा	adj.	alone
एखादा	adj.	certain
एवढा	adj.	so much, so great, so large
एव्हाना	ad.	by this time

ऐ

ऐक	v. tr.	to hear
ऐतिहासिक	adj.	historical
ऐन वेळी	ad.	at the eleventh hour
ऐवजी	prep.	instead of

ओ

ओठ	n. mas.	lip
ओत	v. tr.	to pour
ओरड	v. intr.	to shout
ओळख	n. fem.	acquaintance
ओळख–	v. tr.	to recognize

औ		
औषध	n. neu.	medicine

क		
कचरा	n. mas.	garbage
कठीण	adj.	difficult, hard
कडक	adj.	hard, strict
कडा	n. mas.	cliff
कडे	prep.	towards
कणीस	n. neu.	ear of the corn
कथा	n. fem.	short story (as a form of literature), story
कथाकथन	n. neu.	story telling
कदाचित	ad.	perhaps
कधी	ad.	when
कन्यादान	n. neu.	offering daughter in the marriage ceremony
कपडा	n. mas.	stitched cloth
कपाट	n. neu.	cupboard
कबर	n. fem.	tomb
कबूतर	n. neu.	pigeon
कमाल कर	comp. v.	to do unbelievable feat
कमी कर	comp. v.	to reduce, to curtail
कर–	v. tr.	to do
करम–	v. intr.	to feel occupied, to pass the time pleasantly
कर्तव्य	n. neu.	duty
कर्मचारी	n. mas.	staff, member, employee
कला	n. fem.	art
कलाकार	n. mas.	artist
कल्पना	n. fem.	idea, imagination
कवी	n. mas.	poet
कष्ट	n. (pl.)	hardships
कष्टाळू	adj.	painstaking
कसाबसा	ad.	somehow
कळ	v. intr.	to know
कळव	v. tr.	inform

कंटाळा	n. mas.	boredom
का	ad.	why
काकडी	n. fem.	cucumber
काका	n. mas.	uncle
कागद	n. mas.	paper
कागदपत्रं	n. neu. (pl.)	documents
काच	n. fem.	piece of glass
काठ	n. mas.	bank, border
काढ	n. tr.	to draw, to issue
कादंबरी	n. fem.	novel (a form of literature)
कान	n. mas.	ear
कापड	n. neu.	cloth
काप–	v. tr.	to cut
कापूस	n. mas.	cotton
काम	n. neu.	work, assignment
कामकरी	n. mas.	worker
कामगार	n. mas.	labourer
काय	ind.	what
कारकून	n. mas.	clerk
कारखाना	n. mas.	factory
कारंजं	n. neu.	fountain
कार्यकर्ता	n. mas.	social worker, volunteer
कार्यक्रम	n. mas.	programme
कार्यालय	n. neu.	office, hall for ceremonies
काल	adv.	yesterday
कावळा	n. mas.	crow
काव्य	n. neu.	poetry
काहीतरी	pron. neu.	something
काळजी	n. fem.	worry
काळा	adj.	black
कांदा	n. mas.	onion
किती	adj.	how many, how much
किल्ला	n. mas.	fort
किल्ली	n. fem.	key
किंमत(पाल)	n. fem.	price

किंवा	conj.	or
कीर्तन	n. neu.	a religious form of oral discourse
कीर्ती	n. fem.	fame
कुठे	ad.	where
कुत्रा	n. mas.	dog
कुलूप	n. neu.	lock
कुंड	n. neu.	water tank built for holy purpose
कुंडी	n. fem.	a vessel for plants
कुंभार	n. mas.	potter
कृपया	adv.	please
कृपाळू	adj.	kind hearted
केळं	n. neu.	plantain
कोकरू	n. neu.	lamb
कोण	pron.	who
कोन	n. mas.	angle
कोनशिला	n. fem.	corner stone
कोपरा	n. mas.	corner
कोबी	n. mas.	cabbage
कोर	v. tr.	to carve
कोळी	n. mas.	1) spider 2) fisherman
कौतुक कर	comp. v.	appreciate

ख

खजील	adj.	nervous
खडक	n. mas.	rock
खडू	n. mas.	chalkstick
खण	n. mas.	drawer
खरा	adj.	true
खरेदी	n. fem.	purchase
खर्च	n. mas.	expenditure
खंड	n. mas.	break
खाऊ	n. mas.	eatable
खा–	v. tra.	to eat
खाट	n. fem.	a bed
खार (पाल)	n. fem.	squirrel
खारट	adj.	salty
खाली	adv.	down, below, beneath
खिडकी	n. fem.	window
खिन्न	adj.	depressed, dejected
खुर्ची	n. fem.	chair
खुला	adj.	open
खुशाल	adj.	happy
	adv.	verywell
खूप	adj.	much, plenty
खेरीज	prep.	without, besides
खेळ	v. tr.	to play
खेळणं	n. neu.	toy
खोकं	n. neu.	packing box
खोटा	adj.	fake, false, untrue
खोडकर	adj.	mischievous
खोल	adj./ad.	deep
खोली	n. fem.	(1) depth (2) room

ग

गच्ची	n. fem.	terrace
गजरा	n. mas.	wreath of flowers
गडबड	n. fem.	confusion, commotion, uproar, disorder
गणवेश	n. mas.	uniform
गणित	n. neu.	mathematics, arithmatic, a sum in arithmatic
गप्प बस	comp. v.	to be silent
गप्पा मार	comp. v.	to chitchat
गरज	n. fem.	need
गरम	adj.	warm, hot
गरीब	adj.	poor
गर्दी	n. fem.	crowd
गल्ली	n. fem.	alley, lane
गवत	n. neu.	grass
गवळी	n. mas.	milkman
गवंडी	n. mas.	mason

गहू	n. mas.	wheat
गंभीर	adj.	serious
गंमत	n. fem.	fun
ग्रंथालय	n. neu.	library
गाजर	n. neu.	carrot
गाठ	v. tr.	to catch up with, to reach
गाठभेट	n. fem.	meeting
गाडी	n. fem.	cart
गा	v. tr.	to sing
गाणं	n. neu.	song
गादी	n. fem.	mattress
गाय	n. fem.	cow
गायिका	n. fem.	singer
गारवा	n. mas.	coolness
गाव	n. mas/neu.	village
गाळ–	v. tr.	to strain
गाळा	n. mas.	section
गिऱ्हाईक	n. neu.	customer
गुण	n. mas.	1) marks 2) virtues (pl.)
गुन्हा	n. mas.	offence
गुन्हेगार	n. mas.	culprit
गुलाब	n. mas.	rose
गुलाबी	adj.	pink
गुलाम	n. mas.	slave
गुहा	n. fem.	cave
गूळ	n. mas.	gur, jaggery
गैरसोय	n. fem.	inconvenience
गोठ–	v. intr.	to freeze
गोड	adj.	sweet
गोल	adj.	round
गोष्ट	n. fem.	1) story 2) event

घ

घटना	n. fem.	event, incident
घड्याळ	n. neu.	clock, watch
घर	n. neu.	house, home
घरकाम	n. neu.	household work
घसर	v. intr.	to slip
घंटा	n. fem.	bell
घाबर	v. intr.	to be frightened
घाल	v. tr.	to put, to put on
घालव	v. tr.	(with वेळ) pass the time
घास	v. tr.	to scrub
घासाघीस	n. fem.	bargaining
घे	v. tr.	to take
घोडा	n. mas.	horse

च

च		emphatic particle
चटई	n. fem.	mat
चढ	v. intr.	to climb on
चणे	n. mas. pl.	grams
चवदार	adj.	tasty
चविष्ट	adj.	delicious
चादर	n. fem.	1) bed sheet 2) pull over
चारा	n. mas.	fodder
चाल	v. intr.	to walk, to suit (Ind.subj.), to go on
चालव	v. tr.	to conduct, to run, to drive
चालीरीती	n. fem. pl.	customs
चांगला	adj.	good
चांदणी	n. fem.	star
चूक	v. tr.	1) to miss 2) to commit mistake
चुटका	n. mas.	joke
चूक	n. fem.	mistake
चूल	n. fem.	fire place
चोच	n. fem.	beak
चोर	n. mas.	thief
चौक	n. mas.	square
चक्कर	n. fem.	1) visit 2) swoon
चप्पल	n. fem.	slipper

चपळ	adj.	swift, active
चर्चा	n. fem.	discussion
चर्चासत्र	n. neu.	seminar
चष्मा	n. mas.	spectacles
चहा	n. mas.	tea
चंद्र	n. mas.	moon
चिड	v. intr.	to get irritated
चित्र	n. neu.	picture, painting
चित्रकला	n. fem.	painting, drawing
चित्रकार	n. mas.	painter (artist)
चिमणी	n. fem.	sparrow
चिंच	n. fem.	tamarind
चेहरा	n. mas.	face
चेंडू	n. mas.	ball

छ

छत	n. neu.	ceiling
छत्री	n. fem.	umbrella
छंद	n. mas.	hobby
छान	adj. interj.	good, fine, beautiful
छोटा	adj.	tiny, small

ज

जखम	n. fem.	wound
जड	adj.	heavy
जत्रा	n. fem.	fair
जनावर	n. neu.	beast, animal
जम	v. int.	to gather
जमीन	n. fem.	1) land 2) floor
जबाबदारी	n. fem.	responsibility
जरूर	ad.	necessarily, positively
जवळ	ad.	near
जळाऊ	adj.	combustible
जळू	n. fem.	leech
जा	v. int.	to go
जाऊ	n. fem.	husband's brother's wife
जागा	n. fem.	post, place
जाणव-	v. intr.	to feel
जावई	n. mas.	son-in-law
जांभळा	adj.	violet
जुगार	n. mas.	gambling
जुना	adj.	old
जोर	n. mas.	pressure
जडजवाहीर	n. neu.	jewelry
जलद	ad./adj.	quickly, fast
जादूगार	n. mas.	magician
जास्त	adj.	surplus, more
जाहिरात	n. fem.	advertisement
जिवंत	adj.	alive
जीवन	n. neu.	life
जीभ	n. fem.	tongue
जेव	v. tr.	to eat (a meal)
जेवण	n. neu.	meal
ज्वारी	n. fem.	jawar

झ

झपझप	adv.	quickly, speedily
झाड	n. neu.	tree
झूल	v. intr.	to swing
झोका	n. mas.	a swing
झोप	v. intr.	to sleep
झोपाळा	n. mas.	swing
झोपाळू	adj.	sleepy
झकास	adj.	fine, excellent

ट

टाकाऊ	adj.	rubbish, worth throwing
टिकाऊ	adj.	durable
टिपण	n. neu.	note
टेकडी	n. fem.	hillock
टोपी	n. fem.	cap

ठ

ठरव	v. tr.	to decide
ठसा	n. mas.	impression
ठिकाण	n. neu.	place

ठीक	adj.	right, accurate
ठेव–	v. tr.	to put

ड

डबा खा	comp. v.	to eat tiffin
डास	n. mas.	mosquito
डोकं	n. neu.	head
डोळा	n. mas.	eye

ढ

ढकल	v. tra.	to push
ढग	n. mas.	cloud

त

तक्रार	n. fem.	complaint
तट्टू	n. neu.	pony
तपकिरी	adj.	snuff-coloured
तपास	v. tra.	to inspect, to check
तब्येत	n. fem.	health
तयार	adj.	ready
तयारी	n. fem.	preparation
तरुण	adj./n.	young, youth
तलवार	n. fem.	sword
तलाव	n. mas.	lake
ताजा	adj.	fresh
ताबडतोब	ad.	immediately
तार	n. fem.	wire, telegram
तारा	n. mas.	star
तावातावाने	adv.	with force, vehemently
तांदूळ	n. mas.	rice
तांबडा	adj.	red
तिकडे	ad.	there, in that direction
तिखट	adj./n.	pungent, hot
तिथे	ad.	there
तुरट	adj.	astringent
तुरुंग	n. mas.	prison
तुलना	n. fem.	comparison
तृप्त	adj.	satisfied

तो	pr.	he
तोल	n. mas.	balance
तोंड	n. neu.	mouth
त्रास	n. mas.	trouble, inconvenience
त्रिकोण	n. mas.	triangle

थ

थक	v. intr.	to be tired
थट्टामस्करी	n. fem.	mischief, fun making
थप्पड	n. fem.	slap
थंड	adj.	cool
थंडी	n. fem.	cold
थाट	adj.	pomp, show
थापा मार	comp. v.	to bluff
थांब	v. intr.	to wait, to stop
थांबव	v. tr.	to stop
थोडा	adj.	small, a little
थोरला	adj.	elder

द

दगड	n. mas.	stone
दप्तर	n. neu.	school bag
दम	n. intr.	to get exhausted
दया	n. fem.	pity, kindness, favour
दयाळू	adj.	kind
दररोज	adv.	daily
दरिद्री	adj.	poor
दरी	n. fem.	valley
दर्शन कर–	comp. v.	act of paying homage to god
दवाखाना	n. mas.	dispensary
दही	n. neu.	curds
दंगा कर	comp. v.	to make noise
दागिना	n. mas.	ornament
दात	n. mas.	tooth
दार	n. neu.	door
दारू	n. fem.	wine
दावा	n. mas.	suit, claim
दासी	n. fem.	maid servant

दांडी मार	comp. v.	to bunk
दिवस	n. mas.	day
दिवा	n. mas.	lamp
दिवाणखाना	n. mas.	drawing room
दिस	v. intr.	to appear, to look
दीर	n. mas.	husband's brother
दुकान	n. neu.	shop
दुकानदार	n. mas.	shopkeeper
दुपार	n. fem.	noon
दुर्दशा	n. fem.	wretched condition
दुर्दैव	n. neu.	misfortune
दुर्बल	adj.	weak
दुष्काळ	n. mas.	drought, famine
दुःख	n. neu.	grief
दुःखी	adj.	sad, unhappy
दूध	n. neu.	milk
दूरदर्शन	n. neu.	television
दृश्य	n. neu.	vision, sight
दे	v. tr.	to give
देऊळ	n. neu.	temple
देणगी	n. fem.	donation
देव	n. mas.	god
देश	n. mas.	country
दोस्त	n. mas.	friend
द्राक्ष	n. neu.	grape

ध

धडा	n. mas.	lesson
धन्यवाद	n. mas. (pl.)	thanks
धर	v. tr.	to hold
धरण	n. neu.	dam
धर्मशाळा	n. fem.	tavern
धाकटा	adj.	younger
धाडस	n. neu.	courage
धाव	v. int.	to run
धीर	n. mas.	courage, patience
धू-	v. tr.	to wash
धूळ	n. fem.	dust
धोबी	n. mas.	washerman
ध्येयवादी	adj.	dedicated
ध्वज	n. mas.	flag

न

नको	ad.	no, particle of prohibition
नक्कल	n. fem.	imitation, copy
नक्की	adj.	definite
नदी	n. fem.	river
नमस्कार	n. mas./interj.	salutation
नमुना	n. mas.	specimen
नवरा	n. mas.	husband
नवरा मुलगा	n. mas.	bride groom
नवरी/नवरी मुलगी	n. fem.	bride
नवा	adj.	new
नवीन	adj.	new
नस	n. fem.	vein
नं/ना	ind.	particle of interrogation
नंतर	ad.	afterwords
नंदनवन	n. neu.	paradise
नाइलाज	n. mas.	helplessness
नाक	n. neu.	nose
नागरिक	n. mas.	citizen
नाटक	n. neu.	drama, play
नादुरुस्त	adj.	not in order
नापास	adj.	fail
नायक	n. mas.	hero
नारिंगी	adj.	orange
नाला	n. mas.	rivulet
नाव	n. neu.	name
नाव घाल-	v. tr.	to enroll
नाही	ind.	no
नित्य	ad.	always
निबंध	n. mas.	essay
निमंत्रण	n. neu.	invitation
निरनिराळे	adj. mas.pl.	various, different

निराश हो-	comp. v.	to be disappointed
निरोप दे-	comp. v.	to give send off
निर्णय	n. mas.	decision
निर्माण कर	comp. v.	to create
निवडणूक	n. fem.	election
निश्चय	n. mas.	determination
निश्चित	adj.	fixed, definite
निसर्ग	n. mas.	nature
निळा	adj.	blue
नि:स्वार्थी	adj.	selfless
नीघ-	v. intr.	to start
नीट	adj.	neat
नुकताच	adv.	recently, just now
नृत्य	n. neu.	dance
ने-	v. tra.	to take away, to carry away
नेता	n. mas.	leader
नेम-	v. tr.	to appoint
नेमणूक	n. fem.	appointment
नेहमी	adv.	always
नोकर	n. mas.	servant
नोकरी	n. fem.	service
नोंद	n. fem.	note, entry
न्हावी	n. mas.	barber

प

पकड-	v. tr.	to catch
पड-	v. tr.	to fall
पडदा	n. mas.	curtain
पण	conj.	but, also
पती	n. mas.	husband
पत्र	n. neu.	letter
पत्रकार	n. mas.	journalist
पत्ता	n. mas.	address
पत्नी	n. fem.	wife
पदार्थ	n. mas.	object
पर्यंत	prep.	till, upto
परत ये-	comp. v.	to come back
परदेश	n. mas.	foreign country
परवा	ad.	day before yesterday, day after tomorrow
परवानगी	n. fem.	permission
परस्पर	adv.	directly
परंपरा	n. fem.	tradition
परिचय	n. mas.	acquaintance
परिणाम	n. mas.	effect
परिसंवाद	n. mas.	seminar, symposium
परीक्षा	n. fem.	examination
पश्चात्ताप	n. mas.	repentance
पश्चिम	n. fem.	west
पहा-	v. tr.	to see
पळ-	v. intr.	to run
पक्षी	n. mas.	bird
पंखा	n. mas.	wing
पंचाईत	n. fem.	difficulty, be wilderment
पंतप्रधान	n. mas.	prime minister
पाऊस	n. mas.	rain
पाखरू	n. neu.	small bird
पाठ	n. fem.	back
पाठ कर-	comp. v.	to learn by heart
पाठव-	v. tra.	to send
पाठांतर	n. neu.	portion committed to memory
पाठ्यपुस्तक	n. neu.	text book
पाणी	n. neu.	water
पान	n. neu.	leaf, page
पाय	n. mas.	foot
पायजमा	n. mas.	trousers
पायथा	n. mas.	foot
पायरी	n. fem.	step of a stair-case
पारंपरिक	adj.	traditional
पाल	n. fem.	lizard
पालक	n. mas.	guardian
पाला	n. mas.	leaves
पालेभाजी	n. fem.	green vegetable

पावसाळा	n. mas.	rainy season
पाशी	prep.	near, close to
पाश्चिमात्य	adj.	western
पास हो–	comp. v.	to pass
पाहिजे	pass. verbal form	to be wanted, or necessary
पाहुणा	n. mas.	stranger, guest
पाळणाघर	n. neu.	crutches
पांढरा	adj.	white
पिल्लू	n. neu.	pup, young one
पिवळा	adj.	yellow
पिशवी	n. fem.	bag
पिसू	n. fem.	flea
पिंड	n. fem.	Shivalinga, symbol of Lord Shiva
पी	v. tr.	to drink
पीक	n. neu.	crop
पीठ	n. neu.	flour
पुडा	n. mas.	bundle or packet
पुढचा	adj.	next
पुढारी	n. mas.	leader
पुढे	ad.	ahead, next
पुण्यतिथी	n. fem.	death anniversary
पुरावा	n. mas.	proof, evidence
पुरुष	n. mas.	man
पुरोहित	n. mas.	priest
पुन्हा	adv.	again
पुष्कळ	adj.	many
पुस्तक	n. neu.	book
पूर्ण	adj.	full, complete
पूर्वी	adj.	formerly
पूल	n. mas.	bridge
पूस–	v. tr.	to erase, to wipe out
पेटी	n. fem.	box
पेढा	n. mas.	sweet eatable
पेय	n. neu.	drink, beverage
पेरू	n. mas.	guava
पेला	n. mas.	glass

पैसा	n. mas.	money
पोच–	v. intr.	to reach
पोट	n. neu.	stomach
पोह–	v. intr.	to swim
पौष्टिक	adj.	nourishing
प्रकार	n. mas.	kind, type, variety
प्रगती	n. fem.	progress
प्रचंड	adj.	huge
प्रजा	n. fem.	subjects
प्रतिष्ठा	n. fem.	prestige
प्रत्येक	adj.	every one
प्रथम	adv./adj.	first
प्रदर्शन	n. neu.	exhibition
प्रदेश	n. mas.	region
प्रभाव	n. mas.	influence
प्रमाणे	prep.	like, like that
प्रमुख	n. mas.	chief
प्रयत्न	n. mas.	effort
प्रयोगशाळा	n. fem.	laboratory
प्रवचन	n. neu.	sermon
प्रवास	n. mas.	travel
प्रवृत्ती	n. fem.	tendency
प्रवेश	n. mas.	entrance, admission
प्रशस्त	adj.	spacious
प्रशंसा	n. fem.	praise
प्रश्न	n. mas.	question, problem
प्रसन्न	adj.	pleased, satisfied
प्रसंग	n. mas.	occasion, incident
प्रसाद	n. mas.	anything given as a blessing
प्रसिद्ध	adj.	famous
प्राणिसंग्रहालय	n. neu.	zoo
प्राणी	n. mas.	animal
प्राध्यापक	n. mas.	professor
प्रामाणिक	adj.	honest
प्रार्थना	n. fem.	prayer
प्रेम	n. neu.	love, affection
प्रेक्षणीय	adj.	worth seeing

प्रौढ	adj.	adult

फ

फक्त	adv.	only
फजिती होणे	comp. v.	to be fooled, to be ridiculed
फटाका	n. mas.	cracker
फरक	n. mas.	difference
फरस बी	n. fem.	French bean
फराळ	n. mas.	breakfast, tiffin
फळ	n. neu.	fruit
फळभाजी	n. fem.	vegetables other than green ones
फळा	n. mas.	black-board
फाड	v. tra.	to cut, to tear
फार	adj./ad.	very much, far
फायदा	n. mas.	advantage
फांदी	n. fem.	branch
फिरायला जा–	comp. v.	to go for a walk
फीर	v. tr.	to walk, to wander
फुलझाड	n. neu.	flower plant
फुलदाणी	n. fem.	flower pot
फुलपाखरू	n. neu.	butterfly
फूट	v. intr.	to break
फूल	n. neu.	flower
फेरफटका	n. mas.	stroll
फेरीवाला	n. mas.	hawker

ब

बघ–	v. tr.	to see
बचत	n. fem.	saving
बटाटा	n. mas.	potato
बडबड	n. fem.	chatting
बदली	n. fem.	transfer
बद्दल	prep.	in lieu of, for
बनव–	v. int.	to make, to prepare
बरणी	n. fem.	jar
बरं	interj.	alright
बरोबर	adj.	correct, right
बस–	v. intr.	to sit
बहीण	n. fem.	sister
बहुधा	adv.	mostly, generally speaking
बक्षीस	n. neu.	prize, award
बंद	adj.	closed
बंद कर–	comp. v.	to close, to shut
बंदूक	n. fem.	gun
बाई	n. fem.	woman
बाक	n. neu.	bench
बाग	n. fem.	garden
बाज	n. fem.	cot
बाजार	n. mas.	market
बाजू	n. fem.	side
बातमी	n. fem.	news
बादली	n. fem.	bucket
बायको	n. fem.	wife
बारीक	adj.	thin, little, small
बालवाडी	n. fem.	kinder garden
बावळट	adj.	fool
बाहेर	prep./adv.	out
बाळंत होणे	com. v.	to give birth
बांध–	v. tr.	to rie, to build
बांधाबांध करणे	com. v.	to pack up
बुडवणे	v. tr.	to drown, to bunk
बुद्धिबळ	n. neu.	chess
बुडणे	v. intr.	to sink, to be drowned
बेशुद्ध	adj.	unconscious
बैल	n. mas.	ox, bullock
बैलगाडी	n. fem.	bullock cart
बोट	n. neu.	finger
बोर	n. neu.	berry
बोल	v. tr.	to speak, to talk
बोलाव	v. tr.	to call, invite
बोळ	n. mas.	lane
बौद्धिक	adj.	intellectual

भ

भजन	n. neu.	devotional song
भटक	v. int.	to roam, wander
भयंकर	adj.	horrible, terrible, too much
भर	v. int.	to fill
भरपूर	adj.	plenty, much
भला	adj.	good
भविष्य	n. neu.	future
भाऊ	n. mas.	brother
भाग	n. mas.	share, part
भाजी	n. fem.	vegetable
भाजीवाला	n. mas.	green grocer
भारी	adj.	costly, heavy
भाव	n. mas.	price, cost
भाविक	adj.	devoted
भाषण	n. neu.	speech
भाषा	n. fem.	language
भांड–	v. tr.	to quarrel
भांडं	n. neu.	pot, utensil
भिकारी	n. mas.	beggar
भिन्न	adj.	different
भिंत	n. fem.	wall
भी	v. intr.	to fear
भीक	n. fem.	alms, begging
भीज	v. intr.	to be drenched, to get wet
भीती	n. fem.	fear
भूमिका	n. fem.	role
भेट	n. fem.	meeting
भेट दे–	com. v.	to visit
भोपळा	n. mas.	gourd, pumpkin
भोवती	prep./ad.	around

म

मऊ	adj.	soft
मग	adv.	then
मजला	n. mas.	floor, storey
मजूर	n. mas.	labourer
मजा	n. fem.	fun, entertainment
मठ्ठ	adj.	dull, slow
मडकं	n. neu.	earthen pot, pitcher
मदत	n. fem.	help, assistance
मध्ये	adv./prep.	between, in the middle, amidst, within
मध्यवर्ती	adj.	central
मध्यस्थी	n. fem.	liason
मन	n. neu.	mind
मनगट	n. neu.	wrist
मनोरा	n. mas.	tower
मर–	v. intr.	to die
महत्त्व	n. neu.	importance
महाग	adj.	costly, dear
महाविद्यालय	n. neu.	college
महिना	n. mas.	month
मळखाऊ	adj.	dust absorbing
मळमळ–	v. intr.	to feel like vomitting
मंडई	n. fem.	market place
मंदिर	n. neu.	temple
मंत्र	n. mas.	incantation, mystical utterances, sacred formula
मंत्री	n. mas.	minister
माकड	n. neu.	monkey
मागणी	n. fem.	demand
मागे	adv./prep.	behind
माणूस	n. mas.	man
माती	n. fem.	soil
मात्र	adj.	only, but
मान	n. mas.	honour
	n. fem.	neck
मायाळू	adj.	kind, affectionate
मार–	v. tr.	to beat
मारामारी	n. fem.	quarrel
माल	n. mas.	goods, wears
मालक	n. mas.	owner

मावळ–	v. intr.	to set
माशी	n. fem.	fly
मासा	n. mas.	fish
माहिती	n. fem.	information
माळ	n. fem.	garland
माळी	n. mas.	gardener
मांड–	v. tr.	to arrange
मांसाहारी	adj.	non vegetarian
मिठाई	n. fem.	sweetmeats
मिरवणूक	n. fem.	procession
मिशी	n. fem.	mustache
मिसळ	v. tr.	to mix
मित्र	n. mas.	friend
मिरची	n. fem.	chilli
मीळ	v. intr.	to get
मुद्दाम	ad.	deliberately, purposely
मुलगा	n. mas.	boy, son
मुळे	prep.	because of
मूक–	v. tr.	to miss
मूर्ती	n. fem.	idol
मूल	n. neu.	child
मेहनत	n. fem.	exertion, toil
मेंढरू	n. neu.	young one of a sheep
मैत्रीण	n. fem.	female friend
मैदान	n. neu.	play ground
मोकळा	adj.	open, empty, unbound
मोजा	n. mas.	socks
मोठा	adj.	big
मोर	n. mas.	peacock
मोर्चा	n. mas.	morcha
मोसंबे	n. neu.	sweet lime
म्हण–	v. tr.	to say
म्हणून	conj.	therefore
म्हातारा	n. mas.	old man
म्हैस	n. fem.	buffalo

य

यश	n. neu.	success
यात्रा	n. fem.	pilgrimage, tour
ये–	v. intr.	to come, to know
येथे	adv.	here

र

रक्त	n. neu.	blood
रक्तदान	n. neu.	blood-donation
रचना	n. fem.	construction
रजा	n. fem.	leave, holiday
रड–	v. intr.	to cry
रविवार	n. mas.	Sunday
रस	n. mas.	interest
रसिक	n. mas.	connoisseur
रस्ता	n. mas.	road
रहा–	v. intr.	to stay
रहाणी	n. fem.	living, standard
रंग	n. mas.	colour
रंग–	v. intr.	to be interesting
रंगीत	adj.	coloured
राखी	adj.	ash coloured
राग	n. mas.	anger, fury
राग	n. mas.	composition in Indian music
रागाव	v. intr.	to get angry with
रागीट	adj.	angry, furious
राजवाडा	n. mas.	palace
राजा	n. mas.	king
राणी	n. fem.	queen
रात्र	n. fem.	night
राष्ट्र	n. neu.	nation
राष्ट्रपती	n. mas.	president
रांग	n. fem.	queue
रांगोळी	n. fem.	a design of white stone powder
रिकामा	adj.	vacant, empty
रिक्षा	n. fem.	auto

रीत	n. fem.	custom	
रुपया	n. mas.	Rupee	
रुमाल	n. mas.	handkerchief	
रेडा	n. mas.	male buffalo	
रेशीम	n. neu.	silk	
रोगी	n. mas.	ill, patient	
रोषणाई	n. fem.	illumination	

ल

लगेच	adv.	immediately, instantly
लग्न	n. neu.	marriage
लठ्ठ	adj.	fat
लढ–	v. intr.	to fight
लवकर	adv.	early
लवंग	n. fem.	clove
लसूण	n. mas./fem.	garlic
लहान	adj.	small
लक्ष	n. neu.	attention
लक्षणीय	adj.	noteworthy, remarkable
लक्षात ये	v. tran.	to notice
लाकूड	n. neu.	wood
लाख	adj.	lakh
लाग–	v.intr.	to get hurt, (सिनेमा) to be running.
लाज	n. fem.	abashment, modesty
लांडोर (पाल)	n. fem.	peahen
लांब	adj.	long
लिपिक	n. mas.	clerk
लिही–	v. tran.	to write
लिंबू	n. neu.	lemon
लूट–	v. tran.	to rob
लेकरू	n. neu.	small child
लोक	n. mas.	people
लोणचं	n. neu.	pickle
लोणी	n. neu.	butter
लोभी	n. mas.	greedy

व

वकील	n. mas.	pleader
वटहुकूम	n. mas.	ordinance
वडा	n. mas.	a fried cake of pulse flour
वडील	n. mas.	father
वधू	n. fem.	bride
वर	n. mas.	bridegroom, boon
वर	adv.	on
वर्ग	n. mas.	class
वर्णन	n. neu.	description
वर्तमानकाळ	n. mas.	present tense
वर्तमानपत्र	n. neu.	newspaper
वर्ष	n. neu.	year
वसतिगृह	n. neu.	hostel
वस्तू	n. fem.	object
वस्तुसंग्रहालय	n. neu.	museum
वस्तुस्थिती	n. fem.	matter of fact
वस्त्रप्रावरण	n. neu.	clothing
वहा–	v. tr.	to ofter
	v. intr.	to flow, to blow
वही	n. fem.	notebook
वळ–	v. intr.	to turn
वा!	interj.	good!
वाईट	adj.	bad
वाच–	v. tr.	to read
वाचव–	v. tr.	to save, to rescue
विशेष	adj.	special features
वाट–	v. intr.	to feel
वाट पहा–	comp. v.	to wait for
वाटोळा	adj.	circular, round
वाडा	n. mas.	big house, mansion
वाढ–	v. intr.	to grow
वाढदिवस	n. mas.	birthday
वापर–	v. tr.	to use
वाया जा–	comp. v.	to go in vain
वार	n. mas.	day

वारा	n. mas.	wind
वावर-	v. intr.	to move around
वासरू	n. neu.	calf
वाहन	n. neu.	vehicle
विकत घे-	comp. v.	to purchase
विकाऊ	adj.	ready for sale
विक्री	n. fem.	sale
विचार	n. mas.	thought
विचार-	v. tr.	to ask
विचार कर-	comp. v.	to think
विचित्र	adj.	peculiar, strange
विजार	n. fem.	trousers
विणकाम	n. mas.	knitting
विदेशी	adj.	foreign
विद्यापीठ	n. neu.	university
विद्यार्थिनी	n. fem.	female student
विद्यार्थी	n. mas.	student
विनंती	n. fem.	request
विनाकारण	adv.	without reason
विनोद	n. mas.	humour
विपुल	adj.	plenty
विभाग	n. mas.	section
विमा	n. mas.	insurance
विरस हो-	comp. v.	to get disappointed
विरोध	n. mas.	opposition
विविध	adj.	varied
विश्रांती	n. fem.	rest
विश्वास	n. mas.	faith, belief
विषय	n. mas.	subject
विसर-	v. tr.	to forget
विहीर	n. fem.	well
विंचू	n. mas.	scorpion
वीक-	v. tr.	to sell
वीज	n. fem.	electricity, lightning
वीण-	v. tr.	to knit
वृद्ध	adj.	old, aged
वेगवेगळे	adj.	various, different
वेड	n. neu.	madness
वेळ	n. mas.	stretch of time
	n. fem.	points of time
वैद्य	n. mas.	physician
व्यवसाय	n. mas.	business
व्यवस्था	n. fem.	arrangement, system
व्यवहार	n. mas.	practice
व्यसन	n. neu.	addition
व्याकरण	n. neu.	grammar
व्याख्यान	n. neu.	lecture
व्यापारी	n. mas.	merchant
व्यायाम	n. mas.	exercise

श

शक्यता	n. fem.	possibility
शहर	n. neu.	city, town
शहाणा	adj.	clever
शाकाहारी	adj.	vegetarian
शाबासकी	n. fem.	patting, encouraging
शाल	n. fem.	shawl
शासन	n. neu.	government
शास्त्र	n. neu.	science
शाळा	n. fem.	school
शांत	adj.	quiet, peaceful
शिकार	n. mem.	hunting
शिपाई	n. mas.	peon, police, sepoy
शिल्पकला	n. fem.	architecture
शिल्लक	n. fem.	saving, remainder
शिवी	n. fem.	abuse
शिस्त	n. fem.	discipline
शिळा	adj.	stale
शिक्षक	n. mas.	teacher
शिक्षण	n. neu.	education
शिक्षा	n. fem.	punishment
शिंग	n. neu.	horn
शिंगरू	n. neu.	pony
शिंपी	n. mas.	tailor
शीक-	v. tr.	to learn
शीण	n. mas.	exhaustion

शुभेच्छा	v. tr.	greetings
शेजारी	n. mas.	neighbour
शेतकरी	n. mas.	farmer
शेर	n. mas.	verse in Urdu poetry
शेवट	n. mas.	end
शेळी	n. fem.	goat
शेंग	n. fem.	pod
शोध-	v. tr.	to search
शोभा	n. fem.	beauty
शोषित	adj.	oppressed

श्र

श्रद्धा	n. fem.	faith, belief
श्रीमंत	adj.	rich

स

सकट	prep.	with
सकाळ	n. fem.	morning
सगळा	adj.	all, complete
सजव	v. tr.	to decorate
सजावट	n. fem.	decoration
सत्कार	n. mas.	felicitation
सत्र	n. neu.	semister
सध्या	ad.	now
सदिच्छा	n. fem.	goodwill
सफरचंद	n. neu.	apple
सभा	n. fem.	meeting, gathering
सभासद	n. mas.	member
सभोवती	ad.	around
समज	v. intr.	to know, to understand
समजूत	n. fem.	belief, conviction
समक्ष	ad.	in presence
समाज	n. mas.	society
समाधान	n. neu.	satisfaction
समान	adj.	equal
समस्या	n. fem.	problem
समृद्ध	adj.	rich, prosperous
समारंभ	n. mas.	celebration
समोर	ad.	infront of
सरक	v. tr.	to slip
सरकार	n. neu.	government
सरळ	adj. ad.	straight
सराव	n. mas.	practice
सरोवर	n. neu.	lake
सर्व	adj.	all
सवय	n. fem.	habit
ससा	n. mas.	rabit
सहल	n. fem.	picnic, tour
सहसा	ad.	normally
सही	n. fem.	signature, autograph
संकट	n. neu.	calamity
संत	adj. Tn.mas.	sage
संत्रे	n.neu.	orange
संदर्भ	n. mas.	reference context
संदेश	n. mas.	message
संदेह	n. mas.	doubt
संधी	n. fem.	opportunity
संध्याकाळ	n. fem.	evening
संप	n. mas.	strike
संप	v. intr.	to be finished
संपत्ती	n. fem.	wealth
संस्कार	n. mas.	refinement, cultivation
संस्कृती	n. fem.	culture
संस्था	n. fem.	institution
साखर	n. fem.	sugar
साठव	v. tr.	to store
साठी	prep.	for for the sake of
साधन	n. neu.	tool, means
साधा	adj.	plain, simple
साधारण	adj.	general, common, ordinary
साधू	n. mas.	monk, sage
साप	n. mas.	snake
साफ	adj.	clean
सामना	n. mas.	match
सामान	n. neu.	luggage

सामील होणे	com. v.	to join
सारखा	adj.	same
सारखा	ad.	continuously
सारा	adj.	all
साल	n. fem.	skin, rind
सावध	adj.	alert
सावली	n. fem.	shade
सासुरवाडी	n. fem.	in-laws' house
सासरा	n. mas.	father in law
सासू	n. fem.	mother in law
साहित्य	n. neu.	kit
साहित्य	n. neu.	literature
साहित्यिक	n. mas.	writer
साळू	n. fem.	porcupine
सांग	v. tr.	to tell
सांगाडा	n. mas.	skeleton, structure, frame
सांड	v. tr.	to be splitt
सुख	adj.	pleasure
सुट्टी	n. fem.	holiday
सुट्टे पैसे	n. mas. pl.	change, coins
सुद्धा	prep.	also
सुरी	n. fem.	knife
सुरुवात	n. fem.	begining
सुंदर	adj.	beautiful
सूचना	n. fem.	notice, suggestion
सून	n. fem.	daughter in law
सूर्य	n. mas.	Sun
सैनिक	n. mas.	soldier
सोड	v. tr.	to give up
सोनेरी	adj.	golden
सोपा	adj.	easy
सोय	n. fem.	convinience
स्तर	n. mas.	layer, stratum
स्त्री	n. fem.	woman
स्त्रीमुक्ती	n. fem.	women's liberation
स्थापना	n. fem.	installation, foundation
स्नेहसंमेलन	n. nue.	gathering
स्पर्धा	n. fem.	competition
स्पष्ट	adj.	clear, vivid
स्वच्छ	adj.	clean
स्वतः	pron.	self
स्वयंपाक	n. mas.	cooking, recipie
स्वरूप	n. neu.	nature
स्वस्त	adj.	cheap
स्वागत	n. neu.	reception
स्वार्थत्याग	n. mas.	self sacrifice
स्वीकार	v. tr.	to accept

ह

हकीगत	n. fem.	account, story
हजार	adj.	thousand
हजेरीपट	n. mas.	muster-roll
हट्ट	n. mas.	insistance, obstinacy
हत्ती	n. mas.	elephant
हप्ता	n. mas.	instalment
हमाल	n. mas.	coolie
हर	v. tr.	to loose, to be defeated
हरकत	n. fem.	objection
हरव	v. tr.	to defeat
हल	v. intr.	to move
हलका	adj.	light, light in weight
हल्ली	adv.	now-a-days
हवा	n. fem.	air, weather
हवे अस.	comp. v. tr.	to want
हस	v. intr.	to smile, to laugh
हसवणे	v. tr.	to make laugh
हस्ते	adv.	at the hands of
हळू	adv.	slowly
हळूच	adv.	slowly, stealthily
हं		a particle of exclamation
हा	n. mas.	this
हात	n. mas.	hand
हातरुमाल	n. mas.	handkerchief

हारतुरे	n. mas.(pl.)	bouquettes and garlands
हिरवा	adj.	green
हिवाळा	n. mas.	winter
हिस्सा	n. mas.	share, portion
हिंड–	v. intr.	wander
हुकूम	n. mas	order
हुशार	adj.	clever, smart
हुंडा	n. mas.	dowry
हून	pre.	from
हेतू	n. mas.	intention, purpose
हो		particle of consent, yes

क्ष

क्षण	n. mas.	moment

Printed in the USA
CPSIA information can be obtained
at www.ICGtesting.com
LVHW011540251023
761974LV00060B/1206